ಸದಾಶಿವ್ ಸೊರಟೂರು

ಹುಟ್ಟಿದ್ದು ಬೆಳೆದಿದ್ದು ಹೊನ್ನಾಳಿ ತಾಲ್ಲೂಕಿನ ಸೊರಟೂರು ಗ್ರಾಮದಲ್ಲಿ. ಈಗ ಹರಿಹರ ತಾಲೂಕಿನ ಮಲೇಬೆನ್ನೂರು ಸರ್ಕಾರಿ ಪದವಿ ಪೂರ್ವಕಾಲೇಜಿ (ಪ್ರೌಢಶಾಲೆ) ನಲ್ಲಿ ಕನ್ನಡ ಪಾಠ ಹೇಳ್ತಿದೀನಿ... ಅದು ವೃತ್ತಿ. ಪಾಠ ಮಾಡುತ್ತಾ ಕಳೆದು ಹೋಗುವುದು ನನಗೆ ಅತೀ ಖುಷಿಕೊಡುವಂತದ್ದು. ಅದರಾಚೆಯ ಓದು ಬರಹ ಪ್ರವೃತ್ತಿ. ಹತ್ತಾರು ಕತೆಗಳನ್ನು ಬರೆದಿದ್ದೀನಿ. ಬರೆದ ಲೇಖನ, ಕವನ, ಪ್ರಬಂಧಗಳ ಲೆಕ್ಕ ಇಟ್ಟಿಲ್ಲ. ಬಹುತೇಕ ಎಲ್ಲಾ ಪತ್ರಿಕೆಗಳಲ್ಲೂ ಇವೆಲ್ಲಾ ಪ್ರಕಟವಾಗಿವೆ. ನಾನೂ ಕೂಡ ನಿಮ್ಮ ಹಾಗೆ ಅಂದಿನ ಪತ್ರಿಕೆಯಲ್ಲಿ ಅವುಗಳನ್ನು ನೋಡಿ ಮರೆತು ಹೋಗಿದ್ದೇನೆ. ಐದಾರು ಪುಸ್ತಕಗಳೂ ಆಗಿವೆ. ಈಗ ಅವಧಿ ಆನ್‌ಲೈನ್ ಪತ್ರಿಕೆಯಲ್ಲಿ ವಾರಕ್ಕೊಂದು ಕತೆ ಬರೀತೀನಿ. ಹಲವು ಕಥೆಗಳು, ಕವನಗಳು ಬಹುಮಾನ ಗೆದ್ದಿವೆ. ಓದು ಅಂದ್ರೆ ಇಷ್ಟ. ಪುಸ್ತಕ ಪ್ರಾಣ. ಒಂಟಿತನವೇ ಗೆಳೆಯ, ಸಂಗೀತ ಆತ್ಮಬಂಧು. ಕ್ರೀಡೆ ನೋಡುತ್ತೇನೆ ಆಡುವುದಿಲ್ಲ. ನೀನು ಬರಹಗಾರನಾ ಅಂತ ಯಾರಾದರೂ ಕೇಳಿದರೆ ನೋ ನಾನು ಮೇಷ್ಟ್ರು ಅಂತ ಹೇಳೊದು ನನಗೆ ಹೆಚ್ಚು ಇಷ್ಟ. ಇದರಾಚೆ ಮತ್ತೇನಿಲ್ಲ. ಪರಿಚಯಕ್ಕೆ ಇಷ್ಟು ಸಾಕು.

ಅರ್ಧ ಬಿಸಿಲು ಅರ್ಧ ಮಳೆ

ಸದಾಶಿವ್ ಸೊರಟೂರು

ವೀರಲೋಕ ಬುಕ್ಸ್ ಪ್ರೈ.ಲಿ.
207, 2ನೇ ಮಹಡಿ, 3ನೇ ಮೇನ್, ಚಾಮರಾಜಪೇಟೆ
ಬೆಂಗಳೂರು–560018. ಮೊಬೈಲ್: 70221 22121
ಇಮೇಲ್: veeralokabooks@gmail.com
ವೆಬ್‌ಸೈಟ್: www.veeralokabooks.com

ARDHA BISILU ARDHA MALE
A book written by
Sadashiv Soraturu

Published by:
VEERALOKA BOOKS PVT. LTD.
207, 2nd Floor, 3rd Main
Chamarajpet, Bengaluru - 560018

Mobile : +91 7022122121
E-mail : veeralokabooks@gmail.com
Website: www.veeralokabooks.com

Price : Rs. 120/-
Pages : 104
First Impression : 2022

Paper used : 90 GSM NS Maplitho
Book size : 1/8th Demy

ISBN : 978-93-94942-24-0

Cover page illustration by : Roopa Vipin
Inner pages illustration by : Vijaya Vikram

Printer : Regal Print Service
No. 92, Pipeline West, Kasturibanagar
Mysore Road Cross, Near Christian Tollgate
Bengaluru - 560026

ಅರ್ಪಣೆ

ಮೊದಲಬಾರಿಗೆ
ಕೊನೆಯ ಪುಟದಲ್ಲಿ ಗೀಚಿಕೊಂಡ
ಗದ್ಯವೂ ಅಲ್ಲದ; ಪದ್ಯವೂ ಅಲ್ಲದ
ನನ್ನ ನಾಲ್ಕು ಬಡ ಸಾಲುಗಳಿಗೆ...

ಕೃತಜ್ಞತೆಗಳು..

- ಸದಾ ಹೊಸತನಕ್ಕೆ ತುಡಿಯುತ್ತಾ ಪುಸ್ತಕ ಪ್ರಕಾಶನದ ಕ್ಷೇತ್ರದಲ್ಲಿ ಹೊಸ ಭರವಸೆ ಮೂಡಿಸಿರುವ ವೀರಲೋಕ ಪ್ರಕಾಶನದ ಕ್ರಿಯಾಶೀಲ ವ್ಯಕ್ತಿಯಾಗಿರುವ ಮತ್ತು ಈ ಪುಸ್ತಕವನ್ನು ಹೊರತರುತ್ತಿರುವ ವೀರಕಪುತ್ರ ಶ್ರೀನಿವಾಸ ಅವರಿಗೆ ಮತ್ತು ವೀರಲೋಕ ಪ್ರಕಾಶನದ ಇಡೀ ತಂಡಕ್ಕೆ,
- ಅಂದದ ಮುಖಪುಟ ರಚಿಸಿ ಪುಸ್ತಕದ ಚೆಂದ ಹೆಚ್ಚಿಸಿದ ರೂಪಶ್ರೀ ಕಲ್ಲಿಗನೂರು ಮತ್ತು ಒಳಪುಟಗಳನ್ನು ಒಪ್ಪವಾಗಿಸಿದ ವಿಜಯ ವಿಕ್ರಮ್ ಅವರಿಗೆ,
- ನನ್ನ ಬರಹಗಳನ್ನು ಓದಿ ಆಗಾಗ ಮಾರ್ಗದರ್ಶನ ನೀಡಿದ ಜಯಂತ್‌ಕಾಯ್ಕಿಣಿ, ಪ್ರತಿಭಾ ನಂದಕುಮಾರ್, ಜಿ ಎನ್ ಮೋಹನ್, ವಿಶ್ವೇಶ್ವರ ಭಟ್, ಎ ಆರ್ ಮಣಿಕಾಂತ್, ಮಂಜುನಾಥ್ ಚಾಂದ್, ಲಕ್ಷ್ಮಣ್ ವಿ ಎ, ಸಂತೋಷ್‌ಕುಮಾರ್ ಮೆಹಂದಳೆ ಅವರಿಗೆ,
- ಕತೆ ಬರೆಯಲು ಸದಾ ಮಾರ್ಗದರ್ಶನ ನೀಡುತ್ತಾ ಮುನ್ನುಡಿಯನ್ನೂ ಬರೆದುಕೊಟ್ಟ ಸ. ರಘುನಾಥ್ ಅವರಿಗೆ ಮತ್ತು ಸತತವಾಗಿ ನನ್ನ ಬರವಣಿಗೆಯನ್ನು ಪ್ರೋತ್ಸಾಹಿಸುತ್ತಾ ಈ ಪುಸ್ತಕಕ್ಕೆ ಬೆನ್ನುಡಿ ಬರೆದುಕೊಟ್ಟ ವಿವೇಕಾನಂದ ಕಾಮತ್ ಮತ್ತು ವಿದ್ಯಾರಶ್ಮಿ ಪೆಲತ್ತಡ್ಕ ಅವರಿಗೆ,
- ಆಗಾಗ ನನ್ನ ಕತೆಗಳನ್ನು ಓದಿ ಸೂಚನೆ ನೀಡುತ್ತಾ ನನ್ನನ್ನು ತಿದ್ದಿದ ಸಂತೆಬೆನ್ನೂರು ಫೈಜ್ನಾಟ್ರಾಜ್, ಮಲ್ಲಿಕಾರ್ಜುನ ಹೆಗ್ಗಳಿಗೆ, ಮಂಜುಳ ಗೋನಾಳ, ದೀಪಾ ಗೋನಾಳ, ಆಶಾ ಜಗದೀಶ್, ರಾಜುಕುಮಾರ ಮಡಿವಾಳರ, ಸಂದೇಶ್‌ಎಚ್ ನಾಯ್ಕ್, ಅರಬಗಟ್ಟೆ ಅಣ್ಣಪ್ಪ, ಮತ್ತು ಪ್ರೀತಿಯ ಗುರುಗಳಾದ ಹೊರಪ್ಯಾಟಿ ಮಲ್ಲೇಶಪ್ಪ ಅವರಿಗೆ,
- ನನ್ನ ಎಲ್ಲಾ ಬರಹದ ಮೊದಲ ಓದುಗರಾದ ಸೌಮ್ಯ ಎಸ್, ರೇಷ್ಮಾ, ಬಸವನಗೌಡ ಹೆಬ್ಬಳಗೆರೆ, ಲೋಕೇಶ್, ರಾಘವೇಂದ್ರ ಈ ಹೊರಬೈಲು, ಸೌಮ್ಯಶ್ರೀ, ಆಶಾ, ಅರ್ಚನಾ, ಸೋಮು ಕುದರಿಹಾಳ ಅವರಿಗೆ,

- ಓದು ಬರಹದ ಬಗ್ಗೆ ಸದಾ ಚರ್ಚೆಗೆ ಆತುಕೊಳ್ಳುವ ಮಹೇಂದ್ರ ಎಸ್ ತೆಲಗರಹಳ್ಳಿ, ಮಾಲಾ ಮ ಅಕ್ಕಿ ಶೆಟ್ಟಿ, ನಳಿನಿ ಟಿ ಭೀಮಪ್ಪ, ಹನುಮಂತಪ್ಪ ಜಿ ನಾಯಕ್, ರೇವಣಸಿದ್ದಪ್ಪ ಹರಿಹರ ಅವರಿಗೆ,
- ನನ್ನೊಂದಿಗೆ ಕಾರ್ಯನಿರ್ವಹಿಸಿದ ಮತ್ತು ಕಾರ್ಯನಿರ್ವಹಿಸುತ್ತಿರುವ ನನ್ನ ಎಲ್ಲಾ ಸಹೋದ್ಯೋಗಿ ಮಿತ್ರರಿಗೆ,
- ನನ್ನ ಎಲ್ಲಾ ಪೀಕಲಾಟ ಸಹಿಸಿಕೊಳ್ಳುವ ನನ್ನ ಅಪ್ಪ, ಅಮ್ಮ, ಮಡದಿ ಮತ್ತು ಅಣ್ಣ ಹಾಗೂ ಸಹೋದರಿಯರಿಗೆ,
- ನನ್ನ ಕತೆಗಳನ್ನು ಪ್ರಕಟಿಸಿದ ಪ್ರಜಾವಾಣಿ, ಮಯೂರ, ಸುಧಾ, ತರಂಗ, ವಿಜಯ ಕರ್ನಾಟಕ, ಅವಧಿ, ಕೆಂಡಸಂಪಿಗೆ ಪತ್ರಿಕೆಗಳಿಗೆ,
- ಪುಸ್ತಕವನ್ನು ಅಂದವಾಗಿ ಮುದ್ರಿಸಿಕೊಟ್ಟ ರೀಗಲ್ ಪ್ರಿಂಟರ್ಸ್ ಅವರಿಗೆ ಮತ್ತು ಕರಡು ತಿದ್ದಿಕೊಟ್ಟ ದೀಪ ಅವರಿಗೆ,
- 'ಸರ್ ನೀವು ಕತೆ, ಕವನ ಬರಿತೀರಂತೆ ಹೌದಾ...' ಅನ್ನುತ್ತಾ ಕಣ್ಣಲ್ಲಿ ನೂರು ವೋಲ್ಟೇಜ್‌ನ ಕುತೂಹಲ ವ್ಯಕ್ತಪಡಿಸಿ ನನಗೆ ಇನ್ನಷ್ಟು ಬರೆಯಲು ಕುಮ್ಮಕ್ಕು ನೀಡುವ ನನ್ನ ಪ್ರೀತಿಯ ವಿದ್ಯಾರ್ಥಿಗಳಿಗೆ,
- ನನ್ನ ಎಲ್ಲಾ ಮಿತ್ರರಿಗೂ ಮತ್ತು ಈ ಪುಸ್ತಕವನ್ನು ಓದಲು ಕೈಗೆತ್ತಿಕೊಂಡ ನಿಮಗೆ,

ಕೃತಜ್ಞತೆಗಳು...

–ಸದಾಶಿವ್ ಸೊರಟೂರು
9448898699
sadasmiles@gmail.com

ಸದಾಶಿವ ಸೊರಟೂರರ ಕಥಾ ಬೇಸಾಯವನ್ನು ಬದುವಿನಲ್ಲಿ ನಿಂತು ನೋಡಿ

ಖುಷ್ಕಿ ಬೇಸಾಯವೋ, ತರಿ ಬೇಸಾಯವೋ, ಬಾಗಾಯಿತಿ ಬೇಸಾಯವೋ ನೆಲ, ನೀರಿರದೆ ಸಾಗದು, ಆಗದು. ತೇವದ ಹದವರಿತರೆ ಹಸನಾದ ಉಳುಮೆ ಹಾಗು ಬಿತ್ತನೆ. ಸಾರವಿದ್ದಂತೆ ಬೆಳೆ. ನೆಲದ ಸಾರದ ಏರಿಳಿಕೆಯ ಅರಿವೂ ರೈತನಿಗೆ ಮುಖ್ಯ. ನಾಟಿ ತಳಿಗೂ, ಸಂಕರ ತಳಿಗೂ ಸಾರವೇ ತ್ರಾಣ ಪ್ರಾಣ. ಇದರಲ್ಲಿ ಬೀಜತ್ರಾಣವೂ ಲೆಕ್ಕವೇ.

ಉಳುಮೆ ಅನುಭವದ್ದು. ಒಂದು ಸಾಲಿನ ಉಳುಮೆ ಸಾಕೋ, ಎರಡುಸಾಲು ಹೊಡೆಯಬೇಕೋ, ಮೂರುಸಾಲು ಆಗಬೇಕೋ ಎಂಬುದು ಉಳುಮೆಗಾರನ ವಿವೇಚನೆಯದು. ಹಾಗೆಯೇ ಬಲಸುತ್ತು, ಎಡಸುತ್ತು ಉಳುಮೆಯ ವಿಚಾರವೂ ಸಹ. ಬದುವಿನ ಉಬ್ಬಂಚು ತಗ್ಗಬೇಕಾದರೆ ಎಡಸುತ್ತಿನ ಉಳುಮೆಗೆ ನೇಗಿಲು ಹಿಡಿಯಬೇಕು. ಎದೆಯ ಹೊಲದಲ್ಲಿ ಹುಟ್ಟುವ ಕಥೆ ಬೆಳೆದು ಬೆಳೆಯಾಗವುದು ಇಂತಹ ಹದಗಳಲ್ಲಿಯೇ. ಹೊಲದ ವಿಸ್ತಾರವಿದ್ದಂತೆ ಕಥೆಯ ವಿಸ್ತಾರವೂ ಇರುತ್ತದೆ. ವಿಸ್ತಾರ ದೊಡ್ಡದಿದ್ದರೂ ಉಳುಮೆಯಾದಷ್ಟು ನೆಲದಲ್ಲಷ್ಟೇ ಬೆಳೆ. ಬೀಡಿನಲ್ಲಿ ಬಿತ್ತನೆಯಾಗದು. ಆಗಬಾರದೇಕೆಂದು ಬಿತ್ತಿದರೆ ಅದನ್ನು ಬೆಳೆ ಎನ್ನುವುದಿಲ್ಲ. ಅದು ಕೃಷಿಕನಲ್ಲದವನ ಕೆಲಸವಲ್ಲದ ಕೆಲಸ. ಅಲ್ಲಿ ಬಳ್ಳ ಬಿತ್ತಿದರೆ ಬೆಳೆಯುದು ಸೊಲಿಗೆಯಷ್ಟೇ. ಆ ಸೊಲಿಗೆಯೂ ಜೊಳ್ಳಾದರೂ ಆದೀತು. ಯಾವುವನ್ನು ಸೃಜನಶೀಲ ಸಾಹಿತ್ಯವೆನ್ನುವೆವೋ ಅವೆಲ್ಲ ಸರಿಬೆಳೆಯಾಗುವುದು ಹೀಗೆಯೇ ಎಂದು ನನಗನ್ನಿಸುತ್ತದೆ.

ಈ ಮಾತುಗಳನ್ನು ವಿವರಿಸುವ ಅವಕಾಶ ಈ ಮುನ್ನುಡಿಯಲ್ಲಿರುವುದೆಂದು ಭಾವಿಸುವೆ. ಹೊಲವೆಂದರೆ ಕಥೆ ಹುಟ್ಟುವ ಮನಸ್ಸು. ಉಳುಮೆಯೆಂದರೆ ಅದಕ್ಕೆ ಬೇಕಾದ 'ಹದ'ವನ್ನು ಕಂಡುಕೊಳ್ಳುವುದು. ಬೀಜಗಳು ಕಥಾ ವಸ್ತು. ಬಿತ್ತುವುದು ಅನುಭವ. ಬೆಳೆಯೆಂಬುದು ಕಥನ, ವೈಖರಿ. ತೆನೆಗಟ್ಟುವುದು ವಸ್ತು ಕಥೆಯಾಗುವ ಪರಿ. ಕಳೆ ತೆಗೆಯವುದೆಂದರೆ ಪುನರ್ ಓದು ಮತ್ತು

ತಿದ್ದುವುದು. ಕಥೆಯಾದದ್ದು ಸುಗ್ಗಿ. ಸುಗ್ಗಿಯಾನದವನ್ನು ಕೊಟ್ಟರೆ ಅದು ಕಥೆ. ರಾಶಿ ಅಳೆಯುವುದು ವಿಮರ್ಶೆ. ಇದು ಸ್ವವಿಮರ್ಶೆಯೂ ಆಗಿದ್ದೀತು. ಸ್ವವಿಮರ್ಶೆ ಒಳ ವಿಮರ್ಶೆಯೂ ಹೌದು. ಯಾವದು ಸೃಜನವೋ ಅದು ಸ್ವ(ಒಳ)ವಿಮರ್ಶೆಯ ತೂರಿಕೆಗೆ ಸಿಕ್ಕಬೇಕು. ಆಗ ಜೊಳ್ಳಾಗಿದ್ದರೆ ತಂತಾನೇ ತೂರಿ ಹೋಗುತ್ತದೆ. ತೂರಿ ಹೋಯಿತೋ ಹೋಗಲಿ. ಮುಂದಿನ ಬೆಳೆಗೆ ಅಣಿ ಮಾಡುವುದು ಇದ್ದೇ ಇರುತ್ತದೆ. ಇದು ರೈತನಾದವನಲ್ಲಿರುವ ಮನದರಿವು.

ಮುಂದಿನ ಬೇಸಾಯವೆಂದರೆ ಮಳೆಗೆ ಕಾಯುವುದು. ಅದರ ಯೋಗವರಿತು ಸಲಕರಣೆಗಳನ್ನು ಕುಲುಮೆಯಲ್ಲಿ, ಬಡಗಿಯ ಬಳಿ ಯೋಗ್ಯಗೊಳಿಸುವುದು. ನದಿ ನಾಲೆ ನೀರಿನ ಬೇಸಾಯ ಬೇರೆ ರೀತಿಯದು. ಕತೆಗಾರನದಂತೂ ಮಳೆನೀರಿನ ಬೇಸಾಯವೆಂದೇ ನಂಬುವೆ. ಇದು ರೂಪುಗೊಳ್ಳುವುದು ಪರಂಪರಯ ಅರಿವಿನಿಂದ. ಬೀಜವನ್ನು ಸಂಕರಿಸಿ ಹುಟ್ಟಿಸುವ ಬೀಜವೂ ಮೂಲ ಬೀಜದಿಂದಲೇ. ನೆಲವನ್ನಂತೂ ಲ್ಯಾಬುಗಳಲ್ಲಿ ಸೃಷ್ಟಿಸಲಾಗದಲ್ಲ! ನೀರೂ ಅಷ್ಟೇ. ದದ್ರೂಪಿ ಸೃಷ್ಟಿಗೂ ಮೂಲವಿದ್ದದ್ದೇ. ಪ್ರಣಾಳ ಶಿಶು ಜನನಕ್ಕೂ ವೀರ್ಯ, ಕಾಪಿನ ಗರ್ಭಬೇಕು. ಅಥವಾ ಗರ್ಭಕೋಶದ ಜೀವಾವರಣ ನಿರ್ಮಿಸಬೇಕು. ಇದು ಗೊತ್ತಿದ್ದೂ ಹುಟ್ಟಿಸುವ ವಾದಕ್ಕೆ ಪ್ರತಿವಾದ ಹೂಡುವುದು ಸೃಜನ ಕಾಲವನ್ನು ವ್ಯರ್ಥ ಮಾಡುವುದಾಗುತ್ತದೆ ಮತ್ತು ಸೃಜನ ಬಸಿರನ್ನು ಕಿತ್ತು ಹಾಕಲು ಬಳಸಿದಂತಾಗುತ್ತದೆ.

ಈ ಆಲೋಚನಾ ತರಂಗಗಳೇಳಲು ಯುವ ಕತೆಗಾರ ಗೆಳೆಯ ಸದಾಶಿವ ಸೊರಟೂರು ತಮ್ಮ ಕಥೆಗಳ ಪ್ರತಿಯನ್ನು ಓದಲು ಕೊಟ್ಟದ್ದು ಕಾರಣವಾಗಿದೆ. ಇದಕ್ಕಾಗಿ ನಾನವರಿಗೆ ಋಣಿ.

ಸದಾಶಿವ ಸೊರಟೂರು ತಮ್ಮಲ್ಲಿ ಕತೆಗಾರ, ಕವಿಯನ್ನು ಕಂಡುಕೊಳ್ಳುತ್ತಿರುವ ಲೇಖಕ. ತಾನು ಮೊದಲಿಗೆ ಯಾರನ್ನು ಗಟ್ಟಿಯಾಗಿ ಅಪ್ಪಿಕೊಳ್ಳಲಿ ಎಂಬ ಆಯ್ಕೆಯಲ್ಲಿದ್ದಂತಿದೆ ಎಂಬುದು ಅವರ ಕವಿತೆ, ಕಥೆಗಳನ್ನು ಓದಿದಾಗ ಅನ್ನಿಸಿದ್ದುಂಟು. ಇಬ್ಬರನ್ನೂ ಅವರು ಒಟ್ಟಿಗೆ ಬಲವಾಗಿ ಅಪ್ಪಿಕೊಳ್ಳುವ ಬಾಹುಬಂಧ ಅವರದಾದರೆ ಸಂತೋಷವೇ.

ಅವರ ರಚನೆಗಳ ಓದುವಿಕೆಯನ್ನು ಮುಂದುವರೆಸಿದಾಗ ಇಬ್ಬರ ಅಪ್ಪುವಿಕೆಗಾಗಿ ಅವರು ತಹತಹಿಸುತ್ತಿದ್ದಾರೆ ಅನ್ನಿಸುತ್ತದೆ. ಇದಕ್ಕೆ ಅವರ ಕೆಲವು ಕವಿತೆಗಳು, ಕಥೆಗಳು ಸಾಕ್ಷಿಯ ದೀಪ ಹಿಡಿಯುತ್ತವೆ. ಯಾವುದು ಅವರ ಬಿಗಿಯಪ್ಪುಗೆಯಲ್ಲಿದೆ, ಯಾವುದು ಸಡಿಲ ಅಪ್ಪುಗೆಯಲ್ಲಿದೆ, ಯಾವುದು ಅಪ್ಪುಗೆಗೆ ಸಿಕ್ಕಿಲ್ಲ ಅನ್ನುವುದುದನ್ನು ಸಾಕ್ಷಿದೀಪದ ಬೆಳಕು ಅವರಿಗೂ ನಮಗೂ ಕಾಣಿಸಿಕೊಡುತ್ತದೆ. ಈ ಕಾಣಿಸುವಿಕೆಯಲ್ಲಿ ಇಲ್ಲಿನ ಕಥೆಗಳಿವೆ.

‘ಅರ್ಧ ಬಿಸಿಲು ಅರ್ಧ ಮಳೆ’ ಸಂಕಲನದಲ್ಲಿರುವ, ಸಂಕಲನದ ಶೀರ್ಷಿಕೆಯ ಕಥೆಯೊಂದಿಗೆ ‘ನೀಲಿ, ಬಿಸಿಲು ಕೋಲು, ಮುಗಿಲ ದುಃಖ, ವಿದಾಯ, ಹುಚ್ಚು’ ಕಥೆಗಳು ಹೊಲದ ಗೊಬ್ಬರದ ಗುಡ್ಡೆಗಳಡಿಯ ‘ಮಂದಹಸುರು’ ಪೈರುಗಳಂತಿವೆ. ಇವು ಸಂಕಲನದ ಗಟ್ಟಿ ಕಥೆಗಳಷ್ಟೇ ಆಗಿರದೆ ಸೊರಟೂರರರು ಕಥನಗಳ ದೋಣಿಗೆ ಸರಿದಿಕ್ಕು ಹಿಡಿಯುವ ಹುಟ್ಟು ಹಾಕಿದರೆ ಚುಳುಗುಟ್ಟುವ ಮೀನುಗಳಿರುವ ನೀರ್ಬಯಲಿಗೆ ನೇರ ಹೋಗುವ ನುರಿತ ಬೆಸ್ತನಾಗಬಹುದು.

ಕಥೆ ನೆಲದ ಬೇಸಾಯವೂ ಹೌದು, ಮೀನು ಹಿಡಿಯುವ ಕುಶಲತೆಯೂ ಅಹುದು. ಬೇಸಾಯ ಹರಗಿ ಬಿತ್ತಿ, ಫಸಲು ಕಾಣುವುದು. ಮೀನುಗಾರಿಕೆ ದೋಣಿಯನ್ನು ಸಾಗಿಸಿ, ಬಲೆ ಬೀಸಿ, ಸೆಳೆಸಳೆದು ದೋಣಿಗೆ ತರುವುದು. ಎರಡೂ ಶ್ರಮದ ಕ್ರಿಯೆಯೇ. ಈ ಶ್ರಮದಿಂದಲೆ ‘ಫಸಲು’ ಕೈ ಹತ್ತುವುದು. ಹೀಗೆ ಕೈಗೆ ಹತ್ತಿದ ಕಥೆಗಳೇ ಹೇಳುತ್ತವೆ, ಯಾವ ಕಥೆ ಕೈವರೆಗೆ ಬರದೆ ಜಾರಿದೆ ಎಂಬುದನ್ನು. ಇದಕ್ಕೆ ಉದಾಹರಣೆಯಾಗಿ ‘ಬಯಲು, ಕನಸಲ್ಲಿ ಸುರಿದ ಕೆಂಪು ಮಳೆ’ ಕಥೆಗಳು ಸಿಗುತ್ತವೆ. ಇಂತಹ ಕಥೆಗಳಲ್ಲಿ ಅಲ್ಲಲ್ಲಿ ಮೂಡುವ ನೆರಳುಗಳು ಕಥನಕ್ಕೆ ಅಡ್ಡವಾಗಿ ನಿಂತಂತೆ ಕಂಡರು ನೆರಳಲ್ಲಿ ಅಳಿಸಿ ಕೊನೆಗೆ ಬೆಳಕೊಂದು ಮೂಡುತ್ತದೆ. ಆ ತಾವುಗಳಲ್ಲಿ ನೆರಳುಗಳನ್ನು ಸರಿಸುವ ಬೆಳಕು ಹರಿಯಬೇಕು. ಆಗ ಆ ಭಾಗ ಕಥೆಯಲ್ಲಿ ಕಾಣಿಸಿಕೊಳ್ಳುತ್ತದೆ.

ಸದಾಶಿವ ಸೊರಟೂರು ಯುವಕ. ಕಥೀಸುವ ಹುರುಪಿರುವ ಯುವಕ. ಆ ಹುರುಪಿನಲ್ಲಿ ಅವಸರವೂ ಆತುರವೂ ಕಾಣಿಸುತ್ತದೆ. ಇದು ಈ ವಯಸ್ಸಿಗೆ ಸಹಜವೆನ್ನಿಸಿದರೂ ಕತೆಗಾರನಾಗಿ ಕಥೆಯನ್ನು ಕಥನ ಮಗ್ಗಕ್ಕಿಡುತ್ತಲೇ ಬಟ್ಟೆಯಾಯಿತೆಂದುಕೊಳ್ಳಲಾಗದು. ನೂಲು ತುಂಡಾಗಬಹುದು, ಸಿಕ್ಕಾಗಬಹುದು. ಲಾಳಿ ಆಡದೆ ನಿಂತರೂ ನಿಂತೀತು. ಇಂತಹ ತಡೆಗಳನ್ನು ನಿವಾರಿಸಿಕೊಂಡು ನೂತ ಮೇಲೆಯೇ ಬಟ್ಟೆ., ಅರ್ಥಾತ್ ಕಥೆ. ಸೊರಟೂರರೂ ತಾವೇ ಬಿಡಿಸಿಕೊಳ್ಳಬೇಕಾದ ಸಿಕ್ಕುಗಳಿವೆ. ಅವರು ಬಿಡಿಸಿಕೊಳ್ಳವ ಸೂಚನೆಗಳೂ ಇವೆ.

ಆತುರ, ಅವಸರ ಎಂಬ ಮಾತು ಕಾಣಿಸಿಕೊಳ್ಳುವುದು ಕಥಸುವ ಸಮಯಕ್ಕೆ ಸಂಬಂಧಿಸಿದ್ದು. ಅದು ‘ಕಥನಧ್ಯಾನಭಂಗ.’ ಅದು ಯಾವ ಕತೆಗಾರನಿಗೂ ಆಗುವಂತಹುದು. ಗಾಯಕನಿಗೆ ಶ್ರುತಿಜ್ಞಾನವಿದ್ದೂ ಒಮ್ಮೊಮ್ಮೆ ತಪ್ಪುವಂತೆಯೇ ಇದೂ ಸಹ. ಅವನು ಈ ಲೋಪ ಅಥವಾ ದೋಷವನ್ನು ತನ್ನ ಮರು ಗಾಯನದಲ್ಲಿ ಸರಿಪಡಿಸಿಕೊಳ್ಳುವಂತೆ ಕತೆಗಾರ ಸರಿಪಡಿಸಿಕೊಂಡರೆ, ಅಂದರೆ ಕಥೆಯನ್ನು ತಿದ್ದಿದರೆ ಸಮಸ್ಯೆ ತೀರುತ್ತದೆ. ಸಂಗೀತ ಸಂಗೀತಗಾರನ ಮನೋಭಾವದ್ದು ಹೇಗೋ ಹಾಗೆಯೇ ಕಥೆಯೂ

ಕಥೆಗಾರನ ಮನೋಭಾವದ್ದೇ. ಸೊರಟೂರು ಅವರ ಕಥೆಗಳು ಕರುಣೆ, ಪ್ರೀತಿ, ಆರ್ದ್ರ ಮನೋಭಾವದವು. ಅವು ಧ್ವನಿಪೂರ್ಣವಾಗಲು ಮುಂದಿನ ಬರವಣಿಗೆಗಾಗಿ ಅವರಲ್ಲಿರುವ ಕಥೆಗಳು ಒದಗಿ ಬರುವುದುಂಟು. ಇದಕ್ಕಾಗಿ ಅವರು ಅವರಲ್ಲಿನ ಕವಿ, ಕತೆಗಾರನ ಸಹಾಯದ ಮೊರೆ ಹೋಗಲೇಬೇಕಿದೆ.

ಸೊರಟೂರರಲ್ಲಿರುವ ಕತೆಗಾರ ಮುಖ್ಯವಾಗಿ ಭಾವಜೀವಿಯೆಂದು ಅವರ ಕಥೆಗಳು ಸೂಚಿಸುತ್ತವೆ. 'ಬಯಲು, ಹೆಸರು ಬೇಡ ಊರು ಬೇಡ, ವಿದಾಯ'ದಂತಹ ಕಥೆಗಳಿಗೆ ವೈಚಾರಿಕತೆಯ ಹೊದಿಕೆ ಹಾಕಲು ಹೋಗಿ ಕಥೆಯಾಗಿಸುವಿಕೆಯನ್ನು ಜಾರುಬಂಡೆ ಏರಿಸಿದ್ದಾರೆ ಅನ್ನಿಸಿತು. ಕಥೆಯಲ್ಲಿ ವೈಚಾರಿಕತೆ ನಿಷಿದ್ಧವೇನಲ್ಲ. ಆದರೆ ಅದು ವಸ್ತುವಿನಲ್ಲಿಯೇ ಅರಳಬೇಕಷ್ಟೆ. ಹೊದಿಕೆಯಾಗಬಾರದು. ಇದರ ನಿವಾರಣೆಯೂ ಸೊರಟೂರರಲ್ಲಿ ಇಲ್ಲದಿಲ್ಲ. ಗುರುತಿಸಿಕೊಳ್ಳಬೇಕಿದೆ. ಕಥೆಗಳಿವೆ. ಆ ಕಥೆಗಳನ್ನು ಕಥಿಸುವಾಗ ಎಲ್ಲಿ ಧ್ಯಾನಭಂಗಕ್ಕೆ ಒಳಗಾಗುವರೋ ಅಲ್ಲಿ ವೈಚಾರಿಕತೆಯ ಮೊರೆ ಹೋಗಿಬಿಡುತ್ತಾರೆ.

ಕನ್ನಡ ಕತೆಗಾರರೂ ಸಾಮಾಜಿಕರಾಗಿಯೇ ಕಥೆಗಳನ್ನು ಕಟ್ಟಿದವರು. ರಮ್ಯ ಕಥೆಗಾರರೂ ಸಾಮಾಜಿಕತನದಿಂದೇನೂ ದೂರಸರಿದವರಲ್ಲ. ಸಾಹಿತ್ಯ ಚಳವಳಿಗಳು ಇದನ್ನೇ ಒತ್ತಿ ಹೇಳಿವೆ. ಇದು ಸಾಹಿತ್ಯದ ಜೀವಧ್ವನಿ. ಇದನ್ನು ಕನ್ನಡ ಸಾಹಿತ್ಯ ಆದಿಕವಿ ಪಂಪನಿಂದಲೇ ಮೈಗೂಡಿಸಿಕೊಂಡಿದೆ. ಆದುನಿಕ ಕನ್ನಡ ಸಾಹಿತ್ಯ ಇದಕ್ಕೆ ಗಟ್ಟಿ ಧ್ವನಿ ಕೊಟ್ಟಿತು. ಈ ಧ್ವನಿ ಸೊರಟೂರರ ಕಥೆಗಳಲ್ಲಿಯೂ ಇದೆ. ಇದನ್ನು ತನ್ನ ಧ್ವನಿಶೈಲಿಯಾಗಿಸಿಕೊಳ್ಳಲು ಹಿಂದಿನ ಧ್ವನಿಗಳನ್ನು ಇನ್ನೂ ಸ್ಪಷ್ಟವಾಗಿ ಎದೆಯಿಂದ ಕೇಳಿಸಿಕೊಂಡರೆ, ಅವುಗಳ ನಡುವೆ ತನ್ನ ಧ್ವನಿಸ್ಥಾನವನ್ನು ಗುರುತಿಸಿಕೊಳ್ಳಲು ಅನುಕೂಲವಾಗುತ್ತದೆ. ಈಗಿನ ಕನ್ನಡ ಕಥಾ ಸಾಹಿತ್ಯದ ಕೃಷಿ ಬಯಲಿನಲ್ಲಿ ಬಹಳಷ್ಟು ಯುವಕತೆಗಾರ ಬೇಸಾಯ ಸಾಗಿದೆ. ನೆಲ ಹಿಡಿದ ದುಡಿಮೆದಾರರಿಂದ ಒಳ್ಳೆಯ ಫಸಲು ಬರುತ್ತಿದೆ. ಸೊರಟೂರರೂ ಅಂತಹ ಬೆಳೆಗಾರನಾಗಲೆಂಬ ಆಸೆ ನನ್ನಲ್ಲಿಯೂ ಇದೆ.

ಸದಾಶಿವ ಸೊರಟೂರರು ತಮ್ಮ ಕಥೆಗಳನ್ನು ಓದಲು ಕೊಟ್ಟಾಗ, ಮುನ್ನುಡಿಯನ್ನು ಹೇಗೆ ಬರೆದರೂ ತೆಗೆದುಕೊಳ್ಳುತ್ತೇನೆ ಎಂಬ ಔದಾರ್ಯ ತೋರಿದರು. ಹಾಗಲ್ಲಪ್ಪ ಗುರುವೇ, ಕಥೆಗಳು ಹಾಗಿವೆ, ಹೀಗಿವೆ ಎಂದು ಅಟ್ಟದಲ್ಲಿಟ್ಟರೆ ಕತೆಗಾರರನ್ನು ತಪ್ಪುದಾರಿಗೆಳೆಯಲಾಗಿದೆ ಅನ್ನಬಹುದು. ಹಾಗಿಲ್ಲ, ಹೀಗಿಲ್ಲ, ಸರಿಯಿಲ್ಲವೆಂದರೆ ಚಿಗುರನ್ನು ಚಿವುಟಿದೆ ಅನ್ನಬಹುದು. ಮುನ್ನುಡಿಯಲ್ಲಿ ಎರಡೂ ಆಗಬಾರದು. ನಿನ್ನಲ್ಲಿನ ಕತೆಗಾರ ಕಾಣಬೇಕು, ಕಥೆ ಓದುವಂತಾಗಬೇಕು. ಅಂದರೆ ಪ್ರವೇಶದ್ವಾರವಾಗಬೇಕು. ಅದಕ್ಕೆ ಕಾಲಾವಕಾಶ

ಕೊಡು ಎಂದು ಕೋರಿದೆ. ಕೊಟ್ಟರು. ಅವರು ಕೊಟ್ಟ ಗೌರವಕ್ಕೆ ಈ ಬರಹ ಚ್ಯುತಿ ತಂದಿರಲಾರದೇನೋ, ಮುನ್ನುಡಿಯ ವಿನಯವನ್ನು ದಾಟಿಲ್ಲವೇನೋ, ಹಾಗೆಯೇ ಅಪ್ರಸ್ತುತ ಅಸಂಗತ ಎನಿಸುವುದಿಲ್ಲವೇನೋ. ಏನೇ ಅನ್ನಿಸಿದರೂ ಅದು ಸೊರಟೂರರಿಗೆ ಮತ್ತು ಓದುಗರಿಗೆ ಅನ್ನಿಸಬೇಕಿದೆ.

ಶ್ರೀನಿವಾಸಪುರ **–ಸ. ರಘುನಾಥ**

ಪ್ರಕಾಶಕರ ಮಾತು

ಪ್ರಿಯ ಓದುಗ ದೊರೆಗಳೆ, ಅತ್ಯಂತ ಪ್ರಾಚೀನ ಭಾಷೆಗಳಲ್ಲಿ ಒಂದಾದ ಕನ್ನಡಕ್ಕೆ ಭಾರತೀಯ ಭಾಷೆಗಳಲ್ಲೇ ವಿಶೇಷ ಸ್ಥಾನವಿದೆ. ಈ ನೆಲದ ಮಣ್ಣಿನ ಕಣಕಣದಲ್ಲೂ ಸಾಹಿತ್ಯದ ಘಮಲಿದೆ. ಸಾಂಸ್ಕೃತಿಕ ಹುಡಿಯಿದೆ. ಎಂಟೆಂಟು ಜ್ಞಾನಪೀಠ ಪ್ರಶಸ್ತಿಗಳನ್ನು ಪಡೆದ ಹೆಮ್ಮೆಯೂ ಜತೆಗಿದೆ. ಆದರೆ, ಸಾಹಿತ್ಯವನ್ನು ದಾಟಿಸುವ ವಿಷಯದಲ್ಲಿ ನಾವು ಹಿಂದೆ ಇದ್ದೇವೆ. ಸಂಕಟ ಪಡುವಷ್ಟು ಓದುಗರ ಸಂಖ್ಯೆಯನ್ನು ಹೊಂದಿದ್ದೇವೆ. ಕನ್ನಡದಲ್ಲಿ ವರ್ಷಕ್ಕೆ ಸಾವಿರಾರು ಶೀರ್ಷಿಕೆಯ ಪುಸ್ತಕಗಳು ಮುದ್ರಣವಾದರೂ ಕೆಲವೇ ಕೆಲವು ಸಾಹಿತಿಗಳನ್ನು ಹೊರತುಪಡಿಸಿ, ಹೆಸರಾಂತ ಸಾಹಿತಿಗಳ ಪುಸ್ತಕಗಳ ಪ್ರತಿಗಳು ಖರ್ಚಾಗುವುದು ಕೇವಲ ಐನೂರು, ಸಾವಿರ ಮಾತ್ರ. ಹೊಸಬರದ್ದು ಇನ್ನೂ ಘೋರ. ಕರ್ನಾಟಕದ ಏಳೂವರೆ ಕೋಟಿ ಜನಸಂಖ್ಯೆಯಲ್ಲಿ, ಒಬ್ಬ ಲೇಖಕನ ಪುಸ್ತಕವು ಸಾವಿರ ಜನರಿಗೂ ತಲುಪುತ್ತಿಲ್ಲ ಎನ್ನುವುದು ಖೇದಕರ. ಆದರೆ, ಇದನ್ನು ನಂಬಲು ಸಾಧ್ಯವಾ?

ನಿಜವಾಗಿಯೂ ಓದುಗರು ಇಲ್ಲವಾ? ಅಥವಾ ಓದುಗರಿದ್ದರೂ ಅವರಿಗೆ ಕೃತಿಗಳನ್ನು ತಲುಪಿಸುವಲ್ಲಿ ಸೋಲುತ್ತಿದ್ದೇವಾ? ಎನ್ನುವ ಪ್ರಶ್ನೆಯೊಂದಿಗೆ ನಾನು ನಿಮ್ಮಂಥ ಓದುಗರ ಬೆನ್ನುಹತ್ತಿದೆ. ಲಕ್ಷಾಂತರ ಓದುಗರಿದ್ದಾರೆ. ಆದರೆ ಅವರನ್ನು ತಲುಪುವಲ್ಲಿ ನಾವು ಸೋಲುತ್ತಿದ್ದೇವೆ ಎಂಬುದು ನನಗೆ ಮೇಲ್ನೋಟಕ್ಕೆ ಹೊಳೆದ ಸತ್ಯ. ಆ ಕಾರಣದಿಂದಲೇ ನಾನೀಗ ಓದುಗ ಮತ್ತು ಲೇಖಕರ ನಡುವಿನ ಸೇತುವೆಯೊಂದರ ನಿರ್ಮಾಣಕ್ಕೆ ಮುಂದಾಗಿದ್ದೇನೆ. ಆ ಸೇತುವೆಯ ಹೆಸರು 'ವೀರಲೋಕ ಬುಕ್ಸ್.'

ಕುಗ್ರಾಮವೊಂದರಲ್ಲಿ ತಯಾರಾದ ಮಡಕೆಯೊಂದು ಇವತ್ತು ಕಾರ್ಪೋರೇಟ್ ಅಂಗಳದಲ್ಲಿ ಮಾರಾಟಕ್ಕಿದೆ. ಪದವಿ, ಪುರಸ್ಕಾರಗಳನ್ನು ಪಡೆದುಕೊಂಡ ಬರಹಗಾರನೊಬ್ಬನ ಕೃತಿಯು ಸುಸಜ್ಜಿತ ಪುಸ್ತಕ ಮಳಿಗೆಯನ್ನೂ ತಲುಪುವಲ್ಲಿ ಸೋತಿದೆ. ಹಾಗಾಗಿ 'ವೀರಲೋಕ ಬುಕ್ಸ್' ಕನ್ನಡ ಪುಸ್ತಕ ಲೋಕಕ್ಕೆ ಕಾರ್ಪೋರೇಟ್ ಟಚ್ ನೀಡುವ ಉದ್ದೇಶ ಹೊಂದಿದೆ. ಕೇವಲ

ಪಟ್ಟಣದಲ್ಲಿ ಮಾತ್ರವಲ್ಲ, ಹಳ್ಳಿಗಾಡಿನ ಕಟ್ಟಕಡೆಯ ಓದುಗನಿಗೂ ಕನ್ನಡ ಪುಸ್ತಕವನ್ನು ತಲುಪಿಸುವ ದೃಢ ಸಂಕಲ್ಪ ನಮ್ಮದಾಗಿದೆ. ಒಬ್ಬ ಓದುಗ ತಾನು ಇಷ್ಟಪಡುವ ಪುಸ್ತಕ ಕೊಳ್ಳಬೇಕಾದರೆ ನಿಗದಿತ ಪುಸ್ತಕ ಅಂಗಡಿಗೆ ಬಂದರೆ ಮಾತ್ರ ಸಿಗುತ್ತದೆ ಎಂಬುದು ನಿಜಕ್ಕೂ ಓದುಗನಿಗೆ ಮಾಡುತ್ತಿರುವ ಮೋಸ. ಆದ್ದರಿಂದ ಅವನಿರುವ ಕಡೆಯೇ ಪುಸ್ತಕ ಸಿಗುವಂತೆ ಮಾಡುವ ಉದ್ದೇಶ ನಮ್ಮ ಪ್ರಕಾಶನದ್ದು. ಅದಕ್ಕಾಗಿ ಒಂದು ದೊಡ್ಡ ನೆಟ್‌ವರ್ಕ್ ಸಿದ್ಧ ಮಾಡಿದ್ದೇವೆ. ಊರೂರಲ್ಲಿ ಪುಸ್ತಕ ಸಿಗುವಂತೆ ಮಾಡುತ್ತಿದ್ದೇವೆ. ಇನ್ನೂ ಏನೇನೋ ಯೋಜನೆಗಳಿವೆ...

ಈ ಹೊಸ ರೀತಿಯ ಕಾರ್ಯಶೈಲಿಯ ಮೂಲಕ ನಾವು ನಮ್ಮ ವೀರಲೋಕ ಪ್ರಕಾಶನವನ್ನು ಆರಂಭಿಸಿದ್ದೇವೆ. ಇದಕ್ಕೆ ನಾಡಿನ ಖ್ಯಾತ ಸಾಹಿತಿಗಳಾದ ಶ್ರೀ ಸದಾಶಿವ್ ಸೊರಟೂರು, ಶ್ರೀ ವಿಶ್ವೇಶ್ವರ ಭಟ್, ಶ್ರೀ ಕುಂ. ವೀರಭದ್ರಪ್ಪ, ಶ್ರೀ ಜೋಗಿ, ಶ್ರೀ ರವಿ ಕೃಷ್ಣಾರೆಡ್ಡಿ, ಶ್ರೀ ರಂಗಸ್ವಾಮಿ ಮೂಕನಹಳ್ಳಿ, ಶ್ರೀಮತಿ ದೀಪಾ ಹಿರೇಗುತ್ತಿ, ಶ್ರೀ ಗಣೇಶ್ ಕಾಸರಗೋಡು, ಅನಂತ ಹುದೆಂಗಜೆ, ಡಾ. ಶರಣು ಹುಲ್ಲೂರು, ಶ್ರೀ ಸಂತೋಷಕುಮಾರ ಮೆಹೆಂದಳೆ, ಎನ್. ಧನಂಜಯ, ಡಾ. ಡಿ.ಎಸ್. ಶ್ರೀನಿವಾಸ ಪ್ರಸಾದ್, ಡಾ. ಗವಿಸ್ವಾಮಿ ಎನ್., ನರೇಂದ್ರ ರೈ ದೇರ್ಲ, ಶ್ರೀ ಮಂಜುನಾಥ್ ಚಾಂದ್, ಶ್ರೀಮತಿ ಶುಭಶ್ರೀ ಭಟ್ಟ, ಶ್ರೀ ರಾಜೀವ ನಾರಾಯಣ ನಾಯಕ, ಶ್ರೀಮತಿ ನಾಗವೇಣಿ ವೆಂ. ಹೆಗಡೆ ಹೆಗ್ಗರ್ಸಿಮನೆ, ಶ್ರೀ ರಾಘವ್, ಡಾ. ವಾಸುದೇವ ಶೆಟ್ಟಿ ಮತ್ತು ಖ್ಯಾತ ಕಲಾವಿದರಾದ ಶ್ರೀ ರಮೇಶ್ ಅರವಿಂದ್ ಅವರು ವೀರಲೋಕಕ್ಕೆ ತಮ್ಮ ಕೃತಿಗಳನ್ನು ಕೊಟ್ಟು ಪ್ರೋತ್ಸಾಹಿಸುತ್ತಿದ್ದಾರೆ. ಓದುಗನಿರುವ ಕಡೆಯೇ ಪುಸ್ತಕಗಳನ್ನು ಒದಗಿಸುವ ಈ ಮಹತ್ಕಾರ್ಯಕ್ಕೆ ನಿಮ್ಮ ಬೆಂಬಲವೂ ಇರಲೆಂದು ಪ್ರಾರ್ಥಿಸುವೆ.

'ಅರ್ಧ ಬಿಸಿಲು ಅರ್ಧ ಮಳೆ' ಕೃತಿ ಓದುವ ಸುಖ ನಿಮ್ಮದಾಗಲಿ.

ನಿಮ್ಮ,

–ವೀರಕಪುತ್ರ ಶ್ರೀನಿವಾಸ

ವೀರಲೋಕ ಬುಕ್ಸ್

ಪರಿವಿಡಿ

ನೀಲಿ

ಕಿಟಕಿಯಾಚೆ ಕಣ್ಣು ಹಾಯಿಸಿದೆ. ಸೀಳು ಹೊಲದಲ್ಲಿ ಸಾಲಾಗಿ ನಿಂತ ಬೆಳೆಗಳು ಗಾಳಿಯ ಕಚಗುಳಿಗೆ ನಗುತ್ತಿದ್ದವು. ಜಗತ್ತಿನಲ್ಲಿ ಯಾರ ಉಸಾಬರಿ ಮತ್ಯಾರಿಗೂ ಬೇಕಿರುವುದಿಲ್ಲ. ಮನಸ್ಸಿನಲ್ಲಿ 'ನೀಲಿ' ಅಲ್ಲದೆ ಬೇರೆ ಏನೂ ಇರಲಿಲ್ಲ. ನೀಲಿ ಊರಿಗೆ ಬಂದಾಗಿನಿಂದ ಒಂದಲ್ಲ ಒಂದು ರೀತಿಯಲ್ಲಿ ನನ್ನ ಕಥೆಗಳಿಗೆ ಆಹಾರವಾದವಳು. ಬಹುಶಃ ಇಂದು ಬರೆಯುವ ಕಥೆ ಅವಳ ಪಾಲಿನ ಕೊನೆಯದು. ಮುಂದೆ ನಾ ಬರೆವ ಕಥೆಗಳಲ್ಲಿ ಅಲ್ಲಲ್ಲಿ ಇಣುಕಬಹುದೇನೊ! ನೀಲಿಯ ಸೊಬಗು ನನ್ನನ್ನು ಇನ್ನಿಲ್ಲದಂತೆ ಕಾಡಿದ್ದು ಹೌದು. ನಾನು ಅದೆಲ್ಲವನ್ನು ಕಥೆಯಲ್ಲಿ ಬರೆದು ತೀರಿಸಿಕೊಂಡಿದ್ದೇನೆ. ಅವಳ ಬಗ್ಗೆ ಏಳುತ್ತಿದ್ದ ಪ್ರತಿ ಪುಕಾರುಗಳು ನನಗೊಂದು ಕಥೆ ಕೊಡುತ್ತಿದ್ದವು. ಬೇರೆ ಏನೆಲ್ಲವನ್ನು ಬರೆಯಲು ಸೋಮಾರಿತನ ಮೆತ್ತಿಕೊಳ್ಳುತ್ತಿದ್ದ ನನಗೆ ನೀಲಿ ವಿಷಯಕ್ಕೆ ಹುರುಪು ಹುಟ್ಟಿಕೊಳ್ಳುತ್ತಿತ್ತು.

ನಾಡಪ್ಪ ಊರು ಬಿಟ್ಟ ವಿಚಾರ, ನಂತರ ಯಾರ್ಯಾರೊ ನೀಲಿ ಮನೆಯ ಬಾಗಿಲನ್ನು ತಟ್ಟಿದ ವಿಚಾರ, ಹೀಗೆಯೇ ಯಾರೊ ಮನೆಯ ಬಾಗಿಲು ತಟ್ಟಿದ ವಿಚಾರ ಗೊತ್ತಾಗಿದ್ದತೇನೋ ಜೀವನದಲ್ಲಿ ಜಿಗುಪ್ಸೆಗೊಂಡಂತಾಗಿ ನಾಡಪ್ಪ ಊರು ಮತ್ತು ಹೆಂಡತಿ ಇಬ್ಬರನ್ನೂ ಬಿಟ್ಟು ಹೊರಟು ಹೋಗಿದ್ದ ಅನ್ನುವ ವಿಚಾರ, ಊರ ಪಟೇಲ ನೀಲಿಯನ್ನು ಇಟ್ಟುಕೊಂಡಿದ್ದಾನೆ ಅನ್ನುವ ವಿಚಾರ ಇವೆಲ್ಲವೂ ನನಗೆ ನಿಖರವಾಗಿ ತಿಳಿದಿಲ್ಲ. ನಾನು ಅವುಗಳ ನೈಜತೆಯ ಪರೀಕ್ಷೆಗೇನು ಇಳಿದಿಲ್ಲ. ನಾನು ಸಂಶೋಧಕನಲ್ಲ; ಕಥೆಗಾರ. ನನಗೆ ನನ್ನದೇ ಕಲ್ಪನೆಗಳಿವೆ. ಸರಕು ನೀಲಿಯದೆ ಆದರೂ ಅದನ್ನು ಬೆಳೆಸಿ ಬರೆಯುವುದು ನನ್ನ ಹಕ್ಕು. ನಾನು ನೀಲಿಯನ್ನು ಕಥೆಯಲ್ಲಿ ತುಂಬಾ ಹಚ್ಚಿಕೊಂಡೆನೊ ಅಥವಾ

ಅವಳ ಆಕರ್ಷಣೆಯಿಂದ ತಪ್ಪಿಸಿಕೊಳ್ಳಲು ಕಥೆಯ ಮೊರೆಹೋದೆನೊ ಗೊತ್ತಿಲ್ಲ. ನೀಲಿ ಕಾಡಿದಾಗಲೆಲ್ಲ ಒಂದು ಕಥೆ ಹುಟ್ಟುತ್ತಿತ್ತು. ಕಥೆ ಬರೆದು ಒಂದು ಸಣ್ಣ ಬಿಡುಗಡೆ ಪಡೆಯುತ್ತಿದ್ದೆ. ಆದರೆ ಇಂದು ಬರೆಯಲು ಹೊರಟ ಕಥೆ ಸುಮ್ಮನೆ ಬರೆದು ಬಿಡುಗಡೆ ಪಡೆಯುವಂಥದಲ್ಲ. ಇಂದು ನೀಲಿಗೆ ಬಿಡುಗಡೆ, ಆದರೆ ಅದೇ ವಿಚಾರ ಇಟ್ಟುಕೊಂಡು ಬರೆಯಲು ಕೂತ ನನಗೆ ಪೂರ್ಣ ಸೆರೆ. ಏನೇ ಬರೆದರೂ ಅದು ಯಾವುದೋ ದಿಕ್ಕಿನಲ್ಲಿ ನಿಂತು ನೀಲಿಯನ್ನು ತನ್ನ ತೋರು ಬೆರಳಿನಲ್ಲಿಟ್ಟು ನೋಡುತ್ತದೆ.

* * *

ಊರಿನ ನಡು ನೆತ್ತಿಯ ಮೇಲೆ ಎರಡು ಚೂರು ಮೋಡಗಳು ನೀಲಿ ಆಕಾಶಕ್ಕೆ ಕಪ್ಪು ಮೆತ್ತುವ ಆಟವಾಡುತ್ತಿದ್ದವು. ಬಿಳಿಯಾಗಿ, ಕಪ್ಪಾಗಿ, ಇಷ್ಟಿಷ್ಟೇ ಕರಗಿ ಮರೆಯಾಗಿ, ಮತ್ತೆ ಒಂದಾಗಿ ತೇಲುತ್ತಿದ್ದವು. ಹುಟ್ಟುವ ಮೋಡಗಳು ಮನುಷ್ಯರಾಗಿ, ಪ್ರಾಣಿಗಳಾಗಿ, ನವಿಲಾಗಿ, ಗಿಳಿಯಾಗಿ ವಿಚಿತ್ರ ರೂಪ ಪಡೆದು-ಪಡೆದು ಮರುಳಾಗುತ್ತಿದ್ದವು. ಊರು ಅದನ್ನು ಗಮನಿಸದೆ ತನ್ನಪಾಡಿಗೆ ತಾನಿತ್ತು. ಅಳುಬುರುಕ ಮೋಡಗಳು ಕಲೆತು ಕಲೆತು ಊರ ನೆತ್ತಿಯ ಮೇಲೆ ಸೇರಿ ಹೊಸ ಅರ್ಥ ಕಟ್ಟುವ ಪ್ರಯತ್ನದಲ್ಲಿದ್ದವು.

ಎಡೆಕುಂಟೆಗಳು ಪೈರಿನ ಮಧ್ಯೆ ನೆಲಕ್ಕೆ ಹಲ್ಲು ಕಚ್ಚುವ ಹೊತ್ತಿಗೆ ಹೆಣ ಬಿತ್ತು. ಗಂಟೆ ಹತ್ತು ದಾಟಿದರೆ ಊರಲ್ಲಿ ಗಂಡಸರಂತೂ ಅಪರೂಪ. ಮೀಸೆ ಚಿಗುರಿದ ಹುಡುಗರು ಪಟ್ಟಣ ಸೇರಿದ ಮೇಲೆ ಮನೆಯಲ್ಲಿ ಹೆಂಗಸರು, ವಯಸ್ಸಾದವರಷ್ಟೇ ಕಾಣಲು ಸಿಗುತ್ತಾರೆ. ಗಂಡಸರು ಹೊಲ ಸೇರಿಬಿಟ್ಟರೆ ಇನ್ನು ಮನೆಯ ನೆನಪು ಮಾಡಿಕೊಳ್ಳುವುದು ಸಂಜೆಗೇನೇ.

ಹೆಣ ಬಿದ್ದ ವಿಚಾರ ಮಾತ್ರ ಊರಲ್ಲಿ ಕ್ಷಣಮಾತ್ರಕ್ಕೆ ಹಬ್ಬಿತು. ಸಾವಿನ ವಿಚಾರದ ರೆಕ್ಕೆಗಳಿಗೆ ವೇಗ ಹೆಚ್ಚು. ದೇವರಿಗೆ ಕೊನೆಯ ಹೂವನ್ನು ಮುಡಿಸುವ ಹುರುಪಿನಲ್ಲಿದ್ದ ಪೂಜಾರಿ ರಾಜಪ್ಪ ಹೆಣ ಬಿದ್ದ ಸುದ್ದಿ ಕೇಳಿದ ತಕ್ಷಣ ಮುಡಿಸುವ ಹೂವನ್ನು ಬಿಟ್ಟ. ಮುಡಿಸಿದ್ದ ಹೂವನ್ನು ಕಿತ್ತುಹಾಕಿ ದೇವರನ್ನು ಬೆತ್ತಲೆಗೊಳಿಸಿದ. ಒಳಗೆ ಕೂಡಿ ಹಾಕಿ ಬೀಗ ಜಡಿದ. ಮನುಷ್ಯ ದೇವರನ್ನು ತಪ್ಪಿಸಿಕೊಂಡು ಹೋಗಲು ಕೂಡ ಬಿಡಲಾರ. ರಾಜಪ್ಪನಿಗೆ ನಿರಾಳವೆನಿಸಿತು. ದಿನಾ ಪೂಜೆ ಎಳೆದು ಎಳೆದು, ತೀರ್ಥ ಕೊಟ್ಟು ಕೊಟ್ಟು ಸಾಕಾಗಿಹೋಗಿತ್ತು. ವಾರಗಟ್ಟಲೆ ತಟ್ಟೆಗೆ ಬೀಳುತ್ತಿದ್ದ ಬರೀ ಚಿಲ್ಲರೆಗಳು ಅವನಿಗೆ ಎಂದಿನಿಂದಲೂ ಒಂದು ನಿರಾಸೆ ಮೂಡಿಸಿದ್ದವು. ಹೀಗೆ ಧಿಡೀರನೆ ಸಿಕ್ಕ ರಜೆಯನ್ನು ಅನುಭವಿಸಲು ಒಂದೇ ಉಸಿರಿಗೆ ಮನೆಕಡೆ ನಡೆದುಬಿಟ್ಟ. ಹೆಣ

ಎತ್ತಿದ ಮೇಲಷ್ಟೇ ದೇವರಿಗೆ ಬಿಡುಗಡೆ ಮತ್ತು ಅಭಿಷೇಕ. ಯಾರದೊ ಸಾವಿನ ಕಾರಣಕ್ಕೆ ದೇವರಿಗೆ ಅಭಿಷೇಕದ ಲಾಭ.

'ನೀಲಿ ಸತ್ಲಂತೆ, ಪಾಪ' ಅನ್ನುವ ಸುದ್ದಿ ಊರಲ್ಲಿ ಹರಡುತ್ತಿತ್ತು. ಹೆಣಕ್ಕೆ ಹೆಸರಿಲ್ಲ ಆದರೆ ಸಾವು ಯಾರದು ಅನ್ನೋದಕ್ಕೆ ಮಾತ್ರ ಹೆಸರಿದೆ. ತೀರ ಹನ್ನೊಂದಕ್ಕೆ ಸತ್ತರೆ ಆ ಊರಿನ ಮಟ್ಟಿಗಂತೂ ಕಷ್ಟವೇ. ಇನ್ನೂಹಿಂದೆ ಮುಂದೆ ಯಾರೂ ಇಲ್ಲದ ಮನೆಯಲ್ಲಿ ಸಾವಾಯ್ತು ಅಂದರೆ ಮರುದಿನದ ಬೆಳಗಿನವರೆಗೂ ಹೆಣ ಕಾಯುವ ಡ್ಯೂಟಿ. ಹೆಣ ಎತ್ತುವುದು ಅಂದರೆ ಸುಮ್ನೆನಾ? ಕಳ್ಳುಬಳ್ಳಿ ಕೂಡ್ಬೇಕು, ಬಂಧು–ಬಳಗ ಬರಬೇಕು, ಹನುಮಪ್ಪ ಹಲಗೆ ಹೊಡಿಬೇಕು, ಸತ್ತವರ ಮನೆಯ ಆಜುಬಾಜಿನಲ್ಲಿ ಬಂದ ಬಂಧುಗಳಿಗೆ ತಿಂಡಿ ಚಹಾದ ವ್ಯವಸ್ಥೆಯಾಗಬೇಕು, ಸೌದೆ ಹೊಂದಿಸಬೇಕು, ಐನೋರ ಕರೀಬೇಕು, ಚಟ್ಟ ಕಟ್ಟೋರಿಗೆ ದುಡ್ಡು ಕೊಡಬೇಕು, ಮನೆ ಮುಂದೆ ಕಿಚ್ಚು ಬೇಯಿಸಬೇಕು. ದುಃಖದ ಹೊತ್ತಿನಲ್ಲಿ ಇವೆಲ್ಲವನ್ನು ಹೊಂದಿಸುವುದು ಸುಲಭದ ಮಾತಲ್ಲ.

ಸತ್ತೋರು ಅಂಗೈಯಲ್ಲಿ ಒಂದಷ್ಟು ಬಿಡಿಗಾಸು ಇಟ್ಟುಕೊಂಡೇ ಸತ್ತಿದ್ದರೆ ಹೆಣ ಎತ್ತುವ ಕೆಲಸ ಒಂಚೂರು ಸುಲಭವಾದೀತು! ಆದರೆ ನೀಲಿಯಂತವರು ಸತ್ತರೆ ಬಹಳ ಕಷ್ಟನೇ ಬಿಡಿ. ನೀಲಿ ಬೆಳಬೆಳಗ್ಗೆನೆ ಸತ್ತಿದ್ರೆ ಜನ ಸೇರಿ ಹೆಣಕ್ಕೆ ಒಂದು ಮುಕ್ತಿ ಕಾಣಿಸುತ್ತಿದ್ದರು. ಪಾಪ, ಸಾವು ನೀಲಿಯ ಕೈಯಲ್ಲಿದ್ದಿದ್ದರೆ ಬೆಳಗ್ಗೆ ಏಳು ಗಂಟೆಗೆ ಸತ್ತು ಹೋಗಿಬಿಡ್ತಿದ್ಲೊ ಏನೊ. ಹನ್ನೊಂದಕ್ಕೆ ಸತ್ತು ತನ್ನ ಉಸಿರಿಲ್ಲದ ದೇಹನ ಸುಮ್‌ಸುಮ್ನೆ ಎರಡು ದಿನ ಹೆಚ್ಚುವರಿಯಾಗಿ ಭೂಮಿ ಮೇಲೆ ಉಳಿಸಿಕೊಳ್ಳಬೇಕಾಗಿ ಬಂತು. ಇದಿಷ್ಟೇ ಆಗಿದ್ದರೆ ನೀಲಿಯ ಹೆಣದ ಸಂಸ್ಕಾರ ಒಂದು ಪ್ರಶ್ನೆಯೆ ಆಗುತ್ತಿರಲಿಲ್ಲ. ಆದರೆ...?

ನೀಲಿ ಸಾವು ಮಾತ್ರ ಅನಾಥವಾಗಿತ್ತು. ಸ್ವತಃ ನೀಲಿಯೇ ಇದನ್ನು ಊಹಿಸಿಕೊಂಡಿದ್ದಳೊ ಇಲ್ಲವೋ ಗೊತ್ತಿಲ್ಲ. ಬೆಳಗ್ಗೆ ಆರು ಗಂಟೆಗೆಲ್ಲ ಎದ್ದು ಮನೆ ಮುಂದೆ ಸಾರಿಸಿ, ರಂಗೋಲಿ ಇಡುತ್ತಿದ್ದ ನೀಲಿ ಇಂದು ಹನ್ನೊಂದಾದರೂ ಆಚೆ ಬರದಿರುವುದನ್ನು ಗಮನಿಸಿದ ಕೇರಿಯ ಹೆಂಗಸರು ಬಾಗಿಲು ತೆರೆದು ನೋಡಿದಾಗ ಹಾಸಿಗೆಯ ಮೇಲೆ ಮಲಗಿದ್ದಂತೆಯೇ ಸತ್ತುಹೋಗಿದ್ದ ನೀಲಿಯ ದೇಹವಿತ್ತು. ಆ ಕ್ಷಣಕ್ಕೆ ಸುದ್ದಿ ಊರು ತುಂಬಿತು. ಪಾಪ, ನೀಲಿಗೆ ಸಾಯುವಾಗ ನೀರು ಕೂಡ ಬಿಡಲಿಕ್ಕೆ ಯಾರೂ ಇಲ್ಲದ ಹಾಗೆ ಆಯ್ತಲ್ಲ ಅನ್ನುವ ಮಾತುಗಳ ಮಧ್ಯೆ 'ಮಾಡಬಾರದು ಮಾಡಿದರೆ ಆಗ್ಬಾರ್ದು ಆಗುತ್ತೆ ಅಂತಾರಲ್ಲ' ಅದು ಇದೇ ಇರಬೇಕು ಅನ್ನುವ ಮಾತುಗಳು ಹೆಂಗಸರ ಮನಸ್ಸಿನಲ್ಲಿ ಹುಟ್ಟಿ ಆಚೆ ಬರಲಾಗದೆ ಪರದಾಡುತ್ತಿದ್ದವು.

ಅಂತೂ 'ನೀಲಿ'ದು ಅಡ್ಡುತಾ? ಅಂತ ಊರಿನ ಯಾವುದೋ ಮೂಲೆಯಿಂದ ಸಣ್ಣ ನಿಟ್ಟುಸಿರೊಂದು ಯಾರ ಕಿವಿಗೂ ಬೀಳದೆ ಗಾಳಿಯಲ್ಲಿ ಸತ್ತುಹೋಯಿತು. 'ಪಾಪ ನೀಲಿ ಹೇಗಿದ್ದಳು, ಎಂತಹ ಸಾವು ಬಂತು ನೋಡು ಮಾರಾಯ್ತಿ' ಅನ್ನುವ ಊರಿನ ದೊಡ್ಡದೊಡ್ಡ ಮಾತುಗಳ ಮಧ್ಯೆ ಸಣ್ಣ ಒಂದೆರಡು ಅಡ್ಡ ಉಸಿರುಗಳು ಕತ್ತೆತ್ತಲಿಲ್ಲ. ತನ್ನ ಬಗೆಗೆ ಮಾತುಗಳನ್ನು ಹುಟ್ಟಿಸಿ ಕೊಳ್ಳುವುದು ಪ್ರತಿ ಸಾವಿನ ಹಕ್ಕು ಮತ್ತು ಮಾತಾಡುವುದು ಇನ್ನೂ ಬದುಕಿದವರ ಕರ್ತವ್ಯ ಕೂಡ.

ದುಃಖ ಸಾಂಕ್ರಾಮಿಕ. ನೋಡಲು ಬಂದವರ ಕಣ್ಣುಗಳು ಹನಿಗೂಡಿದ್ದವು. ಮುಖವನ್ನು ಆಕಾಶಕ್ಕೆ ನೆಟ್ಟು ಮಲಗಿ ಪ್ರಾಣಬಿಟ್ಟ ನೀಲಿಯ ಮನೆಯಲ್ಲಿ ಯಾರೂ ಇರಲಿಲ್ಲ. ಯಾರೆಂದರೆ ಯಾರೂ ಇಲ್ಲದೆ ಮನೆಯಲ್ಲಿ ಸಾವು ನಡೆದುಹೋಗಿತ್ತು. ನೋಡಲು ಬಂದವರೆಲ್ಲ ಹೆಂಗಸರೇ. ಮೂಲೆಕೇರಿಯ ಮುದುಕನೊಬ್ಬನು ಬಂದು ನೋಡಿ ಹೋಗಿದ್ದು ಬಿಟ್ಟರೆ ಮತ್ತ್ಯಾವ ಗಂಡಸು ಕೂಡ ಅತ್ತ ಸುಳಿದಿರಲಿಲ್ಲ. ಅದೆಷ್ಟು ಗಂಡಸರು ಆ ಮನೆಯ ಹೊಸ್ತಿಲು ತುಳಿದು ಹೋಗಿದ್ದರು. ಆದರೆ ಈಗ ನೀಲಿ ಸಾವನ್ನು ಅಪ್ಪಿಕೊಳ್ಳುವಾಗ ಒಬ್ಬನೇ ಒಬ್ಬ ಅಲ್ಲಿರಲಿಲ್ಲ. ಇಂತಹ ಅಂತ್ಯವನ್ನು ಊಹಿಸಿಕೊಂಡಂತಿದ್ದ ಕೇರಿಯ ಹೆಂಗಸರಿಗೆ ಅಷ್ಟೇನೂ ಕುತೂಹಲವೆನಿಸಲಿಲ್ಲ.

* * *

ಬದುಕನ್ನು ನೇರವಾಗಿ ನೋಡಿದಷ್ಟು ಸುಲಭವಾಗಿ ಕಥೆಗಳಲ್ಲಿ ನೋಡಲಾಗುವುದಿಲ್ಲ. ಕಥೆಗಳೆಲ್ಲವೂ ಬಣ್ಣ ಬಯಸುತ್ತವೆ. ಚಿತ್ರವಿಚಿತ್ರ ಬಣ್ಣಗಳು. ರಕ್ತ ಹಸಿರಾಗಬಹುದು, ಹಲ್ಲು ಕೆಂಪಾಗಬಹುದು, ಜಗತ್ತು ಕಾಮಾಲೆ ಬರೆದುಕೊಂಡಂತೆ ಹಳದಿಯೂ ಆಗಬಲ್ಲದು. ನೀಲಿಗೆ ಬಳಿಯಬೇಕಾದ ಬಣ್ಣ ಯಾವುದು? ಅವಳಿಗೆ ಅಂತ ಯಾವ ಬಣ್ಣವಿತ್ತು? ಬದುಕು ಮತ್ತು ಕಥೆಗಳನ್ನು ಒಂದು ಮಾಡಲು ಹೊರಟವನು ಕಳೆದುಹೋಗುತ್ತಾನೆ.

ಕಥೆಯನ್ನು ಚೆಂದಗಾಣಿಸುವ ಉದ್ದೇಶಕ್ಕೆ ನೀಲಿಗೆ ಒಂದೊಳ್ಳೆ ಬಣ್ಣವನ್ನು ಬಳಿದರೆ ಹೇಗೆ? ಓದುವವರು ಲೊಚಗುಟ್ಟಿ ಛೇ ನೀಲಿ ಬದುಕು ಹೀಗೆ ಆಗಿಬಿಡ್ತಲ್ಲ ಅನ್ನುವಂತಾದರೆ ಸಾಕು. ಅವಳದೇನು ತಪ್ಪಿತ್ತು ಅಲ್ಲಿ ಅಂತ ಸಾಧಿಸಿ ತೋರಿಸಬಹುದು. ಕಥೆಯು ಸ್ಪರ್ಧೆಗೆ ಹೋದರೆ ಒಂದು ಬಹುಮಾನ ಪಡೆಯಬಹುದು. ನೀಲಿ ಸತ್ತ ಈ ಹೊತ್ತಿನಲ್ಲಿ ರೂಮಿನೊಳಗೆ ಕೂತು ಅವಳ ಬಗ್ಗೆ ಕಥೆ ಬರೆಯಲು ಕೂತ ನಾನೆಂಥ ಅವಕಾಶವಾದಿ? ಅರೆ, ಇದು ನನ್ನ ಕಸುಬು. ಕಥೆ ಮಾಡುವುದೇ ನನ್ನ ಕೆಲಸವಾಗಿರುವಾಗ ತಪ್ಪು ಸರಿಯ ಪ್ರಶ್ನೆ ಏನು? ಬರವಣಿಗೆ ಒಂದು ಕೆಲಸನಾ? ವಿಚಿತ್ರ ಯೋಚನೆಗಳು

ಮೆತ್ತಿಕೊಂಡವು. ತನ್ನ ಪಾಡಿಗೆ ತಾನು ಸತ್ತುಹೋದ ನೀಲಿಯ ವಿಚಾರದಲ್ಲಿ ನನಗೇನು ಕೆಲಸ? ಸಾಧ್ಯವಾದರೆ ಒಂದು ಕಥೆ ಬರೆದು ಇಟ್ಟೇನು! ಈಗ ಅದೇ ಕೆಲಸದಲ್ಲಿದ್ದೇನೆ. ಸತ್ತವರ ಬಗ್ಗೆ ಒಳ್ಳೆಯ ಮಾತಾಡಬೇಕು ಆದರೆ ಒಳ್ಳೆಯ ಕಥೆ ಬರೆಯಬೇಕೆಂಬುದು ಏನೂ ಇಲ್ಲವಲ್ಲ. ಹೆಣ್ಣಿನ ಬಗ್ಗೆ ಹೀಗೆಲ್ಲ ಒಂದು ಕಥೆಯಲ್ಲಿ ಬರೆದರೆ ಹೆಣ್ಣಿನ ಶೋಷಣೆಯನ್ನು ಪ್ರೋತ್ಸಾಹಿಸುವ ಕಥೆಗಳಿಗೆ ಧಿಕ್ಕಾರ ಅಂತ ಕೂಗಲು ಆರಂಭಿಸಿದರೆ ಏನು ಮಾಡುವುದು? ಒಳ್ಳೆಯದೇ, ಆ ನೆಪದಲ್ಲಾದರೂ ನಾಲ್ಕು ಜನಕ್ಕೆ ನನ್ನ ಹೆಸರು ಮುಟ್ಟುತ್ತಲ್ಲ. ಬರು–ಬರುತ್ತಾ ನನ್ನ ಯೋಚನೆಗಳು ಥೇಟ್ ಹೊಸಗಾಲದ ಸಾಹಿತಿಗಳನ್ನು ಹೋಲುತ್ತಿರುವುದಕ್ಕೆ ಒಂದಷ್ಟು ಖುಷಿಯಾಯಿತು. ಕಥೆಯಲ್ಲಿ ನೀಲಿಗೆ ಒಂದು ದಾರಿ ತೋರಿಸದೆ ನನಗೆ ವಿಧಿ ಇಲ್ಲದಾಯಿತು. ನಾನು ಈ ಕಥೆಯನ್ನು ಬರೆಯಲು ಎತ್ತಿ ಕೊಳ್ಳಬಾರದಿತ್ತು. ನೀಲಿಯ 'ಹೆಣ' ಎತ್ತುವ ಮುನ್ನವೇ ಕಥೆ ಬರೆದು ಮುಗಿಸುವ ಜಿದ್ದಿಗೆ ಬಿದ್ದು, ಕಥೆಯ ಒಳಹೊಕ್ಕ ಮೇಲೆ ತಿಳಿಯಿತು. ಇದನ್ನು ಇದ್ದ ಹಾಗೆಯೇ ಬರೆಯುವುದು ಎಷ್ಟೊಂದು ಕಷ್ಟ. ನೀಲಿ ಇನ್ನು ಹೆಣವಾಗಿ ಮಲಗಿರುವಾಗಲೇ ನಾನು ಅದೇ ಊರಿನ ಒಂದು ಮೂಲೆ ಮನೆಯಲ್ಲಿ ಕೂತು ಅವಳ ಸುಖದ ತಂತುಗಳನ್ನು ಹಿಡಿದು ಕಥೆ ಹೆಣೆಯುತ್ತಿರುವ ನನ್ನ ಮನಸ್ಸು ಎಂಥದು? ಅಂತ ನಾನೇ ಹಲವು ಬಾರಿ ಕೇಳಿಕೊಂಡೆ.

* * *

ಮನೆಯಲ್ಲಿ ಜಗಳ ಮಾಡಿಕೊಂಡು ಊರುಬಿಟ್ಟು ಹೋಗಿದ್ದ ನಾಡಪ್ಪ ಎಂಟ್ಹತ್ತು ವರ್ಷಗಳ ಕಾಲ ಊರಕಡೆ ತಿರುಗಿಯೂ ನೋಡಿರಲಿಲ್ಲ. ಅವ್ವ ಸತ್ತ ಮೇಲೆ ಅಪ್ಪ ಎರಡನೇ ಮದುವೆಯಾಗಿ ಚಿಕ್ಕವ್ವ ಮನೆಗೆ ಬಂದಮೇಲೆ ನಾಡಪ್ಪನಿಗೆ ಮನೆಯಲ್ಲಿ ಇರಲಾಗದೆ ಊರು ಬಿಟ್ಟ. ನಾಡಪ್ಪನ ತಂದೆ ಮಗನನ್ನು ಅಲ್ಲಲ್ಲಿ ಹುಡುಕಾಡಿಸಿದನಾದರೂ ನಾಡಪ್ಪ ಸಿಕ್ಕಿರಲಿಲ್ಲ. ತಂದೆ ಸತ್ತಾಗ ಊರಿಗೆ ಬಂದಿದ್ದ ನಾಡಪ್ಪನನ್ನು ನೋಡಿ ಜನ ತಲಾ ಒಂದೊಂದು ಮಾತಾಡಿದ್ದರು. ಎರಡು ಕಿವಿಗಳನ್ನು ಮುಚ್ಚಿಕೊಂಡು ನಿಂತು ಅಪ್ಪನ ಸಂಸ್ಕಾರ ಮುಗಿಸಿ ಹೋದವನು ಮೂರು ತಿಂಗಳಿಗೆ ನೀಲಿಯೊಂದಿಗೆ ಊರಿಗೆ ಬಂದಿದ್ದ. ನೀಲಿ ಕೊರಳಲ್ಲಿದ್ದ ತಾಳಿಯನ್ನು ನೋಡಿ "ನಾಡಪ್ಪನ ಹೆಂಡತಿಯೆ ಇರಬೇಕು ಬಿಡು" ಅಂದುಕೊಂಡಿದ್ದರು ಜನ. ನೋಡಲು ಅಷ್ಟೇನೂ ಚೆನ್ನಾಗಿಲ್ಲದ ನಾಡಪ್ಪನಿಗೆ ನೀಲಿ ಅನ್ನುವ ಸುಂದರ ಹೆಣ್ಣು ಸಿಕ್ಕಿದ್ದು ಹೇಗೆ? ಅನ್ನುವ ಚರ್ಚೆ ಮಾತ್ರ ಊರಲ್ಲಿ ಬಹಳ ದಿನಗಳ ಕಾಲ ಅಸ್ತಿತ್ವದಲ್ಲಿತ್ತು. ಈ ನಡುವೆ ನಾಡಪ್ಪ ಊರಲ್ಲಿ ಬಹುಚರ್ಚಿತ ವ್ಯಕ್ತಿಯಾಗಿ ಹೋದ. ಅದಕ್ಕೆ ಕಾರಣ ನೀಲಿಯ ಚೆಲುವು. ಪಡ್ಡೆ ಹುಡುಗರಂತೂ ರಾತ್ರಿ ಹೊತ್ತು ನಾಡಪ್ಪ

ಅದೇನೆಲ್ಲವನ್ನು ಮಾಡಬಹುದು? ಹೇಗೆಲ್ಲಾ ಮಾಡಬಹುದು? ಅನ್ನುವುದರ ಬಗ್ಗೆ ಕಲ್ಪಿಸಿಕೊಂಡು, ಮಾತಾಡಿಕೊಂಡು ತಮ್ಮ ಚಪಲ ತೀರಿಸಿಕೊಳ್ಳುತ್ತಿದ್ದರು. ತೀರಾ ಇಪ್ಪತ್ತರ ಯೌವನದ, ನೀಳ ಮೂಗಿನ, ನೇರ ನಿಲುವಿನ, ಕಟ್ಟುಮಸ್ತು ದೇಹದ, ಅಗಲ ಎದೆಯ, ಪುಟಿವ ಮೊಲೆಗಳ ನೀಲಿ ಬರ್ತಾ ಬರ್ತಾ ಊರಿನ ಹಲವು ಜನರ ನಿದ್ದೆಗೆಡಿಸಿದ್ದಳು.

ಹೆಣ್ಣಿನ ಚಂದವು ಒಮ್ಮೊಮ್ಮೆ ಅವಳಿಗೆ ಮುಳುವಾಗಿ ಬಿಡುತ್ತದೆ. ಊರವರು ನೀಲಿ ಬಗ್ಗೆ ಮಾತನಾಡಿಕೊಳ್ಳುವುದು ನಾಡಪ್ಪನ ಕಿವಿಗೆ ಬೀಳುತ್ತಿದ್ದರೂ ಅವನು ಅದರ ಬಗ್ಗೆ ದಾದು ಮಾಡುತ್ತಿರಲಿಲ್ಲ. ಆದರೆ ಬರುಬರುತ್ತಾ ಮನೆಯಲ್ಲಿ ಯಾವುದೋ ಬೇರೆ ವಾಸನೆಯೊಂದು ಮೂಗಿಗೆ ಬಡಿಯಲು ಆರಂಭಿಸಿತು. ತನಗೆ ಅದೊಂದು ಭ್ರಮೆ ಇರಬೇಕೆಂದು ತನಗೆ ತಾನೇ ಸಮಾಧಾನ ಮಾಡಿಕೊಂಡ. ಎಲ್ಲಾ ಬಿಟ್ಟು ತನ್ನೊಂದಿಗೆ ಬಂದ ನೀಲಿ ಬಗ್ಗೆ ತಾನು ಹೀಗೆ ಯೋಚಿಸುವುದು ತರವಲ್ಲ ಅಂದುಕೊಂಡು ಸುಮ್ಮನಾದನು. ಮರುದಿನವೇ ವಾಸನೆಯ ನಿಖರತೆ ಅವನಿಗೆ ಗೊತ್ತಾಗಿ ಹೋಯಿತು. ಅವತ್ತೊಂದಿನ ಮೇಗಳಮನೆಯ ರಾಮಣ್ಣನ ಹತ್ತಿರ ಏನೇನೋ ಹೇಳಿಕೊಂಡನಂತೆ, ಇವನೇನೊ ಹೇಳಿದನೊ, ಅವನೇನು ಅಂದನೊ ಮತ್ತೇನಾಯ್ತೊ ಗೊತ್ತಿಲ್ಲ. ಆದರೆ ಅಂದಿನಿಂದ ಮಾತ್ರ ಊರಲ್ಲೊಂದು ವಿಚಿತ್ರ ಗುಸುಗುಸು ಜಾರಿಯಾಯಿತು.

* * *

ನೀಲಿ ಮಾತ್ರ ಅನಾಥವಾಗಿ ಸತ್ತಿದ್ದಳು. ಸತ್ತು ಅರ್ಧ ದಿನವಾದರೂ ಒಬ್ಬನೇ ಒಬ್ಬ ಮುದುಕ ಬಿಟ್ಟರೆ ಅತ್ತಕಡೆ ಒಂದೇ ಒಂದು ಗಂಡಾಳು ಕೂಡ ಸುಳಿಯಲಿಲ್ಲ. ಹೊಲಕ್ಕೆ ಹೋದವರನ್ನು ಬಿಟ್ಟು, ತಿರುಗುವ ಗಂಡಾಳುಗಳ್ಯಾರು ಆ ಮನೆಯತ್ತ ಸಾಗಲಿಲ್ಲ. ಸಾವೆಂದರೆ ಕೂಡುತ್ತಿದ್ದ ಆ ಊರಿನಲ್ಲಿ ನಡು ಮಧ್ಯಾಹ್ನವಾದರೂ ಸಂಬಂಧಿಕರು ಸೇರಿದಂತೆ ಯಾರೊಬ್ಬರೂ ಮುಂದೆ ಬರಲಿಲ್ಲ. ಯಾರಾದರೂ ಮುಂದೆ ಬಂದರೆ 'ಅವಳನ್ನು ಇವನು ಕೂಡ ಇಟ್ಟುಕೊಂಡಿದ್ದ ಅನಿಸುತ್ತೆ' ಅನ್ನುವ ದೂರಿನಿಂದ ತಪ್ಪಿಸಿಕೊಳ್ಳಲು ಅವರು ಈ ಪಟ್ಟನ್ನು ಹುಡುಕಿಕೊಂಡಿದ್ದರು. ಯಾರಾದರೂ ಮೊದಲು ಆ ಕಡೆ ಸುಳಿದರೆ ಹಿಂದಿನಿಂದ ಹೆಜ್ಜೆ ಹಾಕಲು ಯೋಚಿಸಿದ್ದರು. ಒಂದು ಕಾಲದಲ್ಲಿ ನೀಲಿ ಮನೆಯಲ್ಲಿ ಬಿದ್ದು ಸಾಯುತ್ತಿದ್ದ ಪಟೇಲ, ನೀರಗಂಟಿ ಚಂದ್ರಪ್ಪ, ಬಸ್ ಕಂಡಕ್ಟರ್ ಸೀನಾ ಇವತ್ತು ಗಂಡು ಗರತಿಯಾರಾಗಿ ಕೂತಿದ್ದರು.

ನಾಳೆ ಬೆಳಗಾದರೆ ಶನಿವಾರ. ಹನುಮಪ್ಪನ ಗುಡಿಗೆ ಹೋಗುವ ದಾರಿಯಲ್ಲಿ ನೀಲಿ ಮನೆ. ಹೆಣ ಇಟ್ಕೊಂಡು ಗುಡಿಗೆ ಹೋಗಲಾಗುತ್ತದೆಯೆ? ದಾರಿಯಲ್ಲಿ

ನೀಲಿ ಮನೆ ಇರುವುದರಿಂದ ಹೆಣವನ್ನು ಬೆಳಗ್ಗೆ ಹತ್ತು ಗಂಟೆಯೊಳಗೆ ಎತ್ತಿಬಿಡಬೇಬೇಕು. ಎಷ್ಟೋ ವರ್ಷಗಳಿಂದ ಹನುಮಪ್ಪನ ಗುಡಿಯಲ್ಲಿ ಪ್ರತಿ ಶನಿವಾರ ಬೆಳಗ್ಗೆ ಹತ್ತು ಗಂಟೆಗೆ ಮಹಾಮಂಗಳಾರತಿ ತಪ್ಪದೆ ನಡೆದುಬಂದಿದೆ. ಎಂತಹ ಸಾವುಗಳಾದರೂ ಕೂಡ ಹತ್ತು ಗಂಟೆಯೊಳಗೆ ಮಣ್ಣು ಕಾಣಿಸಿ ಮಂಗಳಾರತಿಯನ್ನು ಮಾಡಲಾಗಿದೆ. ಈಗ ನೀಲಿಯ ಹೆಣದ ಸಂಸ್ಕಾರ ಅಷ್ಟು ಸುಲಭವಾಗಿರಲಿಲ್ಲ. ಅದು ಆತ್ಮಹತ್ಯೆಯೊ? ಕೊಲೆಯೊ? ಸ್ವಾಭಾವಿಕವಾದ ಸಾವೊ? ಎಲ್ಲವೂ ನಿರ್ಧರಿತವಾದಬೇಕಿತ್ತು. ಪೊಲೀಸರು ಬರಬೇಕಿತ್ತು. ಡಾಕ್ಟರ್ ನೀಲಿಯನ್ನು ಕೊಯ್ದು ಹಾಕಬೇಕಿತ್ತು. ನೀಲಿಯ ಸಂಬಂಧಿಕರು, ನಾಡಪ್ಪನ ಸಂಬಂಧಿಕರು ಸೇರಬೇಕಿತ್ತು. ಇದುವರೆಗೂ ನೀಲಿ ಯಾವ ಊರಿನವಳೆಂದು ಅಲ್ಲಿನವರಿಗೆ ನಿಖರವಾಗಿ ಗೊತ್ತಿರಲಿಲ್ಲ. ನೀಲಿ ಕೂಡ ಇಷ್ಟು ದಿನಗಳಾದರೂ ಯಾರು ಬಳಿಯ ಹೇಳಿಕೊಂಡಿರಲಿಲ್ಲ. ನಾಡಪ್ಪ ಊರು ಬಿಟ್ಟು ಹೋದವನು ಎಲ್ಲಿದ್ದ? ನೀಲಿಯನ್ನು ಎಲ್ಲಿ ನೋಡಿದ್ದ? ಹೇಗೆ ಕರೆದುಕೊಂಡು ಬಂದ ಎಂಬುದು ಒಬ್ಬರ ಬಾಯಲ್ಲಿ ಒಂದೊಂದು ರೀತಿಯಲ್ಲಿ ಕೇಳಿಬಂದಿದ್ದರಿಂದ ಅದು ಹೀಗೆಯೇ ಅಂತ ಹೇಳಲುಬಾರದು. ಸಂಜೆಯಾದರೂ ನೀಲಿ ಮನೆ ಹತ್ತಿರ ಯಾವ ಗಂಡಸು ಕೂಡ ಸುಳಿಯಲಿಲ್ಲ. ಊರಿನ ಎಲ್ಲಾ ಹೆಂಗಸರು ಬಂದು ಹೋದರು ಕೂಡ ಗಂಡಸರು ಮುಂದೆ ಬರಲಿಲ್ಲ. ಒಂದು ಕಾಲದಲ್ಲಿ ಊರಿನ ಇಡೀ ಗಂಡಸರಿಗೆ ಕಣ್ಣು ಕುಕ್ಕಿದ್ದ ನೀಲಿ ಇಂದು ಒಬ್ಬನೇ ಒಬ್ಬ ಗಂಡಸನ್ನು ತನ್ನ ಹೆಣದ ಬಳಿ ಕರೆಸಿಕೊಳ್ಳಲು ಸೋತಿದ್ದಳು.

* * *

ಆದರೆ ನೀಲಿಯನ್ನು ನನ್ನ ಕಥೆಯಲ್ಲಿ ಅನಾಥವಾಗಿ ಸಾಯಿಸುವ ಮತ್ತು ಸತ್ತ ಮೇಲು ಅನಾಥವಾಗಿಯೇ ಉಳಿವಂತೆ ಚಿತ್ರಿಸಲು ನನ್ನಿಂದ ಆಗಲಿಲ್ಲ. ಅವಳು ಬದುಕಿದ್ದನ್ನು ಕಣ್ಣಾರೆ ಕಂಡ ನನಗೆ ಈಗ ಕಣ್ಣ ಮುಂದೆ ನಡೆಯುತ್ತಿರುವ ಭೀಕರತೆಯನ್ನು ಒಪ್ಪಿಕೊಳ್ಳಲಾಗಲಿಲ್ಲ. ಕಥೆಯಲ್ಲಿ ಮಾತ್ರ ನೀಲಿಗೆ ನ್ಯಾಯೋಚಿತವಾಗಿ ಸಿಗಬೇಕಾದ ಕೊನೆಯನ್ನು ಕೊಡುವ ಪ್ರಯತ್ನ ಮಾಡಿಕೊಂಡೆ. ಊರು ಬಿಟ್ಟು ಹೋದ ನಾಡಪ್ಪ ವಾಪಸ್ಸು ಬಂದ. ಗಂಡ–ಹೆಂಡತಿಯನ್ನು ದೂರ ಮಾಡಲು ಯಾರೊ ನೀಲಿಯ ಬಗ್ಗೆ ಸುಳ್ಳು ಸುದ್ದಿ ಹಬ್ಬಿಸಿದ್ದಾರೆ ಎಂಬುದು ಅವನಿಗೆ ಅರಿವಾಗಿತ್ತು. ನೀಲಿಯ ಮೇಲೆ ಇಡೀ ಊರಿನ ಕಣ್ಣಿತ್ತು ಎಂಬುದರ ಅರಿವಿದ್ದ ಅವನಿಗೆ ಇಂತಹ ಹುನ್ನಾರಗಳು ಇದ್ದರೂ ಇರಬಹುದು ಎಂದು ನಂಬಿದ. ನಾಡಪ್ಪ ಬಂದಮೇಲೆ ನೀಲಿ ತುಂಬಾ ಖುಷಿಯಾದಳು. ತನ್ನನ್ನು ಹಾಗೆ ಅನುಮಾನಿಸಿದಕ್ಕೆ ಕಣ್ಣೀರು ಹಾಕಿದಳು. ಊರಿನ ಬಯಕೆಯ ಕಣ್ಣುಗಳ ನಡುವೆಯೂ ಆಕೆ ಗಂಡನೊಂದಿಗೆ

ಬದುಕತೊಡಗಿದಳು. ಆದರೆ ಒಂದಿನ ಬೆಳಗ್ಗೆ ಏಳು–ಏಳುತ್ತಿರುವಾಗಲೇ ನೀಲಿ ಹಾಸಿಗೆಯಲ್ಲಿ ಸತ್ತುಹೋದಳು. ಡಾಕ್ಟರ್ ಇದು ಹಾರ್ಟ್ ಅಟ್ಯಾಕ್ ಅಂದರು. ನಾಡಪ್ಪ ಬಂಧು–ಬಳಗಕ್ಕೆ ಸುದ್ದಿ ಮುಟ್ಟಿಸಿದ. ಊರಿನ ಜನ ಸೇರಿತು. ನೀಲಿಯ ಕೊನೆಯ ಯಾತ್ರೆಯಲ್ಲಿ ಜನವೋ ಜನ. ನೀಲಿಯ ಬಗ್ಗೆ ಒಳ್ಳೆಯ ಮಾತುಗಳನ್ನೇ ಆಡಲಾಗುತ್ತಿತ್ತು. 'ಮುತ್ತೈದೆಯಾಗಿಯೆ ಸತ್ಲು, ಒಳ್ಳೆಯ ಸಾವು' ಅಂದಿದ್ದರು. ಪಾಪ ನಾಡಪ್ಪನಿಗೆ ಇನ್ಯಾರು ಗತಿ ಅಂತ ಮಾತಾಡಿಕೊಂಡರು. ನಾಡಪ್ಪ ಅವಳ ಚಿತೆಗೆ ಬೆಂಕಿ ಇಟ್ಟು ಬಿಕ್ಕಿಬಿಕ್ಕಿ ಅತ್ತ. ಇಡೀ ಊರು ನೀಲಿಯ ಸಾವಿಗೆ ಮರುಗಿತು ಅಂತ ಕಥೆ ಬರೆಯಲು ಟಿಪ್ಪಣಿ ಮಾಡಿಕೊಂಡು ಕೈಯಲ್ಲಿ ಬಿಸಿಕಾಫಿ ಎತ್ತಿಕೊಂಡೆ. ಕಿಟಕಿ ಬಳಿ ಬಂದು ನಿಂತೆ. ಸಮಾಧಾನವಾಗಲಿಲ್ಲ.

ಟೇಬಲ್ ಮೇಲೆ ಬಿದ್ದುಕೊಂಡಿದ್ದ ಕಥೆ ಬರೆಯಲೆಂದು ಮಾಡಿಕೊಂಡಿದ್ದ ಟಿಪ್ಪಣಿಗಳು ನನ್ನನ್ನು ಅಣಕಿಸುತ್ತಿದ್ದವು. ಊರಿನ ಬಗ್ಗೆ, ಜನರ ಬಗ್ಗೆ ಸರಿ–ತಪ್ಪು ತೂಗುವ ನಾನು ಮಹಾ ಏನು ಮಾಡುತ್ತಿದ್ದೇನೆ? ಕಥೆ ಬರೆಯುವುದು ಒಂದು ಹೆಗ್ಗಳಿಕೆಯೆ? ನೀಲಿಯ ಮನೆಕಡೆ ಹೋಗಬಹುದಿತ್ತಲ್ಲ. ನೀಲಿಯ ಸೊಬಗಿಗೆ ನಾನು ಕೂಡ ಆಸೆಗಣ್ಣನ್ನು ನೆಟ್ಟವನು. ಅದನ್ನು ಕಥೆಯ ರೂಪದಲ್ಲಿ ಬರೆದುಕೊಂಡು ತೀರಿಸಿಕೊಂಡವನು. ನೀಲಿಯ ಮನೆ ಬಾಗಿಲು ಬಡಿದ ಜನರಿಗೂ, ತನಗೂ ಯಾವುದೇ ವ್ಯತ್ಯಾಸವಿಲ್ಲ ಅನಿಸಲಾರಂಭಿಸಿತು. ಯಾಕೋ ಮೊದಲಬಾರಿಗೆ ನನ್ನ ಬಗ್ಗೆ ನನಗೆ ಅಸಹ್ಯವೆನಿಸಿತು.

ಅಲ್ಲದೆ ಇಂದಿಲ್ಲಿ ನಡೆಯುತ್ತಿರುವುದನ್ನು ಬಿಟ್ಟು, ಬೇರೆ ಏನೇನೊ ಕಲ್ಪಿಸಿಕೊಂಡು ಕಥೆ ಬರೆಯುವುದರ ಹಿಂದೆ ನನ್ನ ಸ್ವಾರ್ಥವಿತ್ತು. ಮನಸ್ಸಿನಲ್ಲಿ ನೀಲಿಯನ್ನು ಬೇರೆಯವರೊಂದಿಗೆ ಕಲ್ಪಿಸಿಕೊಳ್ಳಲು ಸಾಧ್ಯವಾಗುತ್ತಿರಲಿಲ್ಲ ನನಗೆ. ಇಂತಹ ಮಡಿವಂತಿಕೆ ಮೆರೆಯುವ ನನ್ನ ಬಗ್ಗೆ ನನಗೆಯೇ ತೀರ ಕೆಟ್ಟದ್ದು ಅನಿಸಿತು.

ಒಮ್ಮೆ ನೀಲಿಯ ಮನೆಕಡೆ ಹೋಗಿಬಂದರೆ ಹೇಗೆ? ಊರು ತನ್ನ ಬಗ್ಗೆ ಮಾತಾಡಿಕೊಂಡರೆಷ್ಟು, ಬಿಟ್ಟರೆಷ್ಟು! ತನ್ನ ಅಷ್ಟೂ ಕಥೆಗಳ ನಾಯಕಿ ಅನಾಥವಾಗಿ ಬಿದ್ದಿರುವಾಗ ನಾನು ಕಥೆಯ ಬೆಳವಣಿಗೆಯ ಬಗೆಗೆ ಲೆಕ್ಕಹಾಕುತ್ತಾ, ಯೋಚಿಸುತ್ತ ಕೂರುವುದು ತುಂಬಾ ಹೇಡಿತನ ಅನಿಸಿತು. ನೀಲಿ ಬದುಕಿದ ಬದುಕೆ ಸರಿ. ಅವಳು ಏನು ಅಂದುಕೊಂಡಳೊ ಹಾಗೆಯೇ ಬದುಕಿದಳು. ಜನರ ಮಾತಿಗೆ ಅವಳೆಂದು ಕಿವಿಗೊಡಲಿಲ್ಲ. ಎಲ್ಲರಿಗೂ ಸಾವು ಬರುತ್ತೆ ಅವಳಿಗೂ ಬಂದಿದೆ. ನಾನು ಅವಳ ಪರವಾಗಿ ಸಮರ್ಥನೆಗೆ ಇಳಿದೆ.

* * *

ನೀಲಿ ಮನೆಯಕಡೆ ಹೋಗುವ ನಿರ್ಧಾರ ಮಾಡಿ ಎದ್ದೆ. ಅಮ್ಮ ಬಾಗಿಲು ತಳ್ಳಿ ಒಳಗೆ ಬಂದರು. ನೀಲಿಯ ಮನೆಯಿಂದಲೇ ಬಂದಿದ್ದರು ಅನಿಸುತ್ತೆ. "ನೋಡು ನೀಲಿ ಹೆಣ ಎತ್ತೋಕೆ ಒಬ್ಬರಾದರೂ ಹೋದ್ರಾ ಈ ಊರಿನ ಜನ! ನಾಳೆ ಶನಿವಾರ ಐತೆ. ಮಂಗಳಾರತಿಗೆ ತೊಂದರೆ ಆಗ್ತೈತಿ ಅಂತ ದೇವಸ್ಥಾನದ ಕನ್ವೀನರ್ ನಾಲ್ಕು ಜನರನ್ನು ಕಳಿಸಿ ಹೆಣ ಎತ್ತಿಸಿ ಸುಟ್ಟು ಹಾಕಿಸಿದ್ರಂತೆ. ಪೊಲೀಸ್ ಗಿಲೀಸ್ ಅಂತ ಹೋದ್ರೆ ಇನ್ನೂ ಎರಡ್ಮೂರು ದಿನ ಹೆಣ ಇರಬೇಕಾಗುತ್ತೆ. ಏನೂ ಬೇಡ, ಸತ್ತೋಳು ಸತ್ತು ಹೋದ್ಲು, ಬದುಕಿದವರಿಗೆ ಯಾಕೆ ತೊಂದರೆ ಅಂತ ಎಲ್ಲಾ ಮುಗಿಸಿದ್ರಂತೆ." ಅನ್ನುತ್ತಾ ಒಳಗೆ ಹೊರಟು ಹೋದರು. ನಾನು ನಿಂತಲ್ಲೇ ನಿಂತಿದ್ದೆ. ನನ್ನೊಳಗೆ ಏನು ನಡೆಯುತ್ತಿದೆ ಅಂತ ನನಗೂ ಕೂಡ ಗೊತ್ತಾಗದಂತಹ ನೋವಿನ ಅಲೆದಾಟ. ವಾಪಸ್ಸು ರೂಮಿಗೆ ಓಡಿಹೋಗಿ ಕಥೆ ಬರೆಯಲು ಮಾಡಿಟ್ಟುಕೊಂಡ ಅಷ್ಟು ಟಿಪ್ಪಣಿಗಳನ್ನು ತಂದು ಒಲೆಗೆ ಎಸೆದೆ. ಸಮಾಧಾನವಾಗಲಿಲ್ಲ. ಆವರಿಸಿರುವ ನೀಲಿಯನ್ನು ಕಳೆದುಕೊಳ್ಳಬಾರದು ಅನಿಸಿತು. ಕಥೆ ಬರೆಯುವುದು ಎಂದರೆ ತನ್ನೊಳಗಿನ ಚಟ ತೀರಿಸಿಕೊಳ್ಳುವುದು ಅನಿಸಿ ಅದರ ಬಗ್ಗೆ ಒಂದು ಶಾಶ್ವತ ತಿರಸ್ಕಾರ ಮೂಡಿತು. ಇನ್ನೆಂದೂ ಕಥೆಗಳ ಸಾಹಸಕ್ಕೆ ಹೋಗಲೇಬಾರದು ಎಂದು ನಿರ್ಧರಿಸಿದೆ. ಕತ್ತಲು ಗವ್ ಅನ್ನುವಂತೆ ಆವರಿಸಿತ್ತು. ರೂಮಿಗೆ ಹೋಗಿ ಬಾಗಿಲು ಇಟ್ಟುಕೊಂಡೆ. ಕಿಟಕಿ ಬಳಿ ನಿಂತೆ. ನನ್ನ ಮನಸ್ಸಿನಂಥಹ ಕತ್ತಲು ಹೊರಗೂ ಮೂಡಿತ್ತು. ಅಲ್ಲಿ ದೂರದಲ್ಲಿ ಉರಿಯುತ್ತಿರುವ ಬೆಂಕಿ ಕಾಣಿಸಿತು. ಅದು ನೀಲಿಯೇ ಇರಬೇಕು ಅನಿಸಿತು. ನೀಲಿ ಉರಿಯುತ್ತಿದ್ದಳು; ಅದೆಷ್ಟು ಗುಟ್ಟುಗಳನ್ನು ತನ್ನೊಂದಿಗೆ ಇಟ್ಟುಕೊಂಡೆ ಹೊರಟುಹೋದಳು. ಉರಿಯುತ್ತಿರುವ ಬೆಂಕಿಯನ್ನು ದಿಟ್ಟಿಸಿ ನೋಡಿದೆ. ಅದರೊಳಗೆ ನೀಲಿ ಮೂಡಿ ನಕ್ಕಂತಾಯ್ತು. ನನ್ನ ಕಣ್ಣಂಚು ತೇವವಾಗಿದ್ದು ಆ ದಟ್ಟ ಕತ್ತಲೆಗೂ ಗೊತ್ತಾಗಲಿಲ್ಲ.

ಬಿಸಿಲುಕೋಲು

ಮುರಿದ ಕದಗಳಿರುವ ಕಿಟಕಿಯಿಂದ ಗಾಳಿ, ಬೆಳಕು ಅನಾಯಾಸವಾಗಿ ರೂಮಿನೊಳಗೆ ನುಗ್ಗಿದ್ದವು. ಎಳೆಯ ಬಿಸಿಲು ರೂಮಿನೊಳಗೆ ಬಾಲಿಶ ಬಿಸಿಲುಕೋಲುಗಳನ್ನು ಮೂಡಿಸಿತ್ತು. ಬಿಸಿಲು, ಕಿಟಕಿ ಸರಳುಗಳಿಗೆ ಎಡವಿ ಎಡವಿ ರೂಮಿನುದ್ದಕ್ಕೂ ಸಮಾನಾಂತರ ಗೆರೆಗಳನ್ನು ಕೊರೆದಿತ್ತು. ಆ ಬಿಸಿಲ ಗೆರೆಗಳನ್ನು ಹಿಡಿಯುವಂತೆ ಆಡುತ್ತಾ ಪರಸು ಕೂತಿದ್ದ. ಮೂರನೇ ತರಗತಿಯ ಒಂಭತ್ತನೆಯ ವಯಸ್ಸಿನ ಪರಸು ಯಾವುದೋ ವಿಚಿತ್ರ ಲಹರಿಯಲ್ಲಿರುವಂತೆ ತೋರುತ್ತಿದ್ದ.

ಅವನು ತೊಟ್ಟಿದ್ದ ಕಡು ನೀಲಿಯ ಚಡ್ಡಿ ಹಿಂದೆ ಅಂಗೈ ಅಗಲದಷ್ಟು ಹರಿದಿತ್ತು. ಕಡು ನೀಲಿಗೆ ಅವನ ಅವ್ವ ಸೇರಿಸಿ ಹೊಲಿದ ಬಟ್ಟೆಯ ತುಣುಕು ಯಾವ ರೀತಿಯಲ್ಲೂ ಹೋಲುತ್ತಿರಲಿಲ್ಲ. ಕೈಯಲ್ಲೆ ಹಾಕಿದ್ದ ದಪ್ಪದಪ್ಪನೆಯ ಹೊಲಿಗೆಗಳು ಬಡತನಕ್ಕೆ ಹಾಕಿದ ಕಸೂತಿಯಂತಿದ್ದವು. ಆ ತೇಪೆ ಒಂದು ವಿಚಿತ್ರ ಮರ್ಯಾದ ರಕ್ಷಕನಾಗಿ ಕಾಣುತ್ತಿತ್ತು. ಅವನ ಅವ್ವ ಹರಿದ ಜಾಗಕ್ಕೆ ಹೊಲಿದು ತೊಡಿಸಿದ್ದ ಅಂಗೈ ಅಗಲದ ತೇಪೆ ಮಗನನ್ನು ಮರ್ಯಾದೆ ಜಗತ್ತಿನಿಂದ ಪಾರು ಮಾಡಲು ತೊಟ್ಟ ಹಟದಂತಿತ್ತು. ಬೆಳಗ್ಗೆಯಷ್ಟೆ ತೊಟ್ಟ ತಿಳಿ ನೀಲಿ ಬಣ್ಣದ ಅಂಗಿಯ ತೋಳಿನ ಎರಡೂ ಬದಿಗೂ ಆಗಲೆ ಸಣ್ಣ ಕರಿಕಲೆಗಳು ಮೂಡ ತೊಡಗಿದ್ದವು. ಸೋರುವ ಮೂಗನ್ನು, ಬೆವರನ್ನು, ಧೂಳನ್ನು ಕೈಯ ಸಹಾಯ ಕೋರದೆ ತೋಳುಗಳಿಗೆ ಅವನ್ನು ಒಪ್ಪಿಸಿ ಒಂದ್ಹೊತ್ತು ಕ್ಷಣ ಸೋರುವ ಮೂಗಿನಿಂದ, ಬೆವರಿನಿಂದ ಬಿಡುಗಡೆ ಪಡೆಯುತ್ತಿದ್ದ. ಈ ಪ್ರಕ್ರಿಯೆಯು ಅವನ ತೋಳಗಳ ಮೇಲೆ ಕಪ್ಪ ಕಲೆಯನ್ನು ದಯಪಾಲಿಸಿತ್ತು. ಇನ್ನೆರಡು ದಿನ ಕಳೆದರೆ ಕಲೆಗಳು ಬೆಳೆದು ದೊಡ್ಡವಾಗಿ ಚಕ್ಕಳಕ್ಕೆ ಬದಲಾಗುವುದನು ನೀವು ನೋಡಬಹುದು.

ಎಲ್ಲರನ್ನು ಒಂದೇ ಕೊಠಡಿಯಲಿ ಕೂಡಿ ಹಾಕಲಾಗಿತ್ತು. ಏಳೂ ತರಗತಿಯ ಮಕ್ಕಳನ್ನು ಒಂದು ಕಾರ್ಯಕ್ರಮದ ನೆಪದಲ್ಲಿ ಬಂಧಿಸಲಾಗಿತ್ತು. ಮಕ್ಕಳ ಗುಜುಗುಜು ನಡು ಮುಂಜಾನೆಯ ಹಕ್ಕಿಗಳ ಸಂಗೀತ ಕಛೇರಿಯನ್ನು ನೆನಪಿಸುವಂತಿತ್ತು. ದೊಡ್ಡ ಮಕ್ಕಳು ಅವಸರವನ್ನು ತೊಟ್ಟು ಸರಬರ ಓಡಾಡುತ್ತಿದ್ದರು. ಕಪ್ಪು ಹಲಗೆಯ ಬಳಿ ಸಾಲಾಗಿ ಖುರ್ಚಿಗಳನ್ನು ಜೋಡಿಸುತ್ತಿದ್ದರು. ಅದೇ ಕಪ್ಪು ಹಲಗೆಯ ಮೇಲೆ ಅದೀಗ ತಾನೆ ಬರೆದ ದೊಡ್ಡ ಅಕ್ಷರದ ಸಾಲೊಂದು ಇನ್ನೂ ಬಿಸಿಬಿಸಿಯಾಗಿಯೇ ಇತ್ತು. ಅಲ್ಲಿಂದಿಲ್ಲಿಗೆ ಇಲ್ಲಿಂದಲ್ಲಿಗೆ ಓಡಾಡುತ್ತಿದ್ದ ತನ್ನದೇ ಬೀದಿಯ ಅಣ್ಣಂದಿರ ಅರ್ಥವಾಗದ ಗಡಬಿಡಿಯನ್ನು ಅನ್ಯಭಾಷೆಯ ಸಿನೆಮಾ ನೋಡುವಂತೆ ನೋಡುತ್ತಿದ್ದ ಪರಸು. ಏನೊಂದೂ ಅರ್ಥವಾಗದೆ ಒಮ್ಮೆ ಅವರ ಕಡೆಗೂ ಇನ್ನೊಮ್ಮೆ ತನ್ನ ಮುಂದೆಯೆ ಬಂದು ಬಿದ್ದಿರುವ ಎಳೆ ಬಿಸಿಲುಕೋಲಿನೆಡೆಗೂ ನೋಡುತ್ತಾ ಗೊಂದಲವಲ್ಲದ ಗೊಂದಲದಲ್ಲಿ ಮುಳುಗುತ್ತಿದ್ದ. ಮೇಷ್ಟ್ರು ಅದಾಗ ತಾನೆ ಬರೆದಿದ್ದ ಬಿಸಿಯಾದ ದೊಡ್ಡ ಸಾಲೊಂದನ್ನು ಓದಲು ಮೂರ್‍ನಾಲ್ಕು ಸಲ ಪ್ರಯತ್ನಿಸಿ ವಿಫಲನಾಗಿದ್ದ. ಸ...ಸ...ಸ್ವ...ಸ್ವಾ...ತ... ಹೀಗೆ ಹೇಳಿಕೊಂಡು ಮುಂದಿನದು ಬರದೆ ಹೆಣಗಿದ್ದ. ಓದಲು ಕಷ್ಟವಿರುವ ಪದದ ಅರ್ಥವಾದರೂ ಅದೆಷ್ಟು ಕಷ್ಟವಿರಬಹುದೆಂದು ಬಗೆದು ಕಣ್ಣುಗಳಲಿ ಬೆರಗು ಚೆಲ್ಲುತ್ತಿದ್ದ. ಕಪ್ಪು ಹಲಗೆಯ ಮೇಲಿದ್ದ 'ಸ್ವಾತಂತ್ರ್ಯ ದಿನಾಚರಣೆ' ಎಂಬ ಪದ ತನ್ನ ಉಚ್ಚಾರಣೆಯ ಪಟ್ಟು ಬಿಟ್ಟುಕೊಡದೆ ಪರಸುನನ್ನು ನೋಡಿ ಮೆಲ್ಲಗೆ ನಗುತ್ತಿತ್ತು.

ಮಕ್ಕಳ ಗುಜುಗುಜು ಸದ್ದಿಗೆ ಬ್ರೇಕ್ ಹಾಕುವ ಪ್ರಯತ್ನದಲಿ ಶಿಕ್ಷಕರೊಬ್ಬರು ತೊಡಗಿದ್ದರು. ಎಲ್ಲಾ ಮಕ್ಕಳನ್ನು ಒಟ್ಟಿಗೆ ಸೇರಿಸಿದಾಗ ಆಗುವ ಸದ್ದನ್ನು ನಿಯಂತ್ರಿಸುವ ಕೆಲಸ ಸಣ್ಣದಲ್ಲ. ಕೈಯಲ್ಲಿ ಹುಸಿ ಬೆತ್ತ ಹಿಡಿದು ಹಾಗೆ ಮಕ್ಕಳ ಮಧ್ಯೆ ಬಂದು ಬಂದು ಹೋಗುತ್ತಿದ್ದರು. ಬೆತ್ತ ನೋಡಿ ಗಪ್ಪಾಗುತ್ತಿದ್ದ ಮಕ್ಕಳು ಅವರು ಮತ್ತೆ ಅತ್ತ ಸರಿದಾಗ ತಮ್ಮ ಗುಜುಗುಜು ಸಂತೆಯನ್ನು ಬಿಚ್ಚುತ್ತಿದ್ದರು.

ಎಲ್ಲಾ ಶಿಕ್ಷಕರು, ಅವರೊಂದಿಗೆ ಬಂದ ಗರಿಗರಿ ಬಿಳಿ ಪಂಚೆ ಅಂಗಿ ತೊಟ್ಟ ನಾಲ್ಕಾರು ಮುಖಂಡರು ಕೊಠಡಿ ತುಂಬಿಕೊಂಡರು. ಆ ಒಬ್ಬ ಶಿಕ್ಷಕ ಮಾತ್ರ ಮಕ್ಕಳ ನಡುವೆಯೇ ನಿಂತು ಗುಜುಗುಜುಗೆ ತಡೆ ಹಾಕುವ ಹೋರಾಟವನ್ನು ಜಾರಿಯಲ್ಲಿಡುವ ಪ್ರಯತ್ನದಲ್ಲಿ ನಿರತನಾಗಿದ್ದನು. ಇಸ್ತ್ರಿ ಮಾಡಲಾಗಿದ್ದ ಬಿಳಿ ಅಂಗಿಯ ನೀಡುದಾದ ಗೆರೆಗಳು ಸೇರಿದೆ ಸಭೆಗೆ ಒಂದು ಗಂಭೀರತೆ ಕರುಣಿಸಿದ್ದವು. ಪರಸು ಈಗ ಬಿಸಿಲುಕೋಲಿನ ಗೊಡವೆ ಬಿಟ್ಟು ಇನ್ನೇನು ಸರ್ಕಸ್ ಶುರುವಾಗಬಹುದೆಂಬ ಒಂದೊಳ್ಳೆಯ ಕುತೂಹಲದಲ್ಲಿ ಕಣ್ಣುಗಳನ್ನು ತುಸು ಹೆಚ್ಚೆ ಅರಳಿಸಿಕೊಂಡು ನೋಡತೊಡಗಿದ.

ಕಾರ್ಯಕ್ರಮ ಪ್ರಾರಂಭವಾಯಿತು. ಏಳನೆ ತರಗತಿ ಆಶಾ ನಮೊ ಶಾರದೆ ಹಾಡಿದಳು. ಅವಳ ಹಾಡಿನ ನಂತರ ಶಿಕ್ಷಕರು ಏನೇನೊ ಹೇಳಿದರು. ಪರಸನನ್ನು ಸೆಳೆಯುವ ಮಾತುಗಳೇನು ಆಗಿರಲಿಲ್ಲ ಅವು. ಮಾತು ಮುಗಿದು ಚಪ್ಪಾಳೆ ಶುರುವಾದದ್ದೆ ತಾನು ಕೈ ಜೋಡಿಸಿ ಚಪ್ಪಾಳೆ ಬಾರಿಸಿದ. ವಾಹ್! ಎಂತ ಮಜಾ ಇದೆ ಅನಿಸಿತು. ಮಾತಿನ ಮಧ್ಯೆ ಆಗಾಗ್ಗೆ ಬೀಳುತ್ತಿದ್ದ ಚಪ್ಪಾಳೆಯ ಸುಳಿವು ಹಿಡಿದು ಅವನೂ ತೀರ ಖುಷಿಯಲ್ಲೆ ಚಪ್ಪಾಳೆ ಬಾರಿಸ ತೊಡಗಿದ. ಇಡೀ ಸಭೆಯಲ್ಲಿ ಮೋಜು ಎನಿಸಿದ್ದು ಅದೊಂದೆ ಅವನಿಗೆ. ಶಿಕ್ಷಕರು, ಬಿಳಿ ಪಂಚೆಯವರು ಗಂಭೀರವಾಗಿ ನಿಂತು ಗಾಳಿಯೊಡನೆ ಹೊಡೆದಾಡುವಂತೆ ಕೈಗಳನ್ನು ಆಡಿಸುತ್ತಾ ಮಾತಾಡುತ್ತಿದ್ದದ್ದು ಏನೆಂಬುದು ಪರಸುಗೆ ಸ್ಪಷ್ಟವಾಗುತ್ತಿರಲಿಲ್ಲ. ಸ್ವಾತಂತ್ರ್ಯ, ಹೋರಾಟ, ಗಾಂಧೀಜಿ, ಸುಭಾಷ್ ಚಂದ್ರ ಬೋಸ್, ಸರ್ಕಾರ, ಗುರಿಗಳು.. ಹೀಗೆಯೆ ಪರಸು ಎಂದೂ ಕೇಳಿರದ ಪದಗಳು ಅವನ ಕಿವಿ ಮೇಲೆ ಬೀಳುತ್ತಿದ್ದವು. ಅವು ತನ್ನ ಲೋಕಕ್ಕೆ ಸಂಬಂಧಿಸದವು ಎಂದು ತೀರ್ಮಾನಿಸಿಕೊಂಡು ಚಪ್ಪಾಳೆ ಹೊಡೆಯುವ ಅವಕಾಶಕ್ಕಾಗಿ ಕಾದು ಕೂತಿದ್ದ. ಬರೀ ಅವವೆ ಮಾತುಗಳು ಅವನಿಗೆ ರೇಜಿಗೆ ಹುಟ್ಟಿಸಿದವು. ಎಲ್ಲರ ಬಾಯಲ್ಲಿ ಬರುತ್ತಿದ್ದ ಗಾಂಧೀ ಅನ್ನುವ ಮಾತು ಮತ್ತು ಅಲ್ಲಿ ಇಡಲಾಗಿದ್ದ ಫೋಟೊಗೂ ತಾನೇ ಒಂದು ಸಂಬಂಧ ಕಲ್ಪಿಸಿಕೊಂಡ. ಅವರೇ ಗಾಂಧೀ ಇರಬಹುದೆಂದು ತೀರ್ಮಾನಿಸಲು ಅವನಿಗೆ ಧೈರ್ಯ ಸಾಲಲಿಲ್ಲ. ಇದ್ದರೂ ಇರಬಹುದು ಬಿಡು ಎಂದುಕೊಂಡು ಸುಮ್ಮನಾದ. ಬರೀ ಮಾತುಗಳೇ ತುಂಬಿರುವ ಈ ಸಭೆಯ ಉಸಾಬರಿಯೆ ಬೇಡವೆಂದುಕೊಂಡು ಮತ್ತೆ ತಾನು ಬಿಸಿಲುಕೋಲಿನೊಂದಿಗೆ ಆಟಕ್ಕೆ ಇಳಿದ. ಚಪ್ಪಾಳೆಹೊತ್ತಿಗೆ ಮತ್ತೆ ಸಭೆಗೆ ಹಾಜರಾಗಿ ತಕ್ಷಣವೇ ಬಿಸಿಲುಕೋಲಿನೆಡೆಗೆ ಮರಳುತ್ತಿದ್ದ.

ಸಭೆ ಮತ್ತು ಬಿಸಲುಕೋಲಗಳ ಮಧ್ಯೆದಲ್ಲಿ ಹೊಯ್ದಾಡುತ್ತಿದ್ದ ಪರಸುಗೆ, ಗುರುಗಳೊಬ್ಬರು ಸಭೆಯಿಂದ ಹೆಸರಿಡಿದು ಕೂಗಿದ್ದೇ ಒಂದು ಕ್ಷಣ ಗಲಿಬಿಲಿ ಮೂಡಿತು. ‘ಮೂರನೇ ತರಗತಿ ವಿಭಾಗದಲ್ಲಿ ನೂರು ಮೀಟರ್ ಓಟದಲ್ಲಿ ಪ್ರಥಮ ಸ್ಥಾನ ಪಡೆದ ಪರಸು..’ ಅಂತ ಏನೇನು ಕೇಳಿಸಿಕೊಂಡ ಪರಸು ಮತ್ತಷ್ಟು ಗೊಂದಲಗೊಂಡ. ಈಗ ತಾನೇನು ಮಾಡೋದು ಎಂಬುದು ಅವನಿಗೆ ತೋಚಲಿಲ್ಲ. ‘ಪರಸು ಬಾ ಪರಸು..’ ಎಂದು ಮತ್ತೆ ಮತ್ತೆ ಕೂಗಿದಾಗ ಯಾವುದೊ ಹೊಸ ಜಗತ್ತಿನೊಳಗೆ ನುಗ್ಗುವ ಅನಾಮಿಕನಂತೆ ಎದ್ದು ಸಭೆಯ ಬಳಿ ನಡೆದ. ಎಡಗೈಯಲ್ಲಿ ಎಂದಿನಂತೆ ಜಾರುವ ತನ್ನ ಚಡ್ಡಿ ಹಿಡಿದುಕೊಳ್ಳುವುದನ್ನು ಮರೆಯಲಿಲ್ಲ. ಒಬ್ಬ ಬಿಳಿ ಅಂಗಿ, ಪಂಚೆಯ ಧಡೂತಿಯೊಬ್ಬ ಪರಸುವಿನ ಕೈಗೆ ಒಂದು ಸೀಸಕಡ್ಡಿಯನ್ನು ನೀಡಿದ. ಚಪ್ಪಾಳೆ ಬಿದ್ದವು. ತಾನೂ ಚಪ್ಪಾಳೆ ಬಾರಿಸಬೇಕೊ ಬೇಡವೊ ಎಂಬುದು ಪರಸುಗೆ

ತಿಳಿಯಲಿಲ್ಲ. ಕೈಯಲ್ಲಿ ಸೀಸಕಡ್ಡಿ ಇಲ್ಲದಿದ್ದರೆ ತಾನೂ ಬಾರಿಸಬಹುದಿತ್ತು ಅನಿಸಿತು. ಈ ಕ್ಷಣಕ್ಕೆ ಸೀಸಕಡ್ಡಿಯಾದರೂ ಏಕೆ ನನ್ನ ಕೈಗೆ ಬರಬೇಕಿತ್ತು ಅಂದುಕೊಂಡು ತಿರುಗಿ ಬಂದು ತನ್ನ ಬಿಸಿಲುಕೋಲಿನ ಜಗತ್ತನ್ನು ಹೊಕ್ಕ. ಎಳೆಯ ಬಿಸಿಲುಕೋಲು ಈಗ ತರುಣನಾಗಿತ್ತು.

ಅವನ ಕೈಯಲ್ಲೀಗ ಮೂರು ಇಂಚಿನ ಸೀಸಕಡ್ಡಿಯ ತುಣುಕು ಕೂತಿತ್ತು. ತಪಸ್ಸಿಗೆ ಸಿಕ್ಕ ವರದಂತೆ ಕಾಣಿಸಿತು. ಒಂದು ತುಂಡು ಸೀಸಕಡ್ಡಿಗಾಗಿ ತಾನು ಅಪ್ಪ, ಅವ್ವ ಬಳಿ ಮಾಡಿದ ರಾದ್ಧಾಂತಗಳು ನೆನಪಾದವು. ಅದನ್ನು ಮೇಲೆ ಕೆಳಗೆ, ಆಚೆ ಈಚೆ ತಿರುವಿ ತಿರುವಿ ನೋಡಿದ. ನಟ್ಟ ನಡುವೆ ಬರೆಯುವ ಮಸಿಯ ಕಡ್ಡಿಯನ್ನು ತೂರಿಸಿದ್ಯಾರು? ಮರದ ತುಣಿಕಿನ ಕವಚದ ಒಳಗೆ ಚಿಂತಿಯಿಲ್ಲದೆ ಕೂತಿದ್ದ ಕಪ್ಪನೆಯ ಸಣಕಲು ಕಡ್ಡಿ ಅವನ್ನನ್ನು ಸೆಳೆಯಿತು. ಯಾವ ಮರದ್ದಿದು? ಅಂತ ಮರವೊಂದು ಸಿಕ್ಕರೆ ಎಷ್ಟು ಚೆಂದ! ನಿತ್ಯ ಸೀಸಕಡ್ಡಿಗಳನ್ನು ಹೊಸ ಹೊಸದಾಗಿ ಕತ್ತರಿಸಿಕೊಳ್ಳಬಹುದೆಂದು ಯೋಚಿಸಿದ. ಚಪ್ಪಾಳೆಗಳು, ಹೊಗಳಿಕೆಗಳು ಸಾಗಿಯೆ ಇದ್ದವು. ಈಗ ಅದೆಲ್ಲವನ್ನು ಮರೆತು ಕೈಯಲ್ಲಿದ್ದ ಸೀಸಕಡ್ಡಿಯೊಂದಿಗೆ ಒಂದಾದ. ಈ ಚಪ್ಪಾಳೆಯನ್ನಾದರೂ ಯಾಕೆ ಹೊಡೆಯಬೇಕು? ಯಾರನ್ನೊ ಯಾಕೆ ಪದೇ ಪದೇ ಹೊಗಳಬೇಕು ಎಂಬುದು ಅವನಿಗೆ ಗೊತ್ತಾಗಲಿಲ್ಲ. ಅದರಿಂದ ಒಂದು ಅಂತರವನ್ನು ಕಾಯ್ದುಕೊಂಡೆ ಕೂತಿದ್ದ ಪರಸು. ಸಭೆಯ ಯಾವ ಗೌಜುಗಳೂ ಅವನ ಸೀಸಕಡ್ಡಿಯ ಲೋಕಕ್ಕೆ ಭಂಗ ತರಲಿಲ್ಲ. ಈಗ ಎಲ್ಲರ ಬಳಿಯೂ ಒಂದೊಂದು ಸೀಸಕಡ್ಡಿಗಳೇ! ಈಗ ತಾನು ಮತ್ತು ದೊಡ್ಡ ಬೀದಿಯ ಗುರುಬಸವನೂ ಒಂದೇ ಅಲ್ವಾ? ಅವನ ಬಳಿಯೂ ಇದೆ ಸೀಸಕಡ್ಡಿ, ತನ್ನ ಬಳಿಯೂ ಇದೇ ಸೀಸಕಡ್ಡಿ. ಯಾಕೊ ಮೊದಲ ಬಾರಿಗೆ ಈ ಯೋಚನೆಯಿಂದ ಅವನಿಗೆ ತುಸು ನಿರಾಳವೆನಿಸಿತು.

ಆ ನಿರಾಳತೆಯಲ್ಲೇ ಅವನಿಗೆ ನೆನಪಾಗಿದ್ದು ತನ್ನ ಅಪ್ಪನ ಗಡ್ಡಕ್ಕೆ ನೊರೆ ಹತ್ತಿದ ಚಿತ್ರ. ಬಟ್ಟೆಗೂ, ಮೈಯಿಗೂ ಬಳಕೆಯಾಗುತ್ತಿದ್ದ ಸೋಪು ಅಪ್ಪನ ಗಡ್ಡಕ್ಕೂ ಬಳಕೆಯಾಗುತ್ತಿತ್ತು. ಅವನ ಅಪ್ಪ ಸೋಪನ್ನು ಗಡ್ಡದ ಕೂದಲಿಗೆ ತೀಡಿ ಉಜ್ಜಿ ಉಜ್ಜಿ ನೋರೆ ಬರಿಸಿಕೊಳ್ಳುತ್ತಿದ್ದ. ನೊರೆ ಬರುವ ಸಮಯಕ್ಕೆ ಅವನ ಅಪ್ಪ ಪರಸುನನ್ನು ಕರೆದು ಅಂಗಡಿಗೆ ಅಟ್ಟುತ್ತಿದ್ದ. ಎರಡು ರೂಪಾಯಿ ನೀಡಿ ಬ್ಲೇಡು ತರಲು ಹೇಳುತ್ತಿದ್ದ. ವರ್ಷಕ್ಕೆ ಎರಡೇ ಬ್ಲೇಡು. ಅಪ್ಪ ಗಡ್ಡದ ಮೇಲೆ ಬ್ಲೇಡು ಆಡಿಸಿಕೊಳ್ಳುವಾಗ ಪರಪರ ಸದ್ದು ಜೋರಾಗಿಯೇ ಕೇಳುತ್ತಿತ್ತು. ಆಗಾಗ್ಗೆ ರಕ್ತ ಬಂದಿದ್ದು ನೆನಪಿದೆ. ರಕ್ತ ಬರುವುದು ಕಡ್ಡಾಯವೇ ಇರಬೇಕು ಅಂತ ಭಾವಿಸಿಕೊಂಡಿದ್ದ. ಮನೆಗ್ಹೋಗಿ ಹುಡುಕಿದರೆ ಒಂದು ಬ್ಲೇಡಿನ ತುಣುಕು ಸಿಗಬಹುದು ಮತ್ತು ಆ ಬ್ಲೇಡು ತುಣಿಕಿನಿಂದ ಮೇಷ್ಟ್ರು ಕೆತ್ತುವಂತೆ ತಾನೂ ಸೀಸಕಡ್ಡಿ ಕೆತ್ತಿಕೊಳ್ಳುವುದೆಂದು ಲೆಕ್ಕ ಹಾಕಿದ. ಹಾಗೆ ಕೂತು ಕೂತು

ಅರ್ಥವಾಗದ ಅಸಹನೆಯೊಂದು ಸಭೆಯೆಡೆಗೆ ಮೂಡತೊಡಗಿತು. ಸೀಸಕಡ್ಡಿ ಪಡೆದುಕೊಂಡ ಅನಿವಾರ್ಯಕ್ಕೆ ಇನ್ನೂ ಕೂತಿರಲೇಬೇಕಿತ್ತು. ಬಿಸಿಲಕೋಲು ಈಗ ಕೈಗೆ ಸಿಗದಷ್ಟು ದೂರ ಸಾಗಿತ್ತು. ಸೀಸಕಡ್ಡಿಯೊಂದಿಗಿನ ಲಹರಿಯನ್ನು ಜೋರಾದ ಚಪ್ಪಾಳೆ ಮತ್ತೊಮ್ಮೆ ಅವನನ್ನು ಕೆಡವಿಹಾಕಿತ್ತು. ಚಪ್ಪಾಳೆಯ ಮಗ್ಗುಲಲ್ಲಿ ಸದ್ದು ಹೆಚ್ಚಾಯಿತು. ಬಿಳಿ ಬಟ್ಟೆಯವರು ಎದ್ದು ಹೋದರು. ಶಿಕ್ಷಕರೊಬ್ಬರು ಬಾಗಿಲಲ್ಲಿ ನಿಂತು ಒಬ್ಬೊಬ್ಬರಿಗೆ ಒಂದೊಂದು ಸಿಹಿಯನ್ನು ಮಕ್ಕಳ ಪಾಲಿಗೆ ಅದೃಷ್ಟ ದಯಪಾಲಿಸುವ ಕಾಳಜಿಯಲ್ಲಿ ನೀಡುತ್ತಿದ್ದರು. ಕೈಗೆ ಸಿಕ್ಕ ಸಿಹಿಯನ್ನು ಬಾಯಿಗಿಟ್ಟುಕೊಂಡು ಮನೆಯಡೆಗೆ ಓಡತೊಡಗಿದರು. ಅವರ ಓಟ ಹೇಗಿತ್ತು ಎಂದರೆ ಶಾಲೆ ಅಟ್ಟಿಸಿಕೊಂಡು ಬಂದಿದೆಯೇನೊ? ಎಂದು ಯಾರಾದರೂ ಭಾವಿಸಬಹುದಿತ್ತು. ಪರಸು ಕೈಗೂ ಒಂದು ಸಿಹಿ ದೊರೆಯಿತು. ಇಡೀ ಜನ್ಮಕ್ಕಿರುವ ಏಕೈಕ ರುಚಿ ಈ ಸಿಹಿ ಮಾತ್ರ ಅಂದುಕೊಂಡವನಂತೆ ಗಬಕ್ಕನೆ ಮುಕ್ಕಿ, ಸೀಸಕಡ್ಡಿಯನ್ನು ಅಂಗೈಯಲ್ಲಿ ಜತನವಾಗಿಟ್ಟುಕೊಂಡು ಮನೆಕಡೆ ಹೊರಟ. ಎರಡೂ ತೋಳುಗಳು ಸರತಿಯಲ್ಲಿ ಅವನ ಸೋರುವ ಮೂಗು, ಬೆವರು, ಧೂಳನ್ನು ಒರೆಸುವ ಕಾಯಕದಲ್ಲಿ ನಿರತವಾದವು.

ಮನೆಗೆ ಬಂದವನೇ ಎಂದೊ ಕಳೆದು ಹೋದ ಅದೃಷ್ಟ ಹುಡುಕುವವನಂತೆ ಬ್ಲೇಡು ಹುಡುಕ ತೊಡಗಿದ. ಅರ್ಧಂಬರ್ಧ ಬಣ್ಣ ಉಳಿಸಿಕೊಂಡು, ಪೂರ್ಣ ಪ್ರಮಾಣದ ತುಕ್ಕನ್ನೆ ಬಳಿದುಕೊಂಡ ಒಂದು ತುಣುಕು ಸಿಕ್ಕಿತು. ಇಷ್ಟು ದಿನ ಅವನಿಗೆ ಸಂಬಂಧವೇ ಇಲ್ಲದ ವಸ್ತುವೊಂದು ಇಂದು ಆಪ್ತವಾದಂತಾಗಿ ಪುಳುಕವೆನಿಸಿತು; ನಡುರಸ್ತೆಯಲ್ಲಿ ಬೈಕಿನ ಪೆಟ್ರೋಲು ಖಾಲಿಯಾದಾಗ ಪೆಟ್ರೋಲ್ ತುಂಬಿಸಿಕೊಂಡು ಬರಲು ಎಲ್ಲೊ ಬದಿಯಲ್ಲಿ ಬಿದ್ದಿರುವ ಹಳೆಯ ಪ್ಲಾಸ್ಟಿಕ್ ಬಾಟಲಿಯೊಂದು ಬಂಧುವಾದಂತೆ ಆ ಕ್ಷಣಕ್ಕೆ ಆ ಮುರುಕು ಬ್ಲೇಡು ಅಭಯವನ್ನಿತ್ತಿತ್ತು. ಗಬಕ್ಕನೆ ಎತ್ತಿಕೊಂಡು ಹಿತ್ತಿಲಿನ ಮೂಲೆಯೊಂದರ ಕಲ್ಲಿನ ಮೇಲೆ ಕೂತು ಮಾಸ್ತರ್ ಕೆತ್ತುವಂತೆಯೆ ಹಿಡಿದು ಸೀಸಕಡ್ಡಿಯನ್ನು ಚೂಪು ಮಾಡಲು ಮುಂದಾದ. ಎಂದೊ ಜೀವ ಕಳೆದುಕೊಂಡು ಬರೀ ಶರೀರವನ್ನು ಮಾತ್ರ ಉಳಿಸಿಕೊಂಡಿದ್ದ ತುಂಡು ಬ್ಲೇಡು ಅದರ ಮೇಲೆ ಯಾವ ಪರಿಣಾಮವನ್ನೂ ಬೀರಲಿಲ್ಲ. ಕೊನೆಗೆ ಅವನ ಕೈಯನ್ನಾದರೂ ಒಂಚೂರು ಗಾಯ ಮಾಡಿ ರಕ್ತ ಒಸರುವಂತಾದರೂ ಮಾಡಬೇಕಿದ್ದ ಅದು ನನ್ನಿಂದ ಏನೂ ಸಾಧ್ಯವಿಲ್ಲ ಎಂದು ಘೋಷಿಸಿದಂತಿತ್ತು!

ಅವನ ಕೈಯಲ್ಲಿಂದ ತುಂಡು ಬ್ಲೇಡು ಅವರ ಮನೆಯ ಬದುಕಿನಂತೆಯೆ ಸವೆದು ಹೋಗಿತ್ತು. 'ತನ್ನ ಅಪ್ಪ ಅದರಿಂದ ಹೇಗೆ ತಾನೆ ತನ್ನ ಗಡ್ಡವನ್ನು ತೆಗೆಯುತ್ತಾನೊ?' ಎಂದುಕೊಂಡ. ಅಪ್ಪ ಈಗ ಅವನಿಗೆ ತುಂಬಾ ವಿಶೇಷವೆನಿಸಿದರು. ಈಗ ಮಾಡುವುದೇನು ಎಂದು ಯೋಚಿಸಿದ? ಅವನು ಸುಮ್ಮನಿದ್ದರೂ, ತೂತು ಬಿದ್ದ ಅವನ ಬ್ಯಾಗಿನ ಮೂಲೆಯಲ್ಲಿ ಅವಿತ್ತಿದ್ದ ಸೀಸಕಡ್ಡಿ

ಸುಮ್ಮನಿರಲು ಬಿಡುವಂತಿರಲಿಲ್ಲ. 'ಅಪ್ಪನ ಬಳಿ ಕೊಟ್ಟು ಕೆತ್ತಿಸಿಕೊಂಡರೆ?' ಎಂಬ ಯೋಚನೆಯೂ ಬಂದಿತು. ಬಂದ ಯೋಚನೆಯಿಂದ ಮತ್ತೆ ಅವನು ಮುಂದೆ ಸರಿಯಲಿಲ್ಲ. 'ಇದೆಲ್ಲ ನಿಂಗ್ಯಾಕೆ? ದೊಡ್ಡವನಾದ ಮೇಲೆ ಬರೆಯುವಂತೆ ಕೊಡು" ಅಂತಂದು ಅಪ್ಪ ಎತ್ತಿಟ್ಟುಬಿಟ್ಟರೆ ಅನ್ನುವ ಯೋಚನೆ ಬಂದು ಸುಮ್ಮನಾಗಿಬಿಟ್ಟ. ಅಷ್ಟಕ್ಕೂ ಓದಲು ಬರೆಯಲು ಬರದ ಅಪ್ಪನಿಗೆ ಸೀಸಕಡ್ಡಿಯನ್ನು ಕೆತ್ತಲು ತಾನೆ ಎಲ್ಲಿ ಬರಬೇಕು? ಅನ್ನುವ ಪ್ರಶ್ನೆಯೂ ಮೂಡಿ ಮರೆಯಾಯಿತು.

ಬ್ಲೇಡಿನ ತುಂಡನ್ನು, ಮಗುವನ್ನು ಬಿಟ್ಟು ಹೊರಡುವ ನಿರ್ಧಯಿ ತಾಯಿಯಂತೆ ಅಲ್ಲೆ ಬಿಟ್ಟು ಒಳಗೆ ಬಂದ. ಸೀಸದ ಕಡ್ಡಿಯನ್ನು ಬ್ಯಾಗಿನೊಳಗೆ ನೂಕಿದ. ಒಂದ್ಹೊತ್ತು ಏನೂ ತೋಚದೆ ಸುಮ್ಮನೆ ಕೂತ. ಮತ್ತೆ ಬ್ಯಾಗಿನಿಂದ ಆಚೆ ತೆಗೆದ. ಕೈಯಲ್ಲಿಟ್ಟು ಏನನ್ನೊ ಧ್ಯಾನಿಸುವಂತೆ ಕೂತ. ಧ್ಯಾನ ಫಲಿಸದೆ ಮತ್ತೆ ಅದನ್ನು ಬ್ಯಾಗಿಗೆ ಹಾಕಿದ. ವಿಚಿತ್ರ ತೊಳಲಾಟದಲ್ಲಿ ಎಷ್ಟೊ ಹೊತ್ತು ಕಳೆದ. ಸೀಸಕಡ್ಡಿ ಚೂಪು ಮಾಡಿಕೊಳ್ಳುವ ಒಂದು ಸಣ್ಣ ದಾರಿಯೂ ಕಾಣದೆ ಕಂಗೆಟ್ಟ. ಕಾಡಿನ ಮಧ್ಯೆದಲ್ಲಿ ದಾರಿ ತಪ್ಪಿ ಪರಿತಪಿಸುವ ಚಾರಣಿಗನಂತಾದ.

ಎಷ್ಟೊ ಹೊತ್ತಿನ ಬಳಿಕ ತನ್ನ ಮಾಸ್ತರರ ಬಳಿಗೆ ಒಯ್ದು ಚೂಪು ಮಾಡಿಸಿಕೊಂಡರೆ ಹೇಗೆ? ಎಂಬ ಯೋಚನೆ ಹೊಳೆಯಿತು. ಒಂದು ಕ್ಷಣ ಖುಷಿಯೆನಿಸಿದರೂ ಅದರ ಹಿಂದೆಯೆ ಮತ್ತೊಂದು ಪ್ರಶ್ನೆ ಅವನನ್ನು ಕಟ್ಟಿ ಹಾಕಿತು. ಮಾಸ್ತರು 'ತನ್ನನ್ನು ತಮ್ಮ ಬಳಿ ಬಿಟ್ಟುಕೊಳ್ಳುತ್ತಾರೆಯೆ?' ಎಂದೂ ಅವರ ಹತ್ತಿರವೇ ಹೋಗದ ಅವನಿಗೆ ಈ ಪ್ರಶ್ನೆ ಮೂಡಿದ್ದು ಸಹಜವಾಗಿತ್ತು. ಯಾವೊಂದು ಗೊತ್ತಾಗದೆ ಉಳಿದ ಅದೊಂದೇ ದಾರಿಯನ್ನು ನೆಚ್ಚಿಕೊಂಡು ಸೀಸಕಡ್ಡಿಯ ಮಂಪರಿನಲ್ಲೇ ಇಡೀ ರಾತ್ರಿ ಕಳೆದ.

ಮರುದಿನದ ಸೂರ್ಯ ಅವನ ಪಾಲಿಗೆ ವಿಚಿತ್ರ ಸೋಮಾರಿಯಂತೆ ತೋರಿದ. ಸೂರ್ಯನೇನು ಹೆಳವನೇ? ಯಾಕಿಷ್ಟು ಕುಂಟುತ್ತಾನೆ? ಗಂಟೆಯೊಂದು ದಿನವಾಗಿಯೆ ಕಾಡುತ್ತಲ್ಲ ಎಂಬ ಭಾವದಲ್ಲಿ ತೊಳಲಿದ. ಅಂದು ಒಂದು ಗಂಟೆ ಮುಂಚಿತವಾಗಿಯೆ ಶಾಲೆ ಸೇರಿದ ಪರಸು. ತನಗಿಂತಲೂ ಮೊದಲು ಬಂದಿದ್ದ ಹುಡುಗರ ಸೀಸಕಡ್ಡಿಗಳೆಲ್ಲಾ ಚುಚ್ಚುವಷ್ಟು ಚೂಪಾಗಿದ್ದವು. ಅದೆಲ್ಲವನ್ನು ನೋಡಿದ್ದೆ ಅವನಿಗೆ ದುಃಖ ಉಕ್ಕಿ ಬಂತು. ಹೇಳಲಾಗದ ಸಂಕಟ ಅನುಭವಿಸಿದ. ಶಾಪಗ್ರಸ್ತ ಗಂಧರ್ವನಂತೆ ಹಲುಬಿದ. ಬ್ಯಾಗಿನಲ್ಲಿದ್ದ ತನ್ನ ಸೀಸಕಡ್ಡಿ ನೋಡಿಕೊಂಡ. ಯಾರೂ ಇಲ್ಲದ ಅನಾಥ ಮಗುವಿನಂತೆ ಬಿದ್ದುಕೊಂಡಿತ್ತು. ಎಲ್ಲರೂ ತಮ್ಮ ತಮ್ಮ ಚೂಪು ಸೀಸಕಡ್ಡಿಗಳನ್ನು ತೋರಿ 'ನಿಂದೆಲ್ಲಿ..!?' ಅಂತ ಕೇಳುವಾಗ ಸುಮ್ಮನೆ ಅವರನ್ನು ನೋಡುತ್ತಿದ್ದ.

ಗಂಟೆ ಬಾರಿಸಿದ ಬಳಿಕ ಮೊದಲ ಅವಧಿ ತೆರೆದುಕೊಂಡಿತು. ಮಾಸ್ತರ ಬಳಿ ಒಯ್ದು ಕೆತ್ತಿಸಿಕೊಂಡು ಬರುವುದಕ್ಕೆ ಸಾಕಷ್ಟು ಹಿಂದೇಟು ಹಾಕುತ್ತಲೇ

ಇದ್ದ. ಬ್ಯಾಗಿನೊಳಗಿನ ಸೀಸಕಡ್ಡಿಯನ್ನೂ, ಮಾಸ್ತರರ ಮುಖವನ್ನೂ ಅದಲು ಬದಲಿಸುತ್ತ ನೋಡುತ್ತಲೇ ಇದ್ದ. ಅವನೊಳಗಿನ ಎಲ್ಲಾ ಇಂದ್ರಿಯಗಳು ಅವನಿಗೆ ಕೈಕೊಟ್ಟು ಬೀದಿ ಬಳಿ ತಳ್ಳಿ ಹೋಗಿದ್ದವು. ಸೀಸಕಡ್ಡಿಯನ್ನು ನೋಡಿ ನೋಡಿ ಒಳಗೊಳಗೆ ಪುಟಿದು ನಿಲ್ಲುತ್ತಿದ್ದ. ಎಲ್ಲಿಂದಲೊ ಬಂದ ನಿಗೂಢ ಶಕ್ತಿಯೊಂದನ್ನು ವಶಪಡಿಸಿಕೊಂಡವನಂತೆ ಧೈರ್ಯ ತುಂಬಿಕೊಂಡು ಎದ್ದು ನಿಂತ. ತಣ್ಣನೆಯ ಕೈಯೊಳಗೆ ಕೂತಿದ್ದ ಸೀಸಕಡ್ಡಿ ತನ್ನ ಮುಂದಿನ ಕ್ರಿಯೆ ಬಗ್ಗೆ ಕುತೂಹಲಿಯಾಗಿತ್ತು. ನಿನ್ನೆಯಿಂದ ಅದಮಿಕೊಂಡಿದ್ದ ಸಂಕಟಕ್ಕೆ ವಿರುದ್ಧ ಈಜುವ ಹಠವಾದಿಯಂತೆ ಮಾಸ್ತರ ಬಳಿ ಭರಭರನೆ ನಡೆದ. ಅವರ ಬಳಿಸಾರುತ್ತಲೇ ತನ್ನ ಕಾಲು ಕೈಕೊಡುತ್ತಿವೆ ಅನಿಸಿತು. ಗಂಟಲು ಪಸೆ ಕಳೆದುಕೊಂಡಿತು. ಎದೆ ಡವಡವಗುಟ್ಟಿತು. ಆದರೂ ಸೀಸಕಡ್ಡಿಯನ್ನು ಅವರ ಮುಂದೆ ಹಿಡಿದು ನಿಂತ. ಮಾಸ್ತರು ಅದ್ಯಾವುದೊ ಕೆಲಸದಲ್ಲಿ ಮುಳುಗಿ ಹೋಗಿದ್ದರು. ಒಣಗಿದ ದನಿಯಲ್ಲೇ 'ಸಾ..' ಅಂದ ಪರಸು. ಮಾಸ್ತರು ತಿರುಗಿ 'ಏನು..!?' ಎಂಬಂತೆ ನೋಡಿದರು. ಅವರ ನೋಟವೇ ಭಯ ಹುಟ್ಟಿಸಿತ್ತು. ಭಯದಿಂದ ಸುಮ್ಮನೆ ನಿಂತು ಬಿಟ್ಟ! ಅವರ ಬಳಿ ತಾನು ಹೋದದ್ದು ಯಾಕೆ ಎಂಬುದೂ ಕೂಡ ಮರೆತಂತೆ ಗಲಿಬಿಲಿಗೊಂಡ. ಎರಡು ಬಾರಿ ನೋಡಿದ ಮಾಸ್ತರು 'ಹೋಗು ಹೋಗು.. ಇಲ್ಲೇನು ಕೆಲ್ಸ ನಿಂದು?' ಅಂದು ಬಿಟ್ಟರು. ಅವನಿಗೆ ಮತ್ತೆ ಮಾತೇ ಬರಲಿಲ್ಲ. ಸೀಸಕಡ್ಡಿ ಕೆತ್ತುವುದಕ್ಕೆ ಅವರನ್ನು ಕೇಳುವುದೇ ಬೇಡ ಅನಿಸಿತು. ಹೆಜ್ಜೆಗಳು ಹಿಂದೆ ಸರಿದವು.

ಅವನಿಗೆ ಸೀಸಕಡ್ಡಿಯ ಮೇಲೆ ಶತಮಾನದಿಂದ ಕಾಪಿಟ್ಟುಕೊಂಡಂತಹ ಕೋಪ ಬಂತು. ಪರಸುಗೆ ಯಾಕೊ ಅದರ ಸಹವಾಸ ಸಾಕು ಅನಿಸಿತು. 'ನಾ ಎಲ್ಲಿಯುವನು? ಎಷ್ಟರವನು ಎಂದು ತೋರಿಸಲು ಈ ಮೂರು ಇಂಚಿನ ಸೀಸದ ಕಡ್ಡಿ ಸಾಕೇನು?' ಎಂಬ ಯೋಚನೆ ಬಂದದ್ದೆ ದುಃಖ ಉಮ್ಮಳಿಸಿತು. ಆ ಸೀಸಕಡ್ಡಿ ಅವನ ಬಳಿಗೆ ಅವನದೊಂದು ನೋವಿನ ರೂಪಕವಾಗಿಯೆ ಬಂದಿತ್ತು. ಸೀಸಕಡ್ಡಿ ಮತ್ತು ಅವನ ನಡುವೆ ಬೇರೆ ಯಾವ ವ್ಯತ್ಯಾಸಗಳು ಉಳಿದಿರಲಿಲ್ಲ. ಆ ಕ್ಷಣಕ್ಕೆ ಸೀಸಕಡ್ಡಿಯ ಮೇಲೆ ಅವನಿಗೆ ಜೀಗುಪ್ಸೆಯಾಯ್ತು. ಅದನ್ನು ಬ್ಯಾಗಿನೊಳಗೆ ತಳ್ಳಿ, ಇಣುಕಲು ಕಾದ ಕಣ್ಣೀರ ವಿರುದ್ದ ಯುದ್ದ ಜಾರಿಯಲ್ಲಿಟ್ಟು ಕಪ್ಪು ಹಲಗೆಯನ್ನೇ ತದೇಕಚಿತ್ತದಲ್ಲಿ ನೋಡುತ್ತಾ ಕೂತ. ಅಕ್ಷರಗಳು ಮಸುಕು ಮಸುಕಾಗಿ ಕಾಣಿಸತೊಡಗಿದವು. ಸಂಜೆ ಮನೆಗೆ ಹೋಗುವಾಗ ಹಾದಿಯಲ್ಲಿನ ಒಂದು ಹಾಳು ಬಾವಿಗೆ ಎಸೆಯಲು ಆ ಕ್ಷಣವೇ ನಿರ್ಧರಿಸಿದ. ಎದೆಯೊಳಗೆ ಏನೊ ನಿರಾಳವೆನಿಸಿತು. ಜಾರಿ ಬಿದ್ದ ಎರಡು ಹನಿಗಳನ್ನು ಗಾಳಿ ಜೋರಾಗಿ ಬೀಸಿ ಕಬಳಿಸಿ ಮಾಯವಾಯಿತು. ಪರಸು ಈಗ ಮತ್ತಷ್ಟು ಹಗುರುವಾದ. ಕಪ್ಪು ಹಲಗೆಯ ಮೇಲೆ ಬರೆದ 'ಬಾವಿಯಲ್ಲಿ ಬಿದ್ದ ಚಂದ್ರ...' ಪದ್ಯ ಸ್ಪಷ್ಟವಾಗಿ ಕಾಣಿಸುತ್ತಿತ್ತು.

ಹಾರಿದ ಪುಟ್ಟ ಹಕ್ಕಿಯ ಜಾಡು

ಕಣ್ಣುಗಳಲ್ಲಿ ಬಣ್ಣ ಕಲೆಸಿ ಹೋದವು. ಕಲಾವಿದನ ಪಕ್ಕದಲ್ಲಿ ವಿನಮ್ರವಾಗಿ ಕೂತು ಬಣ್ಣ ತುಂಬಿಕೊಂಡ ತಟ್ಟೆ ಅವನ ಮಗಳ ಚೇಷ್ಟೆಗೆ ಮಗುಚಿದಾಗ ಮೂಡುವ ಚಿತ್ರದಂತೆ ಅವನ ಕಣ್ಣಿಗೀಗ ಜಾತ್ರೆ. ಅದು ಜಾತ್ರೆಯೋ, ಸಂತೆಯೊ ಅದರ ಬಗ್ಗೆ ಅವನಿಗೆ ದಾದು ಇಲ್ಲ. ಒಂದೇ ವಾರದಲ್ಲಿ ಮೂರು ಗುಡಿಗಳ ಬಾಗಿಲು ಕಾದು, ಎರಡನೇ ಜಾತ್ರೆಗೆ ಬಂದು ಮುಳುಗಿದ್ದಾನೆ. ಈ ಕ್ಷಣದ ತುರ್ತಿಗೆ ಅವನಿಗೆ ಅಳಬೇಕು ಅನಿಸಿದೆ. ಅತ್ತರೇನು ಸುರಿಯುವ ಕಣ್ಣೀರನ್ನು ನಾನಲ್ಲದೆ ಮತ್ಯಾರು ಒರೆಸಿಕೊಳ್ಳಬೇಕು! ತಾನೆ ಅತ್ತು, ತಾನೇ ಒರೆಸಿಕೊಳ್ಳುವ ಉಸಾಬರಿಗೆ ಯಾಕೆ ಅಳಬೇಕು? ಅನ್ನುವುದು ಅವನ ಒಂದು ಚಿಂತನೆ. ಒಳಗೆ ದುಃಖ ಮುಂಗಾರು ಮಳೆ. ಹೊರಗೆ ಒಮ್ಮೊಮ್ಮೆ ಚಳಿ ಮತ್ತು ಬಹುಪಾಲು ಬಿಸಿಲು. ಬಣ್ಣಗಳು ಕಲಕಿ ಕಲಕಿ ಈ ಕ್ಷಣಕ್ಕೆ ತನ್ನ ನೋಟ ಕಪ್ಪು ಬಿಳುಪಿಗೆ ಸರಿದರೆ ಸಾಕು ಅನಿಸಿದೆ.

ಬಹುಶಃ ಮನೆಯಲ್ಲಿ ಅಪ್ಪನ ಮದುವೆಯ ಗದ್ದಲ ಮುಗಿದಿರಬೇಕು. ಎರಡನೇ ಮದುವೆಯಲ್ಲಿ ವಾರಗಟ್ಟಲೆ ಸಂಭ್ರಮವಾದರೂ ಎಲ್ಲಿರುತ್ತೆ? ತನಗೆ ಮತ್ತೊಬ್ಬ ಅಮ್ಮನಂತೆ! ಒಬ್ಬರಾದ ಮೇಲೆ ಒಬ್ಬರು ಅಮ್ಮನಾಗುತ್ತಾರಾ? ಚಿಕ್ಕಮ್ಮ ದೊಡ್ಡಮ್ಮನೇನೊ ಸರಿ. ಬರೀ ಅಮ್ಮನೇ ಎರಡೆರಡು ಬಾರಿ, ಎರಡೆರಡು ಪಾತ್ರಗಳಲ್ಲಿ ಬರಬಹುದು ಎಂಬುದು ಅವತ್ತು ಕಮಲಕ್ಕ ಅಂದಾಗಲೇ ಗೊತ್ತಾಗಿದ್ದು. "ಮಗಾ ನಿಂಗೆ ಇನ್ನೂ ಗೊತ್ತಿಲ್ಲೇನು? ಇನ್ನೊಂದು ವಾರಕ್ಕೆ ನಿಂಗೆ ಹೊಸ ಅಮ್ಮ ಬರ್ತಾಳ. ನಿಮ್ಮಪ್ಪ ಮದುವೆಯಾಗ್ತಿದ್ದಾರೆ ತಿಳಿತಾ.." ಅಂದಾಗ ಆಶ್ಚರ್ಯವಾಗಿದ್ದು ನಿಜ. ಅಪ್ಪ ಮದುವೆಯಾದವರೆಲ್ಲ ತನಗೆ ಅಮ್ಮ. ಅಪ್ಪ, ಅಮ್ಮಂದಿರನ್ನು ಉತ್ಪಾದಿಸುವ ಕಾರ್ಖಾನೆಯಂತೆ ಕಂಡರು. ಊರಲ್ಲಿ ಕಂಡ

ಕಂಡವರೆಲ್ಲಾ "ಏನ್ ತೇಜು ನಿಮ್ಮಪ್ಪನ ಮದುವೆಯಂತೆ" ಅಂದಾಗ ಅವನಿಗೆ ಅಳುವೆ ಬರುತ್ತಿತ್ತು. ಅಮ್ಮ ಯಾಕೆ ಸಾಯಬೇಕಿತ್ತು? ತನಗಿಂತ ಅವರಿಗೆ ಅಲ್ಲಿ ಅರ್ಜೆಂಟಾದ್ರೂ ಏನಿತ್ತು? ತಾಯಂದಿರಿಗೆ ಮಕ್ಕಳಿಗಿಂತ ತುರ್ತು ಏನಿರುತ್ತೆ? ಅಮ್ಮ ಹೋಗಬಾರದಿತ್ತು.. ಮನೆಗೆ ಹೊಸ ಅಮ್ಮ ಬರುವ ಗಡಿಬಿಡಿಯ ಮಧ್ಯೆ ಹುಡುಗ ಕಟ್ಟೆಯ ಮೇಲೆ ಕೂತು ಒಳಗೊಳಗೆ ಮಾತಾಡಿಕೊಂಡಿದ್ದ.

ಮನೆ ಮುಂದೆ ಚಪ್ಪರ ಹಾಕುವ ಜನ ಸೇರಿದ್ದರು. ಎಲ್ಲರಿಗಿಂತ ತೇಜುವಿನ ಅಪ್ಪನೇ ಹುರುಪಿನಲ್ಲಿದ್ದರು. ಚಪ್ಪರದ ಗೂಟ ನೆಡಲು ನೆಲ ತೋಡುತ್ತಿದ್ದ ಕರಿಯಪ್ಪ "ಏ ತೇಜು ಬಾರಪ್ಪ ಮಣ್ಣು ತೆಗಿ.." ಅಂದಾಗ ತೇಜು ಗಲಿಬಿಲಿಗೊಂಡ. ಎದ್ದು ಸುಮ್ಮನೆ ನಡೆದು ಗುಣಿಯ ಬಳಿ ಕೂತು ಮಣ್ಣು ತೆಗಿಯ ತೊಡಗಿದ. "ನೋಡಿ ನೋಡಿ.. ಅಪ್ಪನ ಮದುವೆಗೆ ಮಗ ಯಂಗೆ ಚಪ್ಪರದಗುಂಡಿ ಮಣ್ಣು ತೆಗಿತಾನೆ..." ಅಂತ ಯಾರೊ ಮಾತಾಡಿಕೊಂಡಿದ್ದು ಕಿವಿಗೆ ಬಿದ್ದು ಅವನಿಗೆ ನಾಭಿ ಕೆಳಗೆ ಸಣ್ಣಗೆ ನೋವಾದಂತಾಯಿತು. "ಇದೆಲ್ಲ ಯಾರಿಗೆ, ನಂಗಾ? ತೇಜುವಿಗೆ ತಾನೇ? ತೇಜುಗೆ ಅಮ್ಮ ಇರ್ಲಿ ಅಂತ ಮದುವೆಯಾಗ್ತಿದ್ದೀನಿ ಕಣ್ರಪ್ಪ" ಅಂತ ತಂದೆ ಅಂದಾಗ ತೇಜು ಅಲ್ಲಿಂದ ಎದ್ದು ಓಡಿದ. ಹುಡುಗ ಎಲ್ಲೋ ಆಡಿಕೊಳ್ಳಲು ಓಡಿಹೋಯಿತು ಅಂದುಕೊಂಡು ಚಪ್ಪರದ ಕೆಲಸದಲ್ಲಿ ಮುಳುಗಿದರು. ಓಡಿ ಮನೆಯ ಹಿಂದೆ ಬಂದ ತೇಜು. ತೋಳುಗಳನ್ನು ಎತ್ತರಿಸಿ ಮುಖ ಒರೆಸಿಕೊಂಡ. ತೋಳೆಲ್ಲಾ ಒದ್ದೆಯಾಗಿತ್ತು. ಬೆವರೇ ಇಲ್ಲದೆ ತೋಳು ಒದ್ದೆಯಾಗಿದ್ದು ಹೇಗೆ? ಅಂತ ಯೋಚಿಸಿದ. ತನ್ನ ಕಣ್ಣೀರೇ ಅದೆಂದು ಅವನಿಗೆ ಗೊತ್ತಾಗಿರಲಿಲ್ಲ. ನಾಭಿಯ ಕೆಳಗಿನ ಸಂಕಟ ಮುಂದುವರೆದಿತ್ತು.

ಹಿಂದಿನ ಮನೆ ನೀಲಕ್ಕನ ಕಟ್ಟೆಯ ಮೇಲೆ ಸುಮ್ಮನೆ ಕೂತ. ಬೆಳಗಿನ ಎಳೆ ಬಿಸಿಲು ಮೆಲ್ಲಗೆ ಯೌವನ ತುಂಬಿಕೊಳ್ಳತೊಡಗಿತ್ತು. ಆಕಾಶದಲ್ಲಿ ಕಟ್ಟಬೇಕಾದ ಮೋಡಗಳು ಹುಡುಗನ ಎದೆಯೊಳಗೆ ಕಟ್ಟಿದ್ದವು. ಆಕಾಶ ಶುಭ್ರವಾಗಿತ್ತು. ಮೋಡಗಳಿಲ್ಲದ್ದನ್ನು ಕಂಡ ಸೂರ್ಯ ಖುಷಿಗೆ ಮತ್ತಷ್ಟು ಬಿರುಸಾದ. ತೇಜುವಿನ ಮನಸ್ಸಿನಲ್ಲಿ ಬರೀ ಕಪ್ಪು ಮೋಡಗಳೇ ಇದ್ದುದ್ದರಿಂದ ಮುಖದಲ್ಲಿ ಯಾವ ಬೆಳಕು ಕಾಣದಷ್ಟು ಮಂಕಾಗಿತ್ತು. ಯಾವುದೇ ಕ್ಷಣದಲ್ಲಿ ಮಳೆ ಧೊ ಎಂದು ಸುರಿಯಬಹುದಾಗಿತ್ತು.

ನೀಲಕ್ಕನ ಮನೆಯೊಳಗೆ ಆಗ ತಾನೆ 'ಅಕ್ಕಿಶಾಸ್ತ್ರ' ಮುಗಿಸಿ ಬಂದ ಕೇರಿಯ ಹೆಂಗಸರೆಲ್ಲಾ ಕೂಡಿದ್ದರು. ಹೆಂಗಸರು ಸೇರಿದ ಕಡೆ ಮಾತು ಕಡ್ಡಾಯ! ಮಾತೇ ಇಲ್ಲದಿದ್ದರೆ ಅವರ ಆರೋಗ್ಯದ ಕಡೆ ಅನುಮಾನ ಪಡಬೇಕಾದೀತೇನೊ! ಹೊಟ್ಟೆಯಲ್ಲಿ ಸಂಕಟ ತುಂಬಿಕೊಂಡು ಬಂದ ತೇಜು ಊರು, ಕೇರಿ, ಜಗುಲಿ, ಬಿಸಿಲು ಇವುಗಳ ಪರಿವೇ ಇಲ್ಲದೆ ನೋವನ್ನು ಉಣ್ಣುತ್ತಾ ಕೂತಿದ್ದ. ಒಳಗಡೆ

ಮಾತು ಸಾಗಿದ್ದವು. 'ಲಲಿತಕ್ಕ' ಅನ್ನುವ ಮಾತು ಮನೆ ಒಳಗಿನಿಂದ ಆಚೆ ಬಂದು ಅವನ ಕಿವಿ ಬಡಿದಿದ್ದೆ ತೇಜು ತುಸು ಗಂಭೀರನಾದ. ಕುತೂಹಲ ಹೆಚ್ಚಿ ಅತ್ತಕಡೆಯೆ ಗಮನವಿಟ್ಟ. ಹೊರಗೆ ಜಗುಲಿಯ ಮೇಲೆ ತೇಜು ಕೂತಿರುವುದು ಒಳಗಿನ ಹೆಂಗಸರಿಗೆ ಹೇಗೆ ತಿಳಿಯಬೇಕು? ಮಾತುಗಳು ಸುಮ್ಮನೆ ಸುರಿಯುತ್ತಿದ್ದವು.

"ಈ ಮುಂಡೇಗಂಡ ಹೆಂಡತಿ, ಮಗೀನ ತಿರುಪತಿಗೆ ಕರ್ಕೊಂಡು ಹೋದೋನು ಹೆಂಡತಿ ಎಲ್ಲೋ ತಪ್ಪಿಸಿಕೊಂಡ್ಲು ಅಂತ ಬಂದ್ನಲ್ಲ, ಲಲಿತಕ್ಕ ತಪ್ಪಿಸಿಕೊಂಡ್ಲೊ ಇಲ್ಲ, ಇವನೇ ಏನಾದ್ರೂ ಮಾಡಿದ್ನಾ? ಐದಾರು ವರ್ಷ ಆಯ್ತು. ತಪ್ಪಿಸಿಕೊಂಡಿದ್ರೆ ಊರಿಗೆ ಬರ್ತಿರ್ಲೇನು? ತೇಜುಗಾಗಿಯಾದ್ರೂ ಊರಿನ ದಾರಿ ಕಾಣಿಸಿರೋದು. 'ಲಲಿತಕ್ಕ'ನ ಕುರಿತ ಮಾತುಗಳು ಒಳಗಿನಿಂದ ಬರತೊಡಗಿದವು. ತೇಜು ಗಲಿಬಿಲಿಗೊಂಡ. ದಿಗಿಲ ಮೇಲೆ ದಿಗಿಲು.. ಅದರ ಮೇಲೆ ಮತ್ತಷ್ಟು ದಿಗಿಲುಗಳು ಬಂದು ಬಡಿಯತೊಡಗಿದವು. "ಅದು ಹಂಗಲ್ಲ ಶಾಂತಕ್ಕ ಇವನೇ ಬಿಟ್ಟು ಬಂದಿದ್ದಾನೆ ಅನ್ನೋ ಸುದ್ದಿ. ಓಬಳೇಶ್ವರ ಜಾತ್ರೆಯಲ್ಲಿ ಲಲಿತಕ್ಕನ್ನ ನೋಡಿದೆ ಅಂತ ತೋಟದ ಮನೆ ಕುಮಾರ ಹೇಳ್ತಿದ್ದ, ಗುಡಿ ಮುಂದೆ ಭಿಕ್ಷುಕರ ಜೊತೆ ಕೂತಿದ್ಲು ಅಂತ. ಎಷ್ಟು ನಿಜಾನೋ ಸುಳ್ಳೊ ಗೊತ್ತಿಲ್ಲ. ಈ ಮುಂಡೆಗಂಡನ್ನ ನಂಬಗಿಲ್ಲ ಮತ್ತೊಂದು ಮದುವೆ ಆಸೆಗೆ ಅದೇನು ಮಾಡಿದ್ನೊ.." ಲಲಿತಕ್ಕ ಇದ್ದಿದ್ರೆ ತೇಜುಗಾದರೂ ಬರುತ್ತಿದ್ಲು ಅಲ್ವಾ? ಅಂತ ಕೇಳಿದಕ್ಕೆ "ಇಲ್ಲವ್ವೊ ನಾನು ಲಲಿತಕ್ಕನ ಕಣ್ಣಾರೆ ನೋಡಿದೀನಿ ಬೇಕಾದರೆ ನಂಜೊತೆ ಇದ್ದ ಬಸಣ್ಣನ ಕೇಳಿ ನೋಡಿ" ಅನ್ನುವ ಕುಮಾರನ ಮಾತನ್ನು ಕೂಡ ತೆಗೆದು ಹಾಕುವಂತಿರಲಿಲ್ಲ ಅಂದುಕೊಂಡರು. ಬೇರೆಯವರ ಮನೆ ವಿಚಾರ ನಮಗ್ಯಾಕೆ ಅನ್ನುವ ಮಾಮೂಲಿ ಮಾತಿನೊಂದಿಗೆ ಮಾತು ಮುಗಿಸಿ ಎದ್ದರು. ಕೊನೆಯಲ್ಲಿ ತೇಜುವಿನ ಬಗ್ಗೆ ಕನಿಕರ ಪಡುವುದನ್ನು ಮಾತ್ರ ಮರೆಯಲಿಲ್ಲ. ಒಳಗಿನಿಂದ ಹೆಂಗಸರು ಬರುವ ಸದ್ದು ತಿಳಿದಿದ್ದೆ ತೇಜು ಅಲ್ಲಿಂದ ಓಡಿದ. ಮನೆಯ ಕೊಟ್ಟಿಗೆಯ ಬಳಿ ಬಂದು ಕೂತ. ದನಗಳು ಇರಲಿಲ್ಲ. ಮೆಯ್ಯಲು ಹೋಗಿರಬೇಕು. ಅಮ್ಮ ಕೊಟ್ಟಿಗೆಯಲ್ಲಿ ಹಾಲು ಹಿಂಡುತಿದ್ದದ್ದು ನೆನಪಾಯ್ತು. 'ಹಾಗಾದರೆ ಅಮ್ಮ ಇನ್ನೂ ಬದುಕಿದ್ದಾರೆ!' ಈ ಸಾಲನ್ನೇ ಅದೆಷ್ಟು ಬಾರಿ ಹೇಳಿಕೊಂಡನೊ ಏನೊ! "ಅಮ್ಮ ಯಾವಾಗ ಬರ್ತಾರೆ?" ಅಂತ ಕೇಳಿದ್ರೆ "ತೇಜು, ನಿಮ್ಮಮ್ಮ ಬರಲಪ್ಪ. ನನ್ನ, ನಿನ್ನ ಬಿಟ್ಟು ದೂರ ಹೋಗಿ ಬಿಟ್ಟಿದ್ದಾಳೆ" ಅಂತ ಅಪ್ಪ ಹೇಳಿದ ಮಾತುಗಳೆಲ್ಲವೂ ಈಗ ನೆನಪಾಗತೊಡಗಿದವು.

ಹೆಂಗಸರು ಮಾತಾಡಿದ ವಿಚಾರಗಳು ತೇಜುವಿನ ಹೃದಯ ಬಡಿತವನ್ನು ಹೆಚ್ಚಿಸಿದ್ದವು. ತುಂಬಾ ಗಲಿಬಿಲಿಗೊಂಡ. ತಲೆ ತಿರುಗುತ್ತಿರುವ ಅನುಭವ, ಕಣ್ಣು ಮಂಜು ಮಂಜು. ಕೊಟ್ಟಿಗೆಯಲ್ಲಿ ಸುಮ್ಮನೆ ಸ್ವಲ್ಪ ಹೊತ್ತು ಕೂತ. 'ಅಮ್ಮ

ಇನ್ನೂ ಬದುಕಿರಬೇಕು' ಮತ್ತದೆ ಸ್ವಗತಗಳು. ಅಪ್ಪನ ಮೇಲೆ ಜನ್ಮಾಂತರದ ಕಡು ಕೋಪವೊಂದು ಹುಟ್ಟಿಕೊಳ್ಳತೊಡಗಿತು. ತೇಜುಗೆ ದುಃಖ ತಡೆಯಲಾಗಲಿಲ್ಲ. ಮನಸ್ಸಿನೊಳಗೆ ಕಟ್ಟಿದ್ದ ಕಪ್ಪು ಮೋಡಗಳು ನೀರು ಸುರಿಸತೊಡಗಿದವು. ಕೊಟ್ಟಿಗೆಯ ಒಂದು ಮೂಲೆಯಲ್ಲಿ ಕೂತು ಬಿಕ್ಕಳಿಸಿ ಬಿಕ್ಕಳಿಸಿ ಅಳತೊಡಗಿದ.

ತೇಜುವಿಗೆ ಅಮ್ಮನ ಮುಖ ನೆನಪಿಲ್ಲ. ಒಂದ್ವರೆ ವರ್ಷದ ಕೂಸು ಇದ್ದಾಗ ತಿರುಪತಿಗೆ ಹೋದದ್ದೇ ನೆವ. ಅಮ್ಮ ಏನಾದಳೆಂದು ತೀರ ಒಂದ್ವರ ವರ್ಷದ ತೇಜುವಿಗೆ ಹೇಗೆ ಗೊತ್ತಾಗಬೇಕು! "ಮಗೀನ ಇಟ್ಕೊಳ್ಳಿ ಇಲ್ಲೇ ಟಾಯ್ಲೆಟ್ಟಿಗೆ ಹೋಗಿ ಬರ್ತೀನಿ.." ಅಂತ ಹೋದೋಳು ಬರಲೇ ಇಲ್ಲ ಅಂತ ತೇಜುವಿನ ತಂದೆ ಊರಲ್ಲಿ ಹೇಳಿಕೊಂಡು ಓಡಾಡಿದ್ದ. ನೋಡೋಣವೆಂದರೆ ಮನೆಯಲ್ಲಿ ಒಂದೇ ಒಂದು ಪೋಟೋ ಕೂಡ ಇರಲಿಲ್ಲ. ಇದ್ದರೂ ತಂದೆ ಇಲ್ಲ, ಇಲ್ಲ ಅಂತ ಹೇಳಿದನೊ ಯಾರಿಗೆ ಗೊತ್ತು? ಎಷ್ಟೋ ಬಾರಿ ತೇಜು "ಅಮ್ಮ ಹೇಗಿದ್ರು ಹೇಳಪ್ಪ..?" ಅಂತ ಹಠ ಹಿಡಿದಾಗ ತೇಜುನನ್ನು ಕರೆದುಕೊಂಡು ಹೋಗಿ ಕನ್ನಡಿಯ ಮುಂದೆ ನಿಲ್ಲಿಸಿ ನೋಡು ಹೀಗೆ ಇದ್ರು ನಿನ್ನಮ್ಮ ಅಂತ ಹೇಳಿ ಅಲ್ಲಿಗೆ ಅವನ ಅಮ್ಮನ ಆಸೆಯನ್ನು ಮರೆಸುತ್ತಿದ್ದರು ತಂದೆ.

ಊರಲ್ಲೆಲ್ಲಾ 'ತೇಜು ಅವರಮ್ಮನ್ನೆ ಹೊಲ್ತಾನೆ' ಅನ್ನುತ್ತಿದ್ದರು. ಎಲ್ಲಾ ಅವರ ಅಮ್ಮನ ಥರಾನೇ ಅಂತ ಮಾತಾಡಿಕೊಳ್ಳುವುದನ್ನು ಕೇಳಿಸಿಕೊಂಡಿದ್ದ. 'ಅದೇ ಗುಂಗುರು ಕೂದಲು, ಅದೇ ಮುಖ, ಅದೇ ಬಣ್ಣ, ಅದೇ ಮೂಗು, ಆದರೆ ಬಲ ಗೆನ್ನೆ ಮೇಲಿನ ಮಚ್ಚೆ ಮಾತ್ರ ಇಲ್ಲಾ ನೋಡು..' ಅನ್ನುವ ಮಾತುಗಳನ್ನು ಅದೆಷ್ಟು ಬಾರಿ ಕೇಳಿಸಿಕೊಂಡಿದ್ದನೊ..

ಅವನ ಅಳು ಈಗ ನಿಂತಿತು. ಅಮ್ಮ ಬದುಕಿರಬಹುದು. ಬದುಕಿದ್ದರೆ ಮನೆಗೆ ಯಾಕೆ ಬಂದಿಲ್ಲ? ಅಮ್ಮನೇ ಬಿಟ್ಟು ಹೋದರೇ.. ಅಪ್ಪನೆ ಬಿಟ್ಟು ಬಂದನೇ.. ಕುಮಾರಣ್ಣ ಏನ್ ಸುಳ್ಳು ಹೇಳುತ್ತಾನೆಯೇ.. ಸುಳ್ಳು ಹೇಳಿ ಅವನಿಗೇನಾಗಬೇಕು? ಈ ಜಾತ್ರೆಗೆ ಎಲ್ಲಿದ್ರೂ ಅಮ್ಮ ಬಂದೇ ಬರ್ತಾಳೆ. ನಿಮ್ಮ ಅಮ್ಮನಿಗೆ ಓಬಳೇಶ್ವರನ ಮೇಲೆ ಬಾಳ ಭಕ್ತಿ ಕಣೊ ಮಗ ಅಂತ ಅಪ್ಪ ಹೇಳಿದ್ದು ನೆನಪಿತ್ತು. ಹಾಗಾದರೆ ಆ ಜಾತ್ರೆಯಲ್ಲಿ ಅಮ್ಮ ಭಿಕ್ಷುಕರ ಬಳಿ ತನಗೆ ಸಿಗಬಹುದೇನೋ.. ಅನ್ನುವ ವಿಚಿತ್ರ ಯೋಚನೆಗಳು ಅವನನ್ನು ಮುತ್ತಿದವು. ಈ ಯೋಚನೆಗಳಿಂದಲೇ ತೇಜು ಒಂದಷ್ಟು ಗೆಲುವಾದಂತೆ ಕಂಡ.

ಊರಿಂದ ಓಬಳಾಪುರಕ್ಕೆ ಆರೇ ಕಿಲೋಮೀಟರ್. ಕೊಟ್ಟಿಗೆಯಿಂದ ಹೊರಬಂದ ತೇಜು ಓಬಳಾಪುರದ ದಾರಿ ಹಿಡಿದ. ಹೊರಗೆ ಬಿಸಿಲು; ತೇಜುವಿನ ಒಳಗೂ ಬಿಸಿಲೆ! ಒಳಗಿನ ಬಿಸಿಲಿನ ಮುಂದೆ ಅವನಿಗೆ ಹೊರಗಿನ ಬಿಸಿಲು ಬಾಧಿಸಲಿಲ್ಲ. ದಾರಿಯಲ್ಲಿ ಸಿಕ್ಕ ನಂದೀಶಣ್ಣ "ತೇಜು ಎಲ್ಲಿಗಪ

ಬಿಸಿಲಲ್ಲಿ?" ಅಂತ ಕೇಳಿದಾಗ "ಇಲ್ಲೇ ಹೊಲದ ತಾವ ಹೋಗಿ ಬರ್ತೀನಣ್ಣೊ.." ಅಂದು ಹೆಜ್ಜೆ ಚುರುಕುಗೊಳಿಸಿದ. ಸಂಜೆ ಹೊತ್ತಿಗೆ ಓಬಳಾಪುರವನ್ನು ಮುಟ್ಟಿದ. ಜನವೋ ಜನ. ಅಷ್ಟು ಮೊತ್ತದ ಜನನ ಏಕಾಂಗಿಯಾಗಿ ಇದೇ ಮೊದಲ ಬಾರಿ ನೋಡುತ್ತಿದ್ದಾನೆ.

ಭಯವಾಗತೊಡಗಿತು. ಗುಡಿ ಎಲ್ಲಿದಿಯೋ? ಈ ಮೊದಲು ಅಪ್ಪನ ಜೊತೆ ಬಂದಿದ್ದರೂ ದಾರಿ ನೆನಪಿಲ್ಲ. ಕಣ್ಣಿನಲ್ಲಿ ಅಮ್ಮನ ಆಸೆ ಇಟ್ಟುಕೊಂಡು ನಡೆಯತೊಡಗಿದ. "ಅಣ್ಣ ಗುಡಿಯೆಲ್ಲಿ?" ಅಂತ ಕೇಳುತ್ತಾ ಕೇಳುತ್ತಾ ಓಬಳೇಶ್ವರ ಗುಡಿಯ ಮುಂದೆ ಬಂದು ನಿಂತ. ದೇವಸ್ಥಾನಕ್ಕೆ 201 ಮೆಟ್ಟಿಲು. ಮೆಟ್ಟಿಲ ಇಕ್ಕೆಲುಗಳಲ್ಲಿ ಭಿಕ್ಷುಕರಿದ್ದರು. ನೆಗ್ಗಿದ ಬದುಕಿನಂತಹ ತಟ್ಟೆಗಳು ಅವರ ಮುಂದೆ. ಕೊಳೆ ಬಟ್ಟೆ, ಕೆದರಿದ ಕೂದಲು, ಕೈ ಕಾಲು ಕಣ್ಣುಗಳ ವೈಕಲ್ಯತೆಗಳು ಎಲ್ಲವೂ ಆ ಸಾಲಿನಲ್ಲಿ ಕೂತಿದ್ದವರ ಬಳಿ ಇದ್ದವು. ತೇಜು ಪರದಾಡತೊಡಗಿದ. ಮೆಟ್ಟಿಲುಗಳನ್ನು ಹತ್ತುತ್ತ ಸಾಲಿನಲ್ಲಿ ಕೂತವರ ಬಳಿ ಅಮ್ಮನನ್ನು ಹುಡುಕತೊಡಗಿದ. ಅಮ್ಮನ ಮುಖವನ್ನು ನೋಡಿದರೆ ತಾನೇ ಗುರುತಿಸಲು ಸಾಧ್ಯ? ಸಾಲಿನಲ್ಲಿದ್ದ ಹೆಂಗಸರ ಮುಖವನ್ನು ನೋಡುತ್ತಾ.. ಇಲ್ಲ ಇಲ್ಲ ಇವರಲ್ಲ.. ಅವರಿರಬಹುದಾ? ನನ್ನಷ್ಟೇ ಬಣ್ಣ ಇದೆ ಆದರೆ ಕೂದಲು ಅಮ್ಮನ ತರಹ ಇಲ್ಲ.. ಹೀಗೆ ಹುಡುಕುತ್ತಾ 201ನೇ ಮೆಟ್ಟಿಲು ಮುಟ್ಟಿದ. ತೇಜುಗೆ ನಿರಾಸೆಯಾಯಿತು. ಅವಸರದಲ್ಲಿ ಸರಿಯಾಗಿ ಹುಡುಕದೆ ಬಂದಿರಬಹುದೆಂದು ಮತ್ತೆ ಇಳಿಯುತ್ತಾ ಹುಡುಕಲು ಆರಂಭಿಸಿದ. ಎರಡು ಬಾರಿ ಅಮ್ಮ.. ಅಮ್ಮ.. ಅಂತ ಕೂಗಿದ. ಭಕ್ತಿಯ ಗುಂಗಿನಲ್ಲಿದ್ದ ಯಾರಿಗೂ ಅವನ ಕೂಗು ಕೇಳಲಿಲ್ಲ. ಸಾಗುತ್ತಿರುವ ಭಕ್ತರ ಮುಖಗಳನ್ನು ನೋಡುತ್ತಾ ಭಿಕ್ಷೆಗೆ ಕಾಯುತ್ತಿರುವ ಭಿಕ್ಷುಕರ ಗಮನ ಕೂಡ ಹುಡುಗನ ಕಡೆ ಹರಿಯಲಿಲ್ಲ. 'ಅಮ್ಮ.. ಅಮ್ಮಾ.. ಅನ್ನುತ್ತಾ ಮತ್ತೆ ಕೊನೆಯ ಮೆಟ್ಟಿಲ ಬಳಿ ಬಂದು ನಿಂತ.

'ಅಣ್ಣಾ ಇಲ್ಲಿ ಕೂತಿದ್ದರಲ್ಲ ಭಿಕ್ಷೆ ಬೇಡೊರು ಅಂತವರು ಮತ್ತೆಲ್ಲಿ ಇರ್ತಾರೆ' ಅಲ್ಲೇ ಹೋಗುತ್ತಿದ್ದ ಒಬ್ಬನನ್ನು ಕಾಡಿ ಕೇಳಿದ ತೇಜು. ಹುಡುಗನನ್ನು ವಿಚಿತ್ರವಾಗಿ ನೋಡಿದ ಆತ ಸಂತೆಯಲ್ಲಿ, ಬೇರೆ ಬೇರೆ ಗುಡಿ ಮುಂದೆ, ಜಾತ್ರೆಯಲ್ಲಿ ಇರ್ತಾರಪ್ಪ.. ಅನ್ನುತ್ತಾ ಹೊರಟು ಹೋದ. ಅಮ್ಮ ಇಲ್ಲಿಗೆ ಬಂದಿರಲಿಕ್ಕಿಲ್ಲ ಅನಿಸಿತು ಅವನಿಗೆ. ಇಂದು ಗುಡಿಯ ಮೂಲೆಯಲ್ಲೇ ಮಲಗಿ ಬೆಳಗು ಹರಿಸಿದ. ಅವನ ಪಾಲಿಗೆ ಮನೆಯ ಆಸೆ ತೀರಿತ್ತು.

ಹುಡುಕಾಟದಲ್ಲಿ ಏಳು ದಿನಗಳು ಕಳೆದು ಹೋದವು. ಸಂತೆಗಳಲ್ಲಿ, ಜಾತ್ರೆಗಳಲ್ಲಿ, ಗುಡಿಗಳಲ್ಲಿನ ಭಿಕ್ಷುಕರ ಮುಖಗಳಲ್ಲಿ ಅಮ್ಮನನ್ನು ಹುಡುಕಿ ಹುಡುಕಿ ಸೋತ. ಹುಡುಕುತ್ತಾ ಹುಡುಕುತ್ತಾ ಎಲ್ಲಾ ಭಿಕ್ಷುಕಿಯರು ತಾಯಂದಿರೆ ಅನ್ನಿಸತೊಡಗಿದರು. "ಬಾರಪ್ಪ ಯಾರು ಬೇಕಿತ್ತು? ಅಮ್ಮ ಕಳೆದು ಹೋದ್ಲೇನು?

ನೀನೆ ಕಳ್ಕೊಂಡಿದ್ಯ ಈ ಜಾತ್ರೆಯಾಗೆ?' ಅಂತ ಮಾತಾಡಿಸಲು ಬಂದರೆ ಭಯಗೊಂಡು ಅವರಿಂದ ದೂರ ಉಳಿಯುತ್ತಿದ್ದ.

ಬೆಳಗ್ಗೆಯಿಂದ ಮನಸ್ಸು 'ಇಂದು ಅಮ್ಮ ಸಿಕ್ತಾಳೆ ಬಿಡು' ಅನ್ನುತ್ತಲೇ ಇತ್ತು. ಆದರೆ ಜಾತ್ರೆ ಮಾತ್ರ ಅವನ ಕಣ್ಣಿನೊಳಗಿನ ಬಣ್ಣಗಳನ್ನು ಕಲಕುತ್ತಿತ್ತು. ಅಮ್ಮ ಸಿಕ್ಕಿದ್ರೆ ಸಾಕು ಈ ಜಾತ್ರೆಗಳಿಂದ ದೂರ ಹೊರಟು ಹೋಗಿ ಬಿಡಬೇಕು ಅನಿಸುತ್ತಿತ್ತು. ಜಾತ್ರೆ ಎಂದರೆ ಅವನ ಪಾಲಿಗೆ ಅಮ್ಮ ಸಿಗದ ಬೇಸರಗಳೇ ಆಗಿದ್ದವು. ಜಾತ್ರೆಗಳು ಕೂಡ ಅಪ್ಪನಂತೆಯೆ ಬರೀ ಮೋಸ. ಜಾತ್ರೆಗಳಿಗೆ ಇಷ್ಟೊಂದು ಬಣ್ಣಗಳು ಇದ್ದರೇನು ಬಂತು? ಅಮ್ಮನನ್ನು ಕೊಡದ ಮೇಲೆ. ಇಷ್ಟೆಲ್ಲಾ ಯೋಚನೆಗಳ ಮಧ್ಯೆ ಹಾದಿ ಸವೆಸಿ ಕಲ್ಲಪ್ಪನ ಗುಡಿ ಮುಂದೆ ಬಂದು ನಿಂತ. ಇಂದು ಇಲ್ಲಿ ಕಲ್ಲಪ್ಪ ದೇವರ ಜಾತ್ರೆ. ಅಮ್ಮನನ್ನು ಹುಡುಕಿಕೊಂಡು ಭಿಕ್ಷುಕರ ಬಳಿ ನಡೆದ.

ದೇವಸ್ಥಾನ ಹೊರಗೆ ಒಂದೇ ಸಾಲಿನಲ್ಲಿ ಕೂತಿದ್ದ ಭಿಕ್ಷುಕರನ್ನು ನೋಡಿದ. ಹತ್ತಿರ ಹೋಗಿ ಒಬ್ಬೊಬ್ಬರ ಮುಖಗಳನ್ನು ನೋಡುತ್ತಾ ಹೋದ. ಸಾಲಿನ ತುದಿಯ ದೇವಸ್ಥಾನ ಬಳಿಯಲ್ಲಿ ಒಬ್ಬ ಭಿಕ್ಷುಕ ಹೆಂಗಸಿದ್ದಳು. ಕೆಂಪು ಬಣ್ಣ, ಗುಂಗುರುಗೂದಲು, ಪೂರ್ತಿ ಮಾಸಿಹೋದ ಬಟ್ಟೆ, ಎದುರಿಗೊಂದು ಅಲುಮಿನಿಯಂ ತಟ್ಟೆ. ಇವರೇ ಅಮ್ಮನಿರಬಹುದೆಂಬ ಯೋಚನೆಗಳು ಹುಟ್ಟಿಕೊಂಡವು. ಮೆಟ್ಟಿಲುಗಳನ್ನು ಏರುತ್ತಾ 'ಅಮ್ಮ ಅಮ್ಮ..' ಅನ್ನ ತೊಡಗಿದ. ಅವನ ಕೂಗು ಜಾತ್ರೆರೋಧನವಾಯಿತು. ತನ್ನನ್ನೆ ನೋಡುತ್ತಿದ್ದ ಹುಡುಗನನ್ನು ಆಕೆ ತದೇಕಚಿತ್ತದಿಂದ ನೋಡಿದಳು. ಅವಳು ಅದೇ ದೇವಸ್ಥಾನದಲ್ಲಿ ಬಹು ವರ್ಷದಿಂದ ಇದ್ದವಳು. ಜನರ ಬಾಯಲ್ಲಿ ಅವಳೀಗ ಹುಚ್ಚಿ. ಹಗಲು ರಾತ್ರಿಗಳಲ್ಲಿ ಅವಳ ಬಾಯಿಂದ ಮಗನೇ.. ಅನ್ನುವ ಪದ ಬಿಟ್ಟು ಬೇರೆ ಕೇಳಿದವರಿಲ್ಲ. 'ಪಾಪ ಮಗನನ್ನು ಕಳೆದುಕೊಂಡಿರಬೇಕು' ನೋಡಿದವರು ಒಂದು ಷರಾ ಬರೆದು ಹೋಗುತ್ತಿದ್ದರು.

ತೇಜುವನ್ನು ನೋಡಿದ್ದೆ ಆ ಹೆಂಗಸು ಮಗನೇ.. ಅನ್ನುತ್ತಾ ಅರಚತೊಡಗಿದಳು. ಅವಳ ವಿಚಿತ್ರ ಕೂಗಿಗೆ ಜನ ಹುಚ್ಚಿ ಹುಚ್ಚಿ ಅನ್ನುತ್ತಾ ದೂರ ಓಡಿದರು. ತೇಜು ಕೂಡ ಹೆದರಿ ದೂರ ಸರಿದು ನಿಂತ. ಅವಳು ಎದ್ದು ತೇಜು ಕಡೆ ಓಡ ಬರತೊಡಗಿದಳು. ತೇಜು ಭಯಗೊಂಡು ಓಡತೊಡಗಿದ. ಓಡಿ ಓಡಿ ಜಾತ್ರೆಯ ಜಗದೊಳಗೆ ಮರೆಯಾದ.. ಆ ಹೆಂಗಸನ್ನು ಹಿಡಿದು ತಂದು ಜನ ರೂಮಿನಲ್ಲಿ ಕೂಡಿ ಹಾಕಿದರು. ಜಾತ್ರೆ ಬಣ್ಣಗಳನ್ನು ಚೆಲ್ಲುತ್ತಲೇ ಇತ್ತು. ಹುಡುಗ ಈಗ ಜಾತ್ರೆಯಿಂದ ಜಾತ್ರೆಗೆ ಅಮ್ಮನನ್ನು ಹುಡುಕಿಕೊಂಡು ಓಡುತ್ತಲೇ ಇದ್ದಾನೆ.

ಕನಸಿನಲ್ಲಿ ಸುರಿದ ಕೆಂಪು ಮಳೆ

'ಎಷ್ಟು ಅಂತ ಹೇಳೋದು ನಿಂಗೆ ನಮ್ಜೊತೆ ಬರ್ಬೇಡ ಅಂತ; ಅರ್ಥ ಆಗಲ್ವ? ಇರು ಇರು ಅಲ್ಲೇ ಹೊರಗಿರು...' ಮೊನಚಾದ ಆಯುಧನಂತಹ ಈ ಮಾತುಗಳು ಕೊನೆಯ ಬೆಂಚಿನಲ್ಲಿ ಕೂತ ಗೀತಳ ಮೇಲೆ ಸತತವಾಗಿ ದಾಳಿ ಮಾಡುತ್ತಲೇ ಇದ್ದವು. ಸುಮಾರು ಹತ್ತು ನಿಮಿಷಕ್ಕೂ ಮೊದಲು ತರಗತಿಯ ಹುಡುಗಿಯರೆಲ್ಲಾ ಶೌಚಾಲಯಕ್ಕೆ ಹೋದಾಗ ಸ್ವತಃ ಗೀತಳ ಗೆಳತಿಯರೇ ಅವಳ ಮೇಲೆ ಈ ಮಾತುಗಳನ್ನು ಎಸೆದು ಜೋರಾಗಿ ನಕ್ಕು ಅವಮಾನಿಸಿದ್ದರು. ಇಡೀ ಜಗತ್ತಿನಲ್ಲಿ ಆ ಕ್ಷಣಕ್ಕೆ ಎಲ್ಲಾ ಸದ್ದುಗಳು ಅಳಿಸಿ ಹಾಕಿದ ದೇವರು ಆ ಮಾತುಗಳನ್ನಷ್ಟೇ ಅಸ್ತಿತ್ವದಲ್ಲಿಟ್ಟಿದ್ದಾನೆ ಎನಿಸುತಿತ್ತು. ಮತ್ತೆ ಮತ್ತೆ ಅವೇ ಮಾತುಗಳು ಚಾಚು ತಪ್ಪದೆ ಅವಳ ಎದೆಗೆ ಬಡಿಯುತ್ತಿದ್ದವು. ಕಡಲ ಅಲೆಯಲ್ಲಿ ಮುಳುಗಿದ ಪ್ರವಾಸಿಗ ಬದುಕಲು ಕಾಲು ಬಡಿಯುವಂತೆ ಕತ್ತು ಹಿಸುಕುತ್ತಿದ್ದ ಈ ಮಾತುಗಳ ನೋವಿನ ಮಡುವಿನಲ್ಲಿ ಬಿದ್ದು ಒದ್ದಾಡುತ್ತಿದ್ದಳು. ಪಾರಾಗಲು ಕೈಕಾಲು ಬಡಿಯುತ್ತಿದ್ದಳು.

ಗಣಿತ ಮಿಸ್ ಬಿಡಿಸಿ ಬಿಡಿಸಿ ಅಳಿಸುತ್ತಿದ್ದ ಲೆಕ್ಕಗಳು ಕಪ್ಪು ಹಲಗೆಯಿಂದ ಯಾವಾಗ್ಲೊ ಬಿಡುಗಡೆ ಪಡೆದು ಮಕ್ಕಳ ನೋಟ್ ಬುಕ್ಕಿನಲ್ಲಿ ಉಸಿರಾಡುತ್ತಿದ್ದವು. ಲೆಕ್ಕ ವಿವರಣೆಯ ಮಾತುಗಳಲ್ಲಿ ಅರ್ಧ ಮಕ್ಕಳ ಕಿವಿಗೂ, ಇನ್ನರ್ಧ ಕಿಟಕಿಯ ಆಚೆ ಕಾದು ನಿಂತ ಗಾಳಿಗೂ ಹಂಚಲ್ಪಡುತ್ತಿದ್ದವು. ಸೀಮೆಸುಣ್ಣ ನುಣುಪಾದ ಕರಿಹಲಗೆಯ ಮೇಲೆ ಕರಗುವಾಗ ಹೊರಡುತ್ತಿದ್ದ ಸಣ್ಣನೆಯ ಕಿರ್ ಕಿರ್ ಸದ್ದು ಮತ್ತು ಮಿಸ್ ಬಾಯಲ್ಲಿ ಬರುತ್ತಿದ್ದ ಲೆಕ್ಕದ ಉದ್ದುದ್ದ ಮಾತುಗಳನ್ನು ಹೊರತುಪಡಿಸಿ ಇಡೀ ತರಗತಿ ಮೌನವಾಗಿತ್ತು. ಕೊನೆಯ ಬೆಂಚಿನಲ್ಲಿ ಕೂತ ಗೀತ ಈ ಲೆಕ್ಕದ ಜಗತ್ತಿನಿಂದ ಆಚೆ ಇದ್ದಳು. ಮುಂದಿಟ್ಟುಕೊಂಡಿದ್ದ ನೋಟ್

ಬುಕ್ಕು ಖಾಲಿಯಿತ್ತು. ಏನನ್ನೂ ಬರೆದುಕೊಳ್ಳದೆ ತನ್ನನ್ನು ಮುಳುಗಿಸಿ ಮುಳುಗಿಸಿ ಏಳುಸುತ್ತಿದ್ದ ಆ ಎರಡು ತುಂಡು ಮಾತುಗಳಲ್ಲಿ ಮುಳುಗಿ ಪರದಾಡುತ್ತಿದ್ದಳು. ಮಿಸ್ ಹೇಳುತ್ತಿದ್ದ ಯಾವ ವಿವರಣೆಯೂ ಅವಳನ್ನು ಮುಟ್ಟುತ್ತಿರಲಿಲ್ಲ. ತನ್ನ ತುಟಿಯ ಮೇಲೆ ತನ್ನದೆ ಹಲ್ಲಿನ ಗುರುತುಗಳು ಮೂಡಿಸಿದ್ದ ಗೆರೆಗಳು ಈಗ ಸಡಿಲವಾಗಿದ್ದರೂ ಮನಸು ತಿಳಿಯಾಗಿರಲಿಲ್ಲ. ಅದು ತಿಳಿಯಾಗುವುದೂ ಆಗಿರಲಿಲ್ಲ. ಗಂಟಲಿನಲ್ಲಿ ಒತ್ತಿ ಬಂದಿದ್ದ ದುಃಖವನ್ನು ಹೊರ ಹಾಕಲು ದಾರಿ ಕಾಣದೆ ತುಟಿ ಕಚ್ಚಿ ಅದುಮಿಕೊಂಡು ಮಾತ್ರೆಯೊಂದನ್ನು ನುಂಗಿ ಮುಖ ಕಿವುಚಿಕೊಳ್ಳುವಂತೆ ಮುಖ ಮಾಡಿ ನುಗ್ಗಿ ಬಂದ ಅಳುವಿನ ಪ್ರವಾಹಕ್ಕೆ ತುಟಿಗಳನ್ನು ಅಡ್ಡ ಇಟ್ಟು ಗೆಲ್ಲುವ ಪ್ರಯತ್ನ ಮಾಡಿದ್ದಳು. ಸುಮ್ಮನೆ ಮರೆಯಾದಂತೆ ಭಾಸವಾದ ಆ ದುಃಖ ಅವಳ ತುಟಿ ಮೇಲೆ ತನ್ನ ಗುರುತು ಮೂಡಿಸಿಯೇ ಹೋಗಿತ್ತು.

ಎಷ್ಟೊ ಹೊತ್ತಿನಿಂದ ಗಮನಿಸುತ್ತಿದ್ದ ಗಣಿತ ಮಿಸ್ 'ಗೀತಾ ಸ್ಟಾಂಡ್ ಅಪ್.. ಯಾಕೆ ಒಂಥಾರ ಇದೆಯಾ? ಏನಾಯ್ತು?' ಎಂದಿನ ವರಸೆಯಲ್ಲಿ ಕೇಳಿದ್ದರು. ಅವರ ಮಾತಿನಲ್ಲಿ ಕಾಳಜಿ ಮತ್ತು ಸಣ್ಣ ಅನುಕಂಪವಿತ್ತು. ಎದ್ದು ನಿಂತ ಗೀತ ಯಾವ ಪದವನ್ನು ಖರ್ಚು ಮಾಡದೆ ಸುಮ್ಮನೆ ನಿಂತಿದ್ದಳು. ಮಿಸ್ ದನಿ ಎತ್ತರಿಸಿ ಕೇಳಿದರೂ ತಲೆ ಬಗ್ಗಿಸಿಕೊಂಡು ಸುಮ್ಮನಿದ್ದಳು. ಇಡೀ ತರಗತಿ ಮೌನದಲ್ಲಿ ತೋಯ್ದು ಹೋಗಿತ್ತು. ತನ್ನದೇ ತರಗತಿಯ ಯಾವ ಸಹಪಾಠಿ ಹುಡುಗಿಯರನ್ನೂ ನೋಡುವ ಧೈರ್ಯ ಅವಳಿಗಿರಲಿಲ್ಲ. ಮತ್ತೊಮ್ಮೆ ಜೋರು ದನಿಯಲ್ಲಿ ಗದರಿದ ಮಿಸ್ಸಿನ ಅಬ್ಬರಕ್ಕೆ ಗೀತಳ ಕಣ್ಣುಗಳಲ್ಲಿ ನೀರು ಬಳಬಳ ಉದುರಿತು. 'ಎಂಟನೇ ಕ್ಲಾಸಿಗೆ ಬಂದಾಗ ಎಷ್ಟು ಚೂಟಿ ಇದ್ದೆ. ಈಗೇನಾಯ್ತು ನಿಂಗೆ. ಈಗ ನೀನು ಹತ್ತನೆ ಕ್ಲಾಸ್. ಬಿ ಸಿರಿಯಸ್..' ಅನ್ನುವ ಮಿಸ್ಸಿನ ಮಾತು ಇನ್ನು ಪೂರ್ಣಗೊಳ್ಳುವ ಮುನ್ನವೇ ಉಳಿದ ಹುಡುಗಿಯರು ಕಿಸಕ್ ಎಂದು ನಕ್ಕಬಿಟ್ಟರು. ಅವಳ ಸಹಪಾಠಿ ಹುಡುಗಿಯರ ನಗು ಮತ್ತು ಮಿಸ್ಸಿನ ಜೋರು ಮಾತು ಗೀತಳನ್ನು ಮತ್ತಷ್ಟು ಇರಿದವು. ಕಣ್ಣೀರು ದಟ್ಟವಾಯಿತು.

ಕಣ್ಣೀರಿನಿಂದ ತುಸು ಗಲಿಬಿಲಿಯಾದ ಮಿಸ್ಸು 'ಅಮೇಲೆ ನೀ ಸ್ಟಾಫ್ ರೂಮಿಗೆ ಬಂದು ನನ್ನ ಕಾಣು..' ಅಂತ ಹೇಳಿ ತರಗತಿ ಮುಂದುವರೆಸಿದರು. ಕತ್ತು ಅಲ್ಲಾಡಿಸಿ ಅವಳು ಕೂತು ಬಿಟ್ಟಳು. ತನ್ನ ಮುಂದಿನ ಬೆಂಚಿನ ಇಬ್ಬರು ಹುಡುಗಿಯರು ಏನೊ ಪಿಸಿ ಪಿಸಿ ಮಾತನಾಡಿಕೊಂಡ ಸದ್ದು ಅವಳ ಕಿವಿ ತಟ್ಟಿತು. ಅಸ್ಪಷ್ಟ ಮಾತುಗಳು ಅವಳನ್ನು ಮುಟ್ಟಲಿಲ್ಲ. ಆದರೆ ಆ ಮಾತುಗಳು ತನ್ನ ಬಗ್ಗೆಯೆ ಇದ್ದವೆಂಬುದು ಅವಳಿಗೆ ಸ್ಪಷ್ಟವಿತ್ತು. ಸಣ್ಣಗೆ ಬೆವರಿದಳು. ಹನಿಗಳು ಹಣೆಯ ಮೇಲೆ ಸಾಲುಗಟ್ಟಿದವು. ಇಡೀ ಜಗತ್ತಿನ ಮುಂದೆ ತಪ್ಪಿತಸ್ಥ ಕಟಕಟೆಯಲ್ಲಿ ನಿಂತ ಅಪರಾಧಿ ತಾನು ಎನಿಸಿತು ಅವಳಿಗೆ.

ಮನಸ್ಸನ್ನು ಎಷ್ಟೇ ತಹಬದಿಗೆ ತಂದುಕೊಂಡು ತರಗತಿಯಲ್ಲಿ ಮುಳುಗಲು ಯತ್ನಿಸಿದರೂ ಅವಳಿಂದ ಸಾಧ್ಯವಾಗುತ್ತಿರಲಿಲ್ಲ.. 'ಹೋಗೋದಾದ್ರೆ ನಮಗಿಂತ ಮುಂಚೆ ಹೋಗು, ಇಲ್ಲ ಅಂದ್ರೆ ಅಮೇಲೆ ಹೋಗು..' ಯಾವುದೊ ಕಾಲದ ಪಳೆಯುಳಿಕೆಯಂತಿದ್ದ ತಿಂಗಳುಗಟ್ಟಲೆ ನೀರು ಕಾಣದ ಮುರುಕು ಶಾಲಾ ಶೌಚಾಲಯದ ಮುಂದೆ ನಿಂತು ಅವಳದೇ ತರಗತಿಯ ಚೈತ್ರ ಜೋರು ಮಾಡಿ ಆಚೆ ನಿಲ್ಲಿಸಿದ್ದಳು. ಅದಕ್ಕೆ ಜೊತೆಯಾಗಿ ರಮಣಿ ಕೂಡ 'ನೀನೇನು ಹುಡುಗಿ ನಾ ಹ್ಮಂ?..' ಅಂದು ಮಿಕಿಮಿಕಿ ನೋಡಿದ್ದಳು. ಸಂಕಟಗೊಂಡ ಅವಳ ಮುಖ ನೋಡಿ ಎಲ್ಲಾ ಹುಡುಗಿಯರು ಜೋರಾಗಿ ನಕ್ಕಿದ್ದರು.ಅವಳು ಅವಮಾನದಿಂದ ಕಂಗಾಲಾಗಿ ನಿಂತಲ್ಲೇ ಗರಬಡಿದಂತೆ ನಿಂತು ಬಿಟ್ಟಿದ್ದಳು. ಅಳು ಧಾರೆ ಧಾರೆಯಾಗಿ ಸುರಿಯುತ್ತಿತ್ತು. ಎಂದೂ ಜೊತೆಗಿರುತ್ತಿದ್ದ ಲಕ್ಷ್ಮಿಯೂ ಕೂಡ ಇವಳ ಸಂಗ ತೊರೆದಿದ್ದಳು.

ಆ ಮಾತುಗಳು ಮತ್ತು ಅವರ ವರ್ತನೆ ಅವಳನ್ನು ತೀವ್ರವಾಗಿ ಘಾಸಿಗೊಳಿಸಿದ್ದವು. ತರಗತಿಯಲ್ಲಿ ಬಂದು ಕೂತರೂ ಮತ್ತೆ ಮತ್ತೆ ಅದೇ ಮಾತುಗಳು ತಿರುಗಿ ತಿರುಗಿ ಗಾಯವಾದ ಅದೇ ಜಾಗಕ್ಕೆ ಬಡಿದು ಬಡಿದು ಇನ್ನಷ್ಟು ನೋವು ದಯಪಾಲಿಸುತ್ತಿದ್ದವು.

ಕೊಂಕು ಮಾತು, ಹಿಂದಿನಿಂದ ಆಡಿಕೊಂಡು ನಗುವುದು, ಅವಳನ್ನು ಒಂಟಿ ಮಾಡಿ ಓಡಾಡುವುದು ಇಂತಹ ಹತ್ತೆಂಟು ನಡಾವಳಿಗಳಿಗೆ ಹಲವು ದಿನಗಳಿಂದ ನೊಂದಿದ್ದ ಗೀತಳಿಗೆ ಇಂದು ಶೌಚಾಲಯದ ಮುಂದೆ ಒಂಟಿಯಾಗಿ ನಿಲ್ಲಿಸಿ ಅವರು ಮಾತ್ರ ಒಳಗಿ ಹೋದದ್ದು ಅವಳ ಎದೆಗೆ ಕಲ್ಲಿನಿಂದ ಜೋರಾಗಿ ಬಡಿದಂತಾಗಿತ್ತು. ಅವಮಾನದಲ್ಲಿ ಬೆಂದು ಹೋಗಿದ್ದಳು. ಈ ರಾತ್ರಿಯೇ ಈ ಜಗತ್ತಿನಿಂದ ಯಾರಿಗೂ ಹೇಳದೆ ಹೊರಟು ಹೋಗಿಬಿಡಬೇಕು ಅನ್ನುವ ಯೋಚನೆಗಳು ಆಗಾಗ ತಲೆಯಲ್ಲಿ ಬಂದು ಹೋಗುತ್ತಿದ್ದವು. ಸಾಯುವ ಯೋಚನೆ ಬಂದಾಗ ಎದೆಯೊಳಗೆ ಸಣ್ಣ ಸಮಾಧಾನವಾದಂತಾಗುತ್ತಿತ್ತು.

* * *

ಸಂಜೆ ಮನೆ ಕಡೆ ನಡೆಯುವ ಹಾದಿಯಲ್ಲಿ ಅವಳ ಪ್ರತಿ ಹೆಜ್ಜೆಗೂ ಮನಸ್ಸು ಬರೀ ಅದನ್ನೇ ಯೋಚಿಸುತ್ತಿತ್ತು. ತುಂಬಿದ ರಸ್ತೆಯಲ್ಲಿ ನಡೆಯುತ್ತಿದ್ದರು ಇಡೀ ಜಗತ್ತಿನಲ್ಲಿ ತಾನೊಬ್ಬಳೇ ಇದ್ದಿನೇನೊ ಎನ್ನುವಂತೆ ಗಲಿಬಿಲಿಗೊಂಡಿದ್ದಳು. ಜನರ ಮಾತುಗಳು, ವಾಹನಗಳ ಸದ್ದು, ರಸ್ತೆಯ ಗುಜುಗುಜು ಅವಳಿಗೆ ಕೇಳಿಸುತ್ತಲೇ ಇರಲಿಲ್ಲ. ಅವವೇ ಮಾತುಗಳು ಮತ್ತೆ ಮತ್ತೆ ಮನಸಿನೊಳಗೆ ಅನುರಣಿಸಿದಾಗ ಮತ್ತಷ್ಟ ಅವಮಾನದಿಂದ ಕುಗ್ಗಿಹೋಗುತ್ತಿದ್ದಳು. ಅಮ್ಮನ ಬಳಿ ಈ ಎಲ್ಲವನ್ನೂ ಹೇಳಿಕೊಳ್ಳುವ ಯೋಚನೆ ಬಂತಾದರೂ ಅವೊತ್ತು

ಅಜ್ಜಿಯ ಮನೆಯಲ್ಲಿ ನಡೆದ ಘಟನೆ ನೆನಪಾಗಿ ಬೇಡ ಅನಿಸಿತು. ನಿಂತಲ್ಲೇ ತಲ್ಲಣಿಸಿದಳು. ಅಮ್ಮ ಈಗಾಗಲೇ ಬೇಸರದಲ್ಲಿದ್ದಾಳೆ. ಇದನ್ನು ಹೇಳಿ ಮತ್ತಷ್ಟು ಬೇಸರ ತರಿಸುವುದು ಸರಿಯಲ್ಲ ಎಂದು ಯೋಚಿಸಿಕೊಂಡಳು.

ಸಾಧ್ಯವಾದಷ್ಟು ಮನೆಯಲ್ಲಿ ಏನೂ ಆಗಿಯೇ ಇಲ್ಲವೇನೊ ಎಂಬಂತೆ ಇರಬೇಕು ಅಂತ ನಿರ್ಧರಿಸಿದಳು. ನಾನು ಶಾಲೆಗೆ ಹೋಗಲ್ಲ ಅಂತ ಹಠ ಮಾಡಬಹುದು ಅದಕ್ಕಾಗಿ ಅಮ್ಮನಾದರೂ ಏನು ಮಾಡಿಯಾಳು? ಅವಳ ಕೈಯಲಾದರೂ ಏನಿದೆ? ಇದೇ ವಿಚಾರಕ್ಕೆ ಹೋದ ಕಡೆಯಲೆಲ್ಲಾ ಅಮ್ಮನಿಗೂ ಪ್ರಶ್ನೆಗಳು ಎದುರಾಗುತ್ತವೆ. ನನ್ನ ಕಡೆಯಿಂದ ಅಮ್ಮನಿಗೂ ಹಿಂಸೆ ಎಂದು ಯೋಚಿಸುತ್ತಲೇ ಮತ್ತಷ್ಟು ದುಃಖ ಉಕ್ಕಿಬಂತು. ನಡುರಸ್ತೆಯಲ್ಲಿ ನಿಂತು ಬಿಕ್ಕಿ ಬಿಕ್ಕಿ ಅತ್ತಳು. ತನನ್ನು ಯಾರಾದರೂ ನೋಡಿಯಾರು ಎಂಬ ಅಳಕು ಕೂಡ ಅವಳಿಗಿರಲಿಲ್ಲ. ಅದವಳಿಗೆ ಬೇಕಾಗಿಯೂ ಇರಲಿಲ್ಲ. ಬೇಡವೆಂದರೂ ಕಳೆದ ತಿಂಗಳು ಅಜ್ಜಿಮನೆಯಲ್ಲಿ ನಡೆದ ಆ ಘಟನೆ ಮತ್ತೆ ಮತ್ತೆ ನೆನಪಾಯ್ತು.

'ಅದ್ಯಾಕೆ ಗೀತ ಇಷ್ಟು ವರ್ಷ ಆದ್ರೂ ನೀರು ಹಾಕ್ಸಿಕೊಂಡಿಲ್ವಲ್ಲ..!?' ಅಂತ ಅಮ್ಮನನ್ನು ಅತ್ತೆ ತಿವಿಯುವಂತೆ ಕೇಳಿದ್ದರು. ಅಮ್ಮನಿಗೆ ಏನೂ ಹೇಳಲು ಗೊತ್ತಾಗದೆ ಸಪ್ಪೆ ಮುಖದಲ್ಲಿ ಗೀತಗಳನ್ನು ನೋಡಿದ್ದರು. ಅಮ್ಮನ ಮುಖದಲ್ಲಿನ ಸಂಕಟವನ್ನು ಗೀತ ಸ್ಪಷ್ಟವಾಗಿಯೇ ಓದಿಕೊಂಡಿದ್ದಳು. ಜನರು ಯಾಕೆ ಯಾವಾಗಲೂ ನಾಲಿಗೆಯ ಮೇಲೆ ಬೆಂಕಿ ಇಟ್ಟುಕೊಂಡೆ ಮಾತು ಉಗುಳುತ್ತಾರೆ ಅನಿಸುತ್ತಿತ್ತು ಅವಳಿಗೆ. ಅವಳ ಅತ್ತೆಯ ಆ ಪ್ರಶ್ನೆಯಿಂದ ಅಲ್ಲೊಂದು ವಿಲಕ್ಷಣ ಮೌನ ಹುಟ್ಟಿಕೊಂಡಿತು. ಯಾರೂ ಅದನ್ನು ಮುರಿಯುವ ಪ್ರಯತ್ನ ಮಾಡಲಿಲ್ಲ. ಅಜ್ಜಿಮನೆ ಪಕ್ಕದ ಪಾರಕ್ಕ 'ಆಗೋದಾಗ್ರಿದ್ರೆ ಇಷ್ಟ್ರಲೇ ಆಗ್ಬೇಕಿತ್ತು ಬಿಡು. ನಮ್ಮ ಮೈದ್ನನ ಮಗಳಿಗೆ ಹೀಗೆ ಆಗಿತ್ತು ಆಸ್ಪತ್ರೆಗೆ ತೋರ್ಸಿದ್ರು. ಶರೀರದ್ದಾಗ ಅದೇನೊ ಹೆಣ್ಣಿಂದು ಕಮ್ಮಿ ಐತೆ ಅಂದಿದ್ರು. ಆಗಂಗಿಲ್ಲ ಹೋಗಂಗಿಲ್ಲ. ಹೆಣ್ಣು ಹೆಣ್ಣಲ್ಲದೆ ಹಂಗೆ ಹ್ಯಾಗೆ ಬದುಕೊಕೆ ಆದಾತು..!?' ಹಸಿ ಮೌನಕೆ ಹೊಗೆ ಏಳುವಂತೆ ಬೆಂಕಿ ತಾಕಿಸಿ ಕೂತರು. ಗೀತಳಿಗೂ ಅವರ ಅಮ್ಮನಿಗೂ ಒಟ್ಟಿಗೆ ಸೇರಿಸಿ ಬೆಂಕಿ ಹಚ್ಚುವಂತೆ ಕಿಡಿ ಉದುರಿಸಿದ್ದರು. ಗೀತಳಿಗೆ ವಿಲವಿಲ ಒದ್ದಾಡುವಂತಾಗಿತ್ತು; ಅಳುತ್ತಾ ಆಚೆ ಬಂದಿದ್ದಳು. ಬೇಸರಗೊಂಡ ಗೀತಳ ಅಮ್ಮ ಮತ್ತು ಗೀತ ಅಜ್ಜಿ ಮನೆಯಲ್ಲಿ ಉಣ್ಣದೆ ಆಗಿಂದಾಗ್ಗೆ ಎದ್ದು ಹೊರಟು ಬಂದಿದ್ದರು.

ಮರುದಿನವೇ ಗೀತಳನ್ನು ಅವರಮ್ಮ ಶಿವಮೊಗ್ಗಕ್ಕೆ ಕರೆದುಕೊಂಡು ಹೋಗಿ ದೊಡ್ಡಾಸ್ಪತ್ರೆಯ ಮಹಿಳಾ ವೈದ್ಯರ ಮುಂದೆ ನಿಲ್ಲಿಸಿದ್ದಳು. ಹತ್ತಾರು ಪರೀಕ್ಷೆ ಮಾಡಿ ಕೊನೆಗೆ ಡಾಕ್ಟರ್ 'ಅಂತದ್ದೇನೊ ಪ್ರಾಬ್ಲಂ ಇಲ್ಲ. ಆದರೆ ಇಷ್ಟು ದಿನಕ್ಕೆ ಆಗುತ್ತೆ ಅಂತ ನಿಖರವಾಗಿ ಹೇಳೋಕೆ ಆಗಲ್ಲ. ಯಾವಾಗ್ಲೊ ಒಮ್ಮೆ

ಆಗುತ್ತೆ. ಅವಳಿಗೆ ಹೆಚ್ಚು ಒತ್ತಡ ಕೊಡಬೇಡಿ..' ಅಂತ ಹೇಳಿ ಒಂದಷ್ಟು ಮಾತ್ರೆ ಬರೆದುಕೊಟ್ಟಿದ್ದರು. ಏನೂ ಪ್ರಾಬ್ಲಂ ಇಲ್ಲ ಅನ್ನುವ ಮಾತು ಕೇಳಿ ಅಮ್ಮನಿಗೆ ತುಸು ಸಮಾಧಾನವಾದಂತಾಗಿತ್ತು. ನಡು ಮಧ್ಯಾಹ್ನ ಹೋಟೆಲ್ ನಲ್ಲಿ ಇಡ್ಲಿ ತಿನ್ನುವಾಗ ಅಮ್ಮ ಮಗಳ ಕೈಯನ್ನು ಮೃದುವಾಗಿ ಹಿಡಿದು ಪಿಸು ಮಾತಿನಲಿ 'ಬಾಳ ಬೇಸರಾಗ್ಬೇಡವ.. ನಮಕೈಲಿ ಏನ್ಯೆತಿ. ಐದು ಬೆರಳು ಒಂದೆ ಸಮ ಏನು. ಒಬ್ರಿಗೆ ಬೇಗ ಆಕೇತಿ ಒಬ್ರಿಗೆ ತಡ ಆಕೇತಿ. ಮನಸ್ಸಿಗೆ ಹಚ್ಕೊಂಡು ಊಟ ನಿದ್ರಿ ಓದು ಹಾಳಗ ಬಿಡಬೇಡವ ಮಗಳಾ..' ಎದೆಯೊಳಗೆ ದುಃಖ ಮಡುಗಟ್ಟಿದ್ದರು ಒಂದು ಮಾತಿಗೂ ಅದರ ಲೇಪ ಹತ್ತದ ಹಾಗೆ ಮಗಳಿಗೆ ಹೇಳಿ ತಲೆ ಸವರಿದ್ದಳು. ಒಂದೊಂದು ಹೆಜ್ಜೆಗೆ ಒಂದೊಂದೂ ನೆನಪು ಕಾಡಿ ಕಾಡಿನ್ಯಾಗ ಹಾದಿ ಮರೆತಂತೆ ಕಳವಳ ಆಯ್ತು ಅವಳಿಗೆ. ದುಗುಡಗಳನ್ನು ನುಂಗಿಕೊಳ್ಳುತ್ತಾ ನಿಧಾನಕ್ಕೆ ಮನೆಕಡೆ ಹೆಜ್ಜೆ ಹಾಕತೊಡಗಿದಳು. ಈಗೀಗ ಅವಳ ಮನೆಯ ಹಾದಿ ಒಂಟಿಯೇ. ಒಂಬತ್ತನೇ ತರಗತಿಯಲ್ಲಿರುವಾಗ ಜೊತೆಯಾಗಿದ್ದ ಲಕ್ಷ್ಮಿ ಈಗ ತನ್ನೊಂದಿಗೆ ಬರುತ್ತಿಲ್ಲ ಎಂಬುದು ಅವಳಿಗೆ ಸೋಜಿಗವೇನು ಅನಿಸಿಲ್ಲ. ಇಡೀ ತರಗತಿಯೇ ನನ್ನೊಂದಿಗೆ ಇರಲು ಬಯಸದಿರುವಾಗ ಪಾಪ ಆ ಲಕ್ಷ್ಮಿ ಆದರೂ ಏನು ಮಾಡಿಯಾಳು ಅಂದುಕೊಂಡು ಹೆಜ್ಜೆ ಸವೆಸಿದ್ದಳು.

* * *

ಮರುದಿನ ಬೆಳಗ್ಗೆ ಸ್ನಾನ ಮುಗಿಸಿ ಬಂದು, ಹಾಕಿಕೊಳ್ಳಲು ಬಟ್ಟೆ ಹುಡುಕ ತೊಡಗಿದಳು. ತುಸು ದೊಗಳೆಯಾಗಿರುವ ಸಮವಸ್ತ್ರದಲ್ಲಿ ಅವಳಿಗೊಂದು ಸಮಾಧಾನ ಇರುತ್ತಿತ್ತು. ಆದರೆ ಇವತ್ತು ಬುಧವಾರವಾಗಿರುವುದರಿಂದ ಬಣ್ಣದ ಬಟ್ಟೆ ತೊಡಬೇಕಾಗಿದೆ. ಇಷ್ಟದ ಜೀನ್ಸ್ ಮತ್ತು ಟಾಪ್ ತೊಡುವ ಆಸೆಯಾದರೂ ಅದನ್ನು ತಗ್ದು ಪಕ್ಕದಲ್ಲಿಟ್ಟಳು. ಹಿಂದೊಮ್ಮೆ ಇದೆ ಬಟ್ಟೆ ಹಾಕಿಕೊಂಡು ಹೋದಾಗ ಖಿನ್ನತೆಯಿಂದ ಇಡೀ ದಿನ ಬಳಲುವಂತಾಗಿತ್ತು. ಎಲ್ಲಾ ಹುಡುಗಿಯರು ತುಸು ಬಿಗಿಯಾದ ಬಣ್ಣದ ಬಟ್ಟೆಯಲ್ಲಿ ಬಂದಿದ್ದರು. ಸಹಪಾಠಿ ಹುಡುಗಿಯರ ಎಲ್ಲರ ಎದೆಗಳು ಉಬ್ಬಿಕಾಣುತ್ತಿದ್ದವು. ದುಂಡು ದುಂಡು ಮೊಲೆಗಳು ಅವರಿಗೆಷ್ಟು ಲಕ್ಷಣವಾಗಿವೆ ಅಲಾ.. ಅಂದುಕೊಂಡು ತನ್ನ ಎದೆ ನೋಡಿಕೊಂಡಿದ್ದಳು. ಸಪೂರಾಗಿದ್ದ ಎದೆ ಅವಳನ್ನು ದಿನವಿಡೀ ಇಂಚಿಂಚು ಕೊಲ್ಲುತ್ತಿತ್ತು. ದಿನಪೂರ್ತಿ ಎಲ್ಲಾ ಹುಡುಗಿಯರ ಎದೆನೋಡುವುದು ಮತ್ತು ತನ್ನದನ್ನು ನೋಡಿಕೊಳ್ಳುತ್ತಾ ಸಂಕಟದಲ್ಲೇ ದೂಡಿದ್ದಳು. ಋತುಮತಿಯಾದವರಿಗೆ ಮಾತ್ರ ಮೊಲೆಗಳು ದಪ್ಪಾ ಆಗುತ್ತವೆಯೇನೊ..!? ನನ್ನ ಸಪೂರ ಎದೆ ನೋಡಿ ಈಗ ತನ್ನ ತರಗತಿಯ ಗೆಳತಿಯರಿಗೆ ಮಾತ್ರ ಗೊತ್ತಿರುವ ಈ ವಿಷಯ ಇಡೀ ಶಾಲೆಗೆ ಹರಡಿದರೆ

ಹೇಗೆ ಎಂಬ ವಿಚಿತ್ರ ದಿಗಿಲಿನಲ್ಲಿ ತೊಳಲಾಡಿದ್ದಳು. ಕೈಗೆ ಸಿಕ್ಕ ಆ ಜೀನ್ಸ್ ಮತ್ತು ಟಾಪ್ ನ್ನು ಕಡು ಕೋಪದಲ್ಲಿ ಬೀಸಿ ಎಸೆದಳು.

'ಅಮ್ಮಾ.. ಇವತ್ತೊಂದಿನ ಮನೆಯಲ್ಲಿಯೇ ಇರ್ತೀನಿ ಪ್ಲೀಸ್..' ಅಂದು ಬಿಟ್ಟಳು. ಅವಳ ಮಾತಿನಲ್ಲಿ ಸಿಡುಕು ಮತ್ತು ಹತಾಶೆಗಳಿದ್ದವು. ಆಶ್ಚರ್ಯದಿಂದ ನೋಡಿದ ಅವಳ ಅಮ್ಮ ಯಾಕೆ? ಏನು? ಅಂತ ಕೇಳಲಿಲ್ಲ. ಇಲ್ಲ ನೀನು ಹೋಗಲೇ ಬೇಕು ಅನ್ನುವ ಹಠ ಹಿಡಿಯಲಿಲ್ಲ. 'ಆಯ್ತು ಬಿಡವ ಮಗಳಾ.. ಮನೆಗಿರು. ನಾಳೆ ಹೋಗುವಂತೆ..' ಅಂದು ಅವಳ ಮನಸಿಗೆ ಸಮಾಧಾನ ಮಾತುಗಳನ್ನು ಉಣ್ಣಿಸಿದ್ದಳು. ಅವತ್ತು ಇಡೀ ದಿನ ಗೀತ ಮಲಗಿಯೇ ಇದ್ದಳು. ಮನೆ ತುಂಬಾ ಗಲಗಲ ಎಂದು ಓಡಾಡಿಕೊಂಡಿರುತ್ತಿದ್ದ ಮಗಳು ಹೀಗೆ ಖಿನ್ನಳಾಗಿ ಮಲಗಿಯೇ ಇರುವುದನ್ನು ಕಂಡು ಅವಳ ಅಮ್ಮ ಮಮ್ಮಲ ಮರುಗಿದಳು. ಅಡುಗೆ ಮನೆಯಲ್ಲಿ ಮಗಳಿಗೆ ಗೊತ್ತಾಗದೆ ಸದ್ದಿಲ್ಲದೆ ಬಿಕ್ಕಳಿಸಿದಳು.

* * *

ಮತ್ತೆ ಮರುದಿನದ ತರಗತಿಯಲ್ಲಿ ಆಟದ ಮೇಷ್ಟ್ರು ಅವಳನ್ನು ನಿಲ್ಲಿಸಿ 'ಯಾಕೆ ನೀನು ನಿನ್ನೆ ಬಂದಿರಲಿಲ್ಲ?' ಎಂದು ಜೋರು ಮಾಡಿದರು.ಆಟದಲ್ಲಿ ಎಲ್ಲರಿಗಿಂತ ಮುಂದಿದ್ದ ಅವಳ ಮೇಲೊಂದು ಅಕ್ಕರೆಯಿತ್ತು ಅವರಿಗೆ. ಕತ್ತು ಬಗ್ಗಿಸಿ ನಿಂತ ಅವಳು ಏನನ್ನೂ ಹೇಳದೆ ಮೌನವಾಗಿದ್ದಳು. 'ನೂರು ಮೀಟರು ಓಟದ ಸ್ಪರ್ಧೆಗೆ ಆಯ್ಕೆ ಇತ್ತು ನಿನ್ನೆ. ನಮ್ಮ ಶಾಲೆಯಿಂದ ನೀನಲ್ಲದೆ ಬೇರೆ ಯಾರೂ ಅಷ್ಟು ಓಡುವವರಿಲ್ಲ. ಹುಡುಗರಿಗಿಂತ ಚೆನ್ನಾಗಿ ಓಡ್ತಿಯ ನೀನು. ಇನ್ಮೇಲೆ ಆಟದ ದಿನ ತಪ್ಪಿಸಿಕೊಳ್ಳಬೇಡ..' ಅಂದಾಗ ಇಡೀ ತರಗತಿಯ ಹುಡುಗಿಯರು ಒಮ್ಮೆಲೆ ಗೊಳ್ಳ್ ಎಂದು ನಕ್ಕರು. ಆಟದ ಮೇಷ್ಟ್ರು ಜೋರು ಮಾಡಿ ಗದರಿಸಿ ತರಗತಿಯನ್ನು ಗಂಭೀರಗೊಳಿಸಿದರು. ಮತ್ತೆ ಗೀತಳ ಕಣ್ಣಲ್ಲಿ ನೀರಾಡಿತು.

'ನಾನು ಆಟಕ್ಕೆ ಬರಲ್ಲ ಸರ್...' ಅನ್ನುವ ಸಾಲನ್ನು ಹೇಳಲು ಎಷ್ಟೆ ತಾಲೀಮು ಮಾಡಿಕೊಂಡರು ದುಃಖದಿಂದ ಬಿಗಿದುಕೊಂಡಿದ್ದ ಗಂಟಲು ಅದಕ್ಕೆ ಆಸ್ಪದ ಕೊಡಲೇ ಇಲ್ಲ.

'ನೋಡು ನೀನು ಇನ್ನು ಮೆಚ್ಯೂರ್ಡ್ ಆಗಿಲ್ಲ.. ಹುಡುಗರ ತರಹವೇ ಇದಿ. ಅದ್ಕೆ ಹುಡುಗರಷ್ಟೆ ಓಡ್ತಿ.. ಇನ್ಮೇಲೆ ನೀನು ನಮ್ ತರಹ ಹುಡುಗಿ ಆಗಲ್ಲ ಬಿಡು..' ಅಂತ ಸದಾ ಪಕ್ಕದಲ್ಲಿ ಕೂತಿರುತ್ತಿದ್ದ ಗೆಳತಿ ದಿವ್ಯ ಅಂದಾಗ ಅವಳಿಗೆ ತಲೆ ತಿರುಗಿದಂತಾಯಿತು. ಇಲ್ಲ ಇಲ್ಲ ನಾನು ಸತ್ತೆ ಹೋಗ್ಬೇಕು, ಇಂತಹ ಅವಮಾನಗಳಲ್ಲಿ ಬದುಕಬಾರದು ಅಂತ ಅವತ್ತೀಡಿ ಯೋಚಿಸುತ್ತಾ ಕೂತಿದ್ದಳು.

ಪ್ರತಿ ಯೋಚನೆಯ ಅತ್ತ ತುದಿಯಲ್ಲಿ ಅಮ್ಮ ಕೂತಿದ್ದರಿಂದ ಯೋಚಿಸಿ ಯೋಚಿಸಿ ಮುಂದೆ ಹೋದಂತೆ ಅಮ್ಮನನ್ನು ನೋಡಿ ವಾಪಸಾಗುತ್ತಿದ್ದಳು.

ಸರಿಯಾಗಿ ಮೂರನೇ ಪಿರಿಯಡ್‌ಗೆ ವಿಜ್ಞಾನ ಶಿಕ್ಷಕಿ ಮತ್ತು ಅವರೊಂದಿಗೆ ಆರೋಗ್ಯ ಇಲಾಖೆಯವರು ಬಂದಿದ್ದರು. ಹೆಣ್ಣು ಮಕ್ಕಳ ತಿಂಗಳ ಮುಟ್ಟಿನ ಮಾಹಿತಿ ಮತ್ತು ಆರೋಗ್ಯದ ಕಾಳಜಿ ಮೂಡಿಸುವ ಕಾರ್ಯಕ್ರಮ ಅದು. ಆ ವಿಜ್ಞಾನ ಶಿಕ್ಷಕಿ ಹುಡುಗರೆನ್ನೆಲ್ಲಾ ಆಚೆ ಕಳುಹಿಸಿದರು. ಮತ್ತು ಹುಡುಗಿಯರಲ್ಲಿ ಯಾರು ಇದುವರೆಗೂ ಮುಟ್ಟಾಗಿಲ್ಲ ಅವರು ಕೂಡ ಹೊರಗೆ ಹೋಗಿ ಎಂದು ಹೇಳಿದರು. ಹುಡುಗರು ಆಗಲೇ ಹೋಗಿಯಾಗಿತ್ತು. ಇಡೀ ತರಗತಿಯಲ್ಲಿ ಗೀತ ಬಿಟ್ಟರೆ ಉಳಿದವರೆಲ್ಲಾ ಈಗಾಗಲೇ ಋತುವಾದವರು. ಇಡೀ ತರಗತಿಯಲ್ಲಿ ತಾನೊಬ್ಬಳೇ ಎದ್ದು ಆಚೆ ಹೋಗುವುದು ಮುಜುಗರವಾದಂತಾಗಿ ಅವಳು ಸುಮ್ಮನೆ ಕೂತಿದ್ದಳು. ಮೊದಲ ಬೆಂಚಿನ ನಾಗರತ್ನ 'ಮಿಸ್ ಗೀತ ಇದುವರೆಗೂ ಮೆಚ್ಯೂರ್ಡ್ ಆಗಿಲ್ಲ.. ಆದರೆ ಕೂತೇ ಇದ್ದಾಳೆ ನೋಡಿ' ನಾಲಿಗೆ ಕತ್ತಿಯನ್ನು ಸಿಕ್ಕಿಸಿಕೊಂಡೆ ಹೇಳಿದಳು. ಶಿಕ್ಷಕಿಗೆ ಸಣ್ಣಗೆ ರೇಗಿತು.

'ಗೀತ ಆಗ್ಲೇ ಹೇಳಿದ್ದು ಅರ್ಥ ಆಗ್ಲಿಲ್ವ? ಮತ್ತೆ ಹೇಳ್ಬೇಕಾ? ಹೋಗು ಹೊರಗೋಗು..' ಎಂದು ತುಸು ಜೋರಾಗಿ ಹೇಳಿದರು.

ತೀರ ಅವಮಾನವಾದಂತಾಗಿ ಎದ್ದು ಆಚೆ ಬಂದು ಮರದ ಕಡೆಗೆ ನಡೆದಳು. ಅದು ಆಕೆ ಎಂದೂ ಕೂರುತ್ತಿದ್ದ ಮರದ ಕೆಳಗಿನ ಜಾಗ ಅದು. ಇಡೀ ಮೈದಾನದ್ದಲಿದ್ದ ಏಕೈಕ ಮುತ್ತುಗದ ಮರ. ಬೇರೆ ಬೇರೆ ಮರಗಳಿದ್ದರೂ ಅವಳಿಗೆ ಆ ಮುತ್ತುಗದ ಮರವೇ ಹೆಚ್ಚು ಪ್ರಿಯವಾದದ್ದಾಗಿತ್ತು. ದುಃಖವಾದಾಗ, ಖುಷಿಯಾದಾಗ ಒಬ್ಬಳೇ ಹೋಗಿ ಅಲ್ಲಿ ಕೂತಿದ್ದು ಬರುತ್ತಿದ್ದಳು. ಮರದ ಕೆಳಗೆ ಕೂತು ಬಿಕ್ಕಿ ಬಿಕ್ಕಿ ಅತ್ತಳು. ಹುಡುಗರು ದೂರದಲ್ಲಿ ಆಡುತ್ತಿದ್ದರು. ಬಿಸಿಲು ಸುರಿಯುತಿತ್ತು. ಎದ್ದು ಮನೆಗೆ ಓಡಿ ಹೋಗಿ ಅಮ್ಮನ ಮಡಿಲಲ್ಲಿ ಬಿದ್ದು ಮನಸಾರೆ ಅಳಬೇಕು ಅನಿಸಿತು. ಆದರೆ ಅಮ್ಮನಿಗೆ ಇದು ಗೊತ್ತಾದರೆ ನೊಂದುಕೊಂಡಾಳು ಎಂದು ಆ ನೋವನ್ನು ಸಣ್ಣಗೆ ಸಹಿಸಿಕೊಳ್ಳತೊಡಗಿದಳು.

* * *

ಶಾಲೆ ಮುಗಿಸಿ ಮನೆಗೆ ಬಂದಾಗ ಅವಳ ಪ್ರೀತಿಯ ಚಿಕ್ಕಿ ಬಂದಿದ್ದರು. ಅವಳ ಅಮ್ಮನ ತಂಗಿಯಾದ ಭದ್ರಾವತಿಯ ಲಲಿತಚಿಕ್ಕಿ ಗೀತಳನ್ನು ಪ್ರೀತಿಯಿಂದ ಮಾತಾಡಿಸಿದರು. ಗೀತಳನ್ನು ಮಾತಾಡಿಸಿಯೇ ಹೋಗಬೇಕು ಅನ್ನುವ ಕಾರಣಕ್ಕೆ ಅವಳು ಶಾಲೆಯಿಂದ ಬರುವವರೆಗೂ ಕಾದಿದ್ದಳು ಚಿಕ್ಕಿ. ಪಕ್ಕದಲ್ಲಿ ಕೂರಿಸಿಕೊಂಡು 'ಯಾಕೆ ಪುಟ್ಟ ಸಣ್ಣ ಆಗಿದೀಯ? ಏನ್ ಯೋಚ್ನೆ ಮಾಡಬೇಡ ಕಣವಾ? ಆಗೋದು ಒಳ್ಳೆಯದಕೆ ಆಗುತ್ತೈತಿ. ಮಧ್ಯಾಹ್ನವೆ

ಹೊಂಟು ಹೋಗೋಣ ಅಂತಿದ್ದೆ. ನಿನ್ನ ಕಂಡು ಮತಾಡಿಸಿ ಹೋಗೋಣ ಅಂತ ಇದ್ದೆ. ನಾ ಬರ್ತೀನಿ. ಚಲೋ ಓದು..' ಅಂದು ಒಂದೇ ಉಸಿರಿಗೆ ಮಾತು ಮುಗಿಸಿದರು. 'ಆಶಾ ಹೇಗಿದಾಳೆ ಆಂಟಿ?' ಕಣ್ಣು ಪಳಪಳ ಬಿಡುತ್ತಾ ಗೀತ ಕೇಳಿದಳು. 'ಚೆನ್ನಾಗಿದಾಳೆ ಕಣವ್ವಾ..' ಇನ್ ಏನೊ ಹೇಳಲು ಬಂದ ಮಾತನ್ನು ನುಂಗಿಕೊಂಡರು. 'ಸರಿ ಸರಿ ಬರ್ತೀನಿ ಆಶಾ ಮನೇಲಿ ಒಬ್ಳೆ ಇದಾಳೆ.. ತಡ ಆಕೇತಿ' ಎಂದು ಗೀತಳ ಚಿಕ್ಕಮ್ಮ ಹೊರಟು ನಿಂತಳು. ಗೀತ ಮತ್ತು ಅಮ್ಮ ಹೊಸ್ತಿಲವರೆಗೂ ಹೋಗಿ ಚಿಕ್ಕಿಯನ್ನು ಕಳುಹಿಸಿ ಬಂದರು. ಗೀತ ಸಮವಸ್ತ್ರ ಬದಲಾಯಿಸಿ ಸ್ವಲ್ಪ ಹೊತ್ತು ಹಾಗೆ ಮಲಗಿದಳು.

ಇತ್ತ ಅವಳ ಅಮ್ಮನಿಗೆ ಲಲಿತ ಬಂದು ಹೋದದ್ದು ಯಾಕೆ ಎಂಬುದನ್ನು ಹೇಳಬೇಕೊ ಬೇಡವೊ ಎಂಬ ಯೋಚನೆಯಲ್ಲಿ ಮುಳುಗಿದಳು.. ಸ್ವತಃ ಚಿಕ್ಕಿಯೆ ಗೀತಳ ಅಮ್ಮನಿಗೆ 'ಅಕ್ಕ ಆಶಾ ದೊಡ್ಡೊಳಾಗಿರೋದ್ನ ಗೀತಗೆ ಹೇಳ್ಬೇಡ. ತುಂಬಾ ಬೇಜಾರು ಮಾಡಿಕೊಳ್ತಾಳೆ. ಐದು ವರ್ಷ ಚಿಕ್ಕೋಳಾದ ತಂಗಿ ದೊಡ್ಡೊಳಾಗಿ ತಾನು ದೊಡ್ಡೋಳಾಗಿಲ್ಲ ಅಂದ್ರೆ ಅವಳಿಗೆ ತುಂಬಾ ನೋವಾಗುತ್ತೆ. ನಿಮಗೆ ವಿಷಯ ಹೇಳದೆ ಬೇಡ ಅಂತಿದ್ದೆ. ಸ್ವಂತ ಅಕ್ಕನಿಗೆ ಈ ವಿಷಯ ತಿಳಿಸದೆ ಇದ್ರೆ ಹೇಗೆ ಅಂತ ಬಂದೆ. ಈ ಭಾನುವಾರ ಕೊನೆ ಆರತಿ ಇದೆ. ಗೀತ, ನೀವು ಬರ್ರಿ ಅಂತ ಕರೆಯೋದು ನನ್ನ ಧರ್ಮ. ಆದರೆ ಗೀತಗೆ ಬೇಜಾರಾದ್ರೆ!? ನೋಡಕ್ಕ ಏನ್ ಮಾಡ್ತಿ? ಅವಳ ಬಿಟ್ಟು ನೀನಾದ್ರೂ ಬಾ' ಎಂದು ಹೇಳಬೇಕು ಅನಿಸಿದ್ದ ಅಷ್ಟು ಮಾತನ್ನು ಚಿಕ್ಕಿ ನಾಟಕದ ಸಂಭಾಷಣೆಯಂತೆ ಹೇಳಿ ಮುಗಿಸಿದ್ದರು.

ತುಂಬಾ ಶಾಂತವಾಗಿ ಮಲಗಿದ್ದ ಗೀತಳನ್ನು ಎಬ್ಬಿಸಿ ಅವಳಿಗೆ ಈ ವಿಚಾರ ಹೇಳಿ ಎದೆಗೆ ಕಲ್ಲೆಸೆಯುವುದು ತರವಲ್ಲ, ವಿಷಯ ಹೇಳುವುದೇ ಬೇಡವೆಂದು ನಿರ್ಧರಿಸಿದರು. ಮಧ್ಯಾಹ್ನವಿಡೀ ಮರದ ಕೆಳಗೆ ಕೂತು ಅತಿದ್ದ ಅವಳಿಗೆ ತಲೆ ಸಿಡಿಯಲಾರಂಭಿಸಿತ್ತು. ಏನು ಓದದೆ ಬರೆಯದೆ ಮಲಗಿಯೆ ಇದ್ದಳು. ಅಮ್ಮ ಊಟಕ್ಕೆ ಎಬ್ಬಿಸಿ ಬಲವಂತ ಮಾಡಿ ಊಟ ಹಾಕಿಕೊಟ್ಟರು. ಊಟ ಮುಗಿಸಿ 'ಅಮ್ಮ ನಂಗೆ ತಲೆನೋವಿದೆ.. ಮಲಗ್ತೀನಿ' ಅಂದು ಹೋಗಿ ಮಲಗಿಬಿಟ್ಟಳು. ನಿದ್ದೆ ಆವರಿಸಿಕೊಂಡಿತು.

'ಎಲ್ಲರೂ ವಿಜ್ಞಾನದ ರೂಮಿಗೆ ಹೋಗಿ ಈ ತಿಂಗಳ ಶುಚಿ ಪ್ಯಾಡು ಕಲೆಕ್ಟ್ ಮಾಡಿಕೊಳ್ಳಬೇಕು' ಎನ್ನುವ ವಿಜ್ಞಾನ ಶಿಕ್ಷಕಿ ಹೊರಡಿಸಿದ ಸುದ್ದಿ ತಿಳಿದು ಎಲ್ಲರೂ ತರಗತಿಯಿಂದ ಆಚೆ ಹೋದರು. ಗೀತ ಅಲ್ಲಿಯೇ ಕೂತಿದ್ದಳು. ಪ್ಯಾಡು ಹಿಡಿದು ಬರುವ ಅವರನ್ನು ಎದುರಿಸಲು ಸಾಧ್ಯವಾಗದೆ ಎದ್ದು ತರಗತಿಯಿಂದ ಹೊರನಡೆದಳು. ಎಷ್ಟೊ ಹೊತ್ತಿನವರೆಗೂ ತನಗೆ ಪ್ರಿಯ ಜಾಗವಾದ ಆ ಮರದ ಕೆಳಗೆ ಕೂತಿದ್ದಳು. ಶಾಲೆಯ ಕೊನೆಯ ಬೆಲ್ ಬಾರಿಸಿತು. ಎದ್ದು ಬ್ಯಾಗ್ ತರಲು ಹೋದವಳಿಗೆ ಆಶ್ಚರ್ಯ. ಅವಳ ಬ್ಯಾಗ್ ತುಂಬಾ ಪ್ಯಾಡುಗಳ ರಾಶಿಯೆ

ಇತ್ತು. ಯಾರು ಇಟ್ಟರು? ಯಾಕೆ ಇಟ್ಟರು? ಎಂಬುದು ಅವಳಿಗೆ ತಿಳಿಯಲಿಲ್ಲ. ಜೋರು ಮಾಡಿ ಕೇಳುವ ಧೈರ್ಯವೂ ಅವಳಿಗಿರಲಿಲ್ಲ. ಪ್ಯಾಡಿನಿಂದ ತುಂಬಿದ ಅವಳ ಬ್ಯಾಗ್‌ನ್ನು ನೋಡಿ ಎಲ್ಲರೂ ನಗತೊಡಗಿದರು. ಎಲ್ಲವನ್ನೂ ಒಂದೊಂದೇ ತಗ್ದು ಎಸೆಯತೊಡಗಿದಳು. ಅದನ್ನು ನೋಡಿದ ಅಂಟೆಂಡರ್ ವೀರೇಶಣ್ಣ ಮುಖ್ಯ ಶಿಕ್ಷಕರಿಗೆ ವಿಷಯ ಮುಟ್ಟಿಸಿದ. ಮುಖ್ಯಶಿಕ್ಷಕರು ಇಡೀ ತರಗತಿಯ ಎಲ್ಲಾ ಮಕ್ಕಳನ್ನು ಮುಂದೆ ನಿಲ್ಲಿಸಿ ಯಾರು ಅವಳ ಬ್ಯಾಗಿನಲ್ಲಿ ಪ್ಯಾಡು ಇಟ್ಟವರೆಂದು ವಿಚಾರಿಸಿತೊಡಗಿದರು. ಯಾರೂ ಹೇಳದೆ ಇದ್ದಾಗ ಅದೇ ತರಗತಿಯ ಕೆಲವು ಹುಡುಗಿಯರನ್ನು ಕರೆದು ಜೋರಾಗಿ ಗದರಿದರು. ಅವರೆಲ್ಲಾ ತಮ್ಮ ತಪ್ಪು ಒಪ್ಪಿಕೊಂಡರು. ಕಾರಣ ಕೇಳಿದಾಗ 'ಗೀತ ಮೆಚ್ಯೂರ್ಡ್ ಆಗದೆ ಇರುವುದು ಮತ್ತು ಅವಳ ರೇಗಿಸಲು ಹಾಗೆ ಮಾಡಿದ್ದು..' ಅಂದರು. ಇಡೀ ಶಾಲೆಯ ಎಲ್ಲಾ ವಿದ್ಯಾರ್ಥಿಗಳ ಮುಂದೆ ಬಹುದಿನದ ಅವಳ ಗುಟ್ಟು ಒಡೆದು ಹೋಯಿತು. ಬರೀ ಅವಳ ತರಗತಿಯ ವಿಷಯವಾಗಿದ್ದ ಇದು ಈಗ ಇಡೀ ಶಾಲೆಯ ವಿಷಯವಾಗಿತ್ತು. ಕೈಯಲ್ಲಿ ಪ್ಯಾಡು ತುಂಬಿದ ಚೀಲ ಹಿಡಿದುಕೊಂಡು ತಪ್ಪಿತಸ್ಥ ಅಪರಾಧಿಯಂತೆ ಎಲ್ಲರ ಮುಂದೆ ತಲೆ ತಗ್ಗಿಸಿ ನಿಂತಿದ್ದಳು. ಪೂರ್ಣ ಬೆವೆತು ಒದ್ದೆಯಾಗಿದ್ದಳು. ಒಮ್ಮೆ ಕತ್ತೆತ್ತಿ ಶಾಲೆಯ ಎಲ್ಲಾ ಹುಡುಗಿಯರ ಕಡೆ ನೋಡಿದಳು ಎಲ್ಲರ ಕಣ್ಣು ಅವಳ ಕಡೆಗೆ ಇತ್ತು. ಅದರಿಂದ ತಪ್ಪಿಸಿಕೊಳ್ಳಲು ಓಡಬೇಕು ಅನಿಸಿತು. ಬ್ಯಾಗ್ ಎಸೆದು ಓಡಲು ಆರಂಭಸಿದಳು. ಆ ಕಣ್ಣುಗಳು ಅವಳನ್ನು ಅಟ್ಟಿಸಿಕೊಂಡು ಬರತೊಡಗಿದವು.. ಓಡುತ್ತಾ ಓಡುತ್ತಾ ಸುಸ್ತಾಗಿ ಬಿದ್ದಳು. ಸಡನ್ನಾಗಿ ಅವಳಿಗೆ ಎಚ್ಚರವಾಗಿ ಹೋಯಿತು. ಮೈಯೆಲ್ಲಾ ನಡುಗುತಿತ್ತು. ಬೆವೆತು ಹೋಗಿದ್ದಳು. ಕನಸಿನಲ್ಲಿಯೂ ಅವರ ತರಗತಿಯ ಆ ಹುಡುಗಿಯರು ಅವಳನ್ನು ನೆಮ್ಮದಿಯಾಗಿರಲು ಬಿಟ್ಟಿರಲಿಲ್ಲ.

ಮತ್ತೆ ಅವಳ ಬಳಿ ನಿದ್ದೆ ಸುಳಿಯಲಿಲ್ಲ. ಇದಕ್ಕೊಂದು ಏನಾದ್ರೂ ಪರಿಹಾರ ಹುಡುಕಬೇಕು ಎಂದು ಎದ್ದು ಯೋಚಿಸುತ್ತಾ ಕೂತಳು. ಅಮ್ಮ ಮಲಗಿಯೇ ಇದ್ದರು. ಎಷ್ಟೋ ಹೊತ್ತಿನ ಬಳಿಕ ತನ್ನ ಈ ನಿತ್ಯದ ಪಾಡಿಪಾಟಲಿಗೆ ಒಂದು ಉತ್ತರ ಕಂಡುಕೊಂಡವಳಂತೆ ಕಾಣತೊಡಗಿದಳು. ಅವಳ ಮನಸ್ಸಿನಲ್ಲಿ ಒಂದು ಗಟ್ಟಿ ನಿರ್ಧಾರವಾದಂತಿತ್ತು. ಆ ಕ್ಷಣಕ್ಕೆ ಅವಳ ಮುಖ ಕಿಟಕಿಯಿಂದ ಹಾದು ಬಂದ ಚಂದಿರನ ಬೆಳಕಿನಲ್ಲಿ ಹೊಳೆಯುತ್ತಿತ್ತು.

* * *

ಬೆಳಗ್ಗೆ ಎದ್ದವಳೆ ಸಣ್ಣ ಗೆಲುವಿನಲ್ಲಿದ್ದಳು. ಲಗೆಬಗೆಯಿಂದ ಶಾಲೆಗೆ ತಯಾರಾದಳು. ಚಿತ್ರಕಲೆಗಾಗಿ ಕೊಂಡು ತಂದ ಬಣ್ಣಗಳಲ್ಲಿ ಕೆಂಪು ಬಣ್ಣವನ್ನು ಅಯ್ದುಕೊಂಡು ಸ್ವಲ್ಪ ನೀರು ಬೆರೆಸಿ ಕಡು ರಕ್ತದಂತೆ ಮಾಡಿಕೊಂಡು ಸಣ್ಣ

ಬಾಟಲಿಗೆ ತುಂಬಿಕೊಂಡು ತನ್ನ ಶಾಲೆಯ ಬ್ಯಾಗಿನಲ್ಲಿ ಇಟ್ಟುಕೊಂಡಳು. ಹೊಸ ಹುರುಪಿನಲ್ಲಿ ಶಾಲೆಕಡೆ ಹೊರಟಳು. ಮಗಳ ಈ ಹೊಸ ಹುರುಪುನ್ನು ನೋಡಿ ಅವಳ ಅಮ್ಮನ ಮನಸಿಗೆ ಸಣ್ಣ ಸಮಾಧಾನವಾಯಿತು.

ಅಂದು ಮೊದಲ ತರಗತಿ ಎಂದಿನಂತೆ ಸಾಗಿತು. ಎರಡು ಅವಧಿಗಳಾದ ಮೇಲೆ ಒಂದು ವಿರಾಮ ನೀಡುವುದರಿಂದ ಅಲ್ಲಿಯವರೆಗೂ ಕಾಯಲೇ ಬೇಕಿತ್ತು. ಎರಡನೆ ಅವಧಿಯೂ ಅವಳ ಯೋಚನೆಯ ಮತ್ತು ಯೋಜನೆಯ ಮಧ್ಯೆಯೇ ಕಳೆದುಹೋಯಿತು.

ವಿರಾಮ ಅವಧಿಯಲ್ಲಿ ಎಲ್ಲಾ ಹುಡುಗಿಯರು ಅವಳನ್ನು ಬಿಟ್ಟು ಶೌಚಾಲಯಕ್ಕೆ ಹೋಗುವುದು ಮಾಮೂಲಿಯಾಗಿತ್ತು. ಇವತ್ತು ಇವಳಿಗೂ ಅದೇ ಬೇಕಾಗಿತ್ತು. ಅವರು ಬಂದ ಮೇಲೆ ಮನೆಯಿಂದ ತಂದ ಪುಟ್ಟ ಬಾಟಲಿಯನ್ನು ಅಡಗಿಸಿಕೊಂಡು ಶೌಚಾಲಯಕ್ಕೆ ಬಂದು ಶೌಚ ಮುಗಿಸಿದಳು. ತನ್ನ ಒಳ ಉಡುಪುಗಳಿಗೆ ಅಲ್ಲಲ್ಲಿ ಬಾಟಲಿಯಲ್ಲಿ ತುಂಬಿಕೊಂಡು ತಂದ ರಕ್ತದ ಬಣ್ಣದ ದ್ರಾವಣವನ್ನು ಇಷ್ಟಿಷ್ಟೆ ಸುರಿವಿಕೊಂಡಳು. ಲಂಗದ ಮೇಲೂ ಚೆಲ್ಲಿಕೊಂಡಳು. ಕ್ರೀಮ್ ಬಣ್ಣದ ಲಂಗದ ಮೇಲೆ ಕೆಂಪು ಡಾಳಾಗಿಯೆ ಕಾಣುತ್ತಿತ್ತು. ಬಾಟಲಿಯಲ್ಲಿ ಇನ್ನಷ್ಟು ಉಳಿಸಿಕೊಂಡು ಬಂದು ತರಗತಿಯಲ್ಲಿ ಕೂತಳು. ಲಂಗವನ್ನು ಮಡಚಿಕೊಂಡು ತಾನು ತರಗತಿಯಲ್ಲಿ ಹೋಗಿ ಕೂರುವವರೆಗೂ ಕೆಂಪು ಕಲೆ ಕಾಣಿಸದಂತೆ ಎಚ್ಚರವಹಿಸಿದಳು.

ಮೂರನೆ ಅವಧಿ ಆರಂಭವಾಯಿತು. ಗಂಭೀರವಾಗಿ ತರಗತಿ ನಡೆಯುತ್ತಿತ್ತು. ಗಣಿತ ಮಿಸ್ ಅವರ ತರಗತಿಯೆ ಅದಾಗಿತ್ತು. ಬಾಟಲಿಯಲ್ಲಿ ಉಳಿಸಿಕೊಂಡ ಕೆಂಪು ಬಣ್ಣದ ನಾಲ್ಕು ಹನಿಯನ್ನು ಯಾರಿಗೂ ತಿಳಿಯದಂತೆ ಬ್ಯಾಗಿನಿಂದಲೇ ನೆಲಕ್ಕೆ ಸುರುವಿ ಕೂತಳು. ಎಲ್ಲರೊಳಗೆ ಒಂದಾಗಿ ತರಗತಿಯಲ್ಲಿ ಮುಳುಗಿ ಹೋದಂತೆ ನಟಿಸತೊಡಗಿದಳು.

ಗೀತಳ ಪಕ್ಕ ಕೂತಿದ್ದ ಹುಡುಗಿಯೊಬ್ಬಳು ಕಾಲಿಗೆ ಏನೊ ತಣ್ಣಗೆ ತಾಕಿದಂತಾಗಿ ಬಗ್ಗಿ ನೋಡಿದಾಗ ಕೆಂಪು ಹನಿಗಳನ್ನು ಕಂಡವು. ಗೀತಳ ಕಡೆ ತಿರುಗಿ 'ಏ ಗೀತ ಇಲ್ನೋಡೆ ರಕ್ತ..!?' ಆಶ್ಚರ್ಯದಿಂದ ಮೆಲ್ಲಗೆ ಕೂಗಿದಳು. ಗೀತ ಮುಗ್ಧತೆ ನಟಿಸಿ ಕೆಳಗೆ ನೋಡಿ ಗೆಲುವಿನ ನಿಟ್ಟುಸಿರು ಬಿಟ್ಟಳು. ಮುಖದಲ್ಲಿ ಸುಳ್ಳೆ ದಿಗಿಲು ತಂದುಕೊಂಡಳು. ಒಂದೇ ಒಂದು ನಿಮಿಷದಲ್ಲಿ ವಿಷಯ ಇಡೀ ತರಗತಿಗೆ ಹಬ್ಬಿತು. ಗಣಿತ ಮಿಸ್ಸಿಗೂ ಅದರ ಸೂಚನೆ ಸಿಕ್ಕಿ ಹುಡುಗರನ್ನೆಲ್ಲಾ ಹೊರಗೆ ಕಳುಹಿಸಿದರು.

ನೆಲದ ಮೇಲಿನ ಕೆಂಪು ಹನಿಗಳು ಮತ್ತು ಲಂಗದ ಮೇಲಿನ ಕೆಂಪು ಕಲೆ ಗುರುತಿಸಿದ ಮಿಸ್ ಅವಳಿಗೆ 'ಗೀತ ನೀನು ಮನೆಗೆ ಹೋಗು. ನಿಮ್ಮ ಅಮ್ಮಗೆ ಫೋನ್ ಮಾಡಿ ತಿಳಿಸಲಾ? ಗೊತ್ತಲ್ವ ನಿನಗೆ ಇದೇನು ಅಂತ?' ಅಂತ

ಪ್ರಶ್ನಿಸಿದರು.'ಗೊತ್ತು ಮಿಸ್.. ಅಮ್ಮನಿಗೇನು ಹೇಳೊದು ಬೇಡ. ನಾನೇ ಹೋಗಿ ಹೇಳ್ತೀನಿ ಮಿಸ್.. ಎಂದು ಬ್ಯಾಗು ಎತ್ತಿಕೊಂಡು ಹೋಗಲು ಅನುವಾದಳು. ಒಮ್ಮೆ ತನ್ನ ತರಗತಿಯ ಎಲ್ಲಾ ಹುಡುಗಿಯರ ಮುಖ ನೋಡಿದಳು. ಯಾರ ಮುಖದಲ್ಲೂ ಕೊಂಕು ಇರಲಿಲ್ಲ. ಅದು ಅವಳಿಗೊಂದು ವಿಚಿತ್ರ ಸಮಾಧಾನ ನೀಡಿತು. 'ಗೀತ ಒಬ್ಬೆ ಹೋಗ್ತೀಯಾ? ಜೊತೆಗೆ ಯಾರನ್ನಾದರೂ ಕಳಿಸಲಾ?' ಕೇಳಿದರು ಮಿಸ್. 'ಬೇಡ ಮಿಸ್.. ಒಬ್ಬೆ ಹೋಗ್ತೀನಿ..' ಅಂದು ಎದ್ದು ಹೊರಬಂದಳು. ಜೈಲಿನಿಂದ ಬಿಡುಗಡೆಗೊಂಡ ಖೈದಿಯಂತೆ ಒಂದು ನಿಟ್ಟಿಸುರು ಚೆಲ್ಲಿ ಮನೆಕಡೆ ಹೆಜ್ಜೆ ಹಾಕತೊಡಗಿದಳು.

ಎಂದಿಗಿಂತ ಬೇಗನೆ ಮನೆಗೆ ಬಂದ ಮಗಳನ್ನು ಕಂಡು ಅವಳ ಅಮ್ಮನಿಗೆ ತುಸು ಗಾಬರಿಯಾಯಿತು. 'ಏನಿಲ್ಲಮ್ಮ ಸ್ವಲ್ಪ ತಲೆನೋವಿತ್ತು ಅದಕ್ಕೆ ಬಂದೆ' ಎಂದು ಹೇಳಿ ಬಟ್ಟೆ ಬದಲಿಸಿ ಬಂದಳು. ಊಟ ಮಾಡಿ ಸ್ವಲ್ಪ ಹೊತ್ತು ಮಲಗಿ ಎದ್ದಳು. ತಾಯಿಗೆ ಮಗಳು ಇಂದು ಸ್ವಲ್ಪ ಗೆಲುವಾಗಿರುವಂತೆ ಕಂಡಿತು.

ಸಂಜೆ ಬೇಗನೆ ಎದ್ದು ಅಮ್ಮ ಮಾಡಿಕೊಟ್ಟ ಕಾಫಿ ಕುಡಿದಳು. ಅಮ್ಮನೊಂದಿಗೆ ಎರಡು ಮಾತು ಹೆಚ್ಚೆ ಆಡಿದಳು. ಎದ್ದು ಹೋಗಿ ಓದಲು ಕೂತಳು. ಓದನ್ನು ಪೂರ್ತಿ ಎತ್ತಿ ಪಕ್ಕಕ್ಕೆ ಇಟ್ಟಿದ್ದ ಅವಳು ಇಂದು ತಾನಾಗಿಯೇ ಓದಲು ಕೂತದ್ದು ಕಂಡು ಅವಳ ಅಮ್ಮನಿಗೆ ಸೋಜಿಗವೆನಿಸಿ.. 'ದೇವ್ರೆ ಅವಳ್ನ ಯಾವಾಗ್ಲೂ ಹೀಗೆ ಇಟ್ಟಿರಪ.' ಅಂತ ಬೇಡಿಕೊಂಡು ಅಡುಗೆ ಮನೆಯಲ್ಲಿ ರಾತ್ರಿ ಊಟಕ್ಕೆ ತಯಾರಿ ನಡೆಸಿದಳು.

* * *

ರಾತ್ರಿ ಅಮ್ಮನೊಂದಿಗೆ ಊಟಕ್ಕೆ ಕೂತಿದ್ದ ಗೀತಳಿಗೆ ಸಣ್ಣಗೆ ಹೊಟ್ಟೆ ನೋವು ಶುರುವಾಯಿತು. ಅಮ್ಮನಿಗೆ ಹೇಳುವುದೊ ಬೇಡವೊ ಅಂತ ಯೋಚಿಸಿದಳು. ಹಸಿವಿದ್ದರೂ ಊಟ ಯಾಕೊ ಹೆಚ್ಚು ಸೇರಿಲಿಲ್ಲ. ಇಷ್ಟು ಸಣ್ಣ ನೋವಿನ ವಿಷಯ ಯಾಕೆ ಅಮ್ಮನಿಗೆ ಹೇಳೋದು ಅಂತ ಸುಮ್ಮನಾದಳು. ಆದರೆ ಊಟವಾದ ಬಳಿಕ ಎಷ್ಟೊ ಹೊತ್ತಾದರೂ ಹೊಟ್ಟೆ ನೋವಿನ ಪ್ರಮಾಣ ಕಡಿಮೆಯಾಗಲೇ ಇಲ್ಲ. ಕೈಕಾಲುಗಳು ಸೋಲುತ್ತಿರುವಂತೆ ಭಾಸವಾಗತೊಡಗಿತು. ಕಾರಣವಿಲ್ಲದೆ ಅಳು ಬರುವಂತಾಯ್ತು. ಮಗಳು ತುಸು ಸಪ್ಪೆಯಾಗಿದ್ದು ಕಂಡಳು. 'ಏನಾತವ್ವ.. ಒಂಥಾರ ಇದ್ದಿ!?' ಕೇಳಿದರು ಅಮ್ಮ. 'ಅದೇ ಅಮ್ಮ ಹೊಟ್ಟೆ ನೋವು ಅಂತ ಹೇಳ್ಲಿಲ್ವ..' ಜೋರಾಗಿ ರೇಗಿದಳು. ಅವಳ ದನಿಯಲ್ಲಿ ಅಸಹನೆ ಇತ್ತು. ಅಮ್ಮನ ಇಷ್ಟು ಸಣ್ಣ ಮಾತಿಗೆ ತನ್ನಲ್ಲಿ ಯಾಕಿಷ್ಟು ಕೋಪ ಭುಗಿಲೆದ್ದಿತು ಎಂದು ಸ್ವತಃ ಅವಳಿಗೇ ಆಶ್ಚರ್ಯವಾಯಿತು. ಮಗಳ ಈ ಒರಟು ಮಾತಿಗೆ ಗಲಿಬಿಲಿಗೊಂಡ

ಅವಳ ಅಮ್ಮ ಅದನ್ನು ತೋರುಗೊಡದೆ 'ಉಷ್ಣ ಗಿಷ್ಣಾ ಆಯ್ತೊ ಏನೊ, ಗ್ಯಾಸು ಇರ್ಬೆಕು ಕಣವಾ.. ಮಜ್ಜಿಗೆ ಕೊಡ್ತೀನಿ ಕುಡಿದು ಮಲಗ್ಬಿಡು. ಬೆಳಗಿಗೆ ಸರಿಯಾಗ್ಲಿಲ್ಲ ಅಂದ್ರೆ ಆಸ್ಪತ್ರೆಗೆ ಹೋದ್ರಾತು..' ಅಂದು ಮಜ್ಜಿಗೆ ಕುಡಿಸಿ ಮಲಗಿಸಿದಳು. ಮಲಗಿದ್ದೆ ತಕ್ಷಣ ಅವಳ ಕಣ್ಣಿಗೆ ನಿದ್ರೆ ತುಂಬಿಕೊಂಡಿತು. ಜೋರು ನಿದ್ದೆಯಲ್ಲಿ ಮುಳುಗಿ ಹೋದಳು.

ಜೋರು ಮಳೆ. ಗುಡುಗು ಮಿಂಚಿ ಸಿಡಲು ಬಿರುಸಾದ ಗಾಳಿ ಏನೂ ಇಲ್ಲ. ಬರೀ ಮಳೆ. ಆಗಸದಿಂದ ನೀರು ಬೀಳುತ್ತಿರಲಿಲ್ಲ, ರಕ್ತ ಸುರಿಯುತ್ತಿತ್ತು. ಹನಿ–ಹನಿಯೂ ರಕ್ತ. ನೆಲದ ತುಂಬಾ ರಕ್ತ ತೊರೆ ತೊರೆಯಾಗಿ ಹರಿಯುತ್ತಿತ್ತು. ಮಳೆಯಿಂದ ತಪ್ಪಿಸಿಕೊಳ್ಳಲು ಛತ್ರಿ ಬಿಡಿಸಿದಳು. ಛತ್ರಿಯೊಳಗಿನಿಂದಲೂ ರಕ್ತದ ಹನಿಗಳು ಸೋರ ತೊಡಗಿದವು. ಛತ್ರಿ ಬಿಟ್ಟು ಮನೆಯೊಳಗೆ ಓಡಿ ಬಂದಳು. ಮನೆಯ ಮಾಡು ಕೂಡ ರಕ್ತದ ಹನಿಗಳನ್ನು ಸುರಿಸುತ್ತಿತ್ತು. ಬರು ಬರುತ್ತಾ ಹನಿಗಳು ಜೋರಾದವು. ಅವಳು ಪೂರ್ತಿ ರಕ್ತದಲ್ಲಿ ನೆನೆದು ಹೋದಳು. ಬಟ್ಟೆಯಲ್ಲಾ ಕೆಂಪು, ಮೈಯಲ್ಲಾ ಕೆಂಪು ಇಡೀ ಜಗತ್ತೇ ಕೆಂಪಾಗಿತ್ತು. ತಪ್ಪಿಸಿಕೊಳ್ಳಲು ಮಾಡಿದ ಪ್ರಯತ್ನಗಳಲ್ಲಿ ಸೋತು ಕೈ ಚೆಲ್ಲಿದಳು. ಬೀಳುತ್ತಿದ್ದ ಹನಿಗಳನ್ನು ಪ್ರೀತಿಯಿಂದ ಹಿಡಿಯಲು ಬೊಗಸೆಯೊಡ್ಡಿದ್ದಳು. ನಾಲ್ಕು ಹನಿಗಳು ಬೊಗಸೆಗೆ ಬಿದ್ದದ್ದೆ ಉದುರುತ್ತದ್ದ ಹನಿಗಳ ರಾಶಿ ಗಕ್ಕನೆ ನಿಂತು ಬಿಟ್ಟಿತು. ರಕ್ತದ ಮಳೆ ನಿಂತು ಹೋಯಿತು. ಬೊಗಸೆಯಲ್ಲಿನ ಆ ನಾಲ್ಕು ಹನಿಗಳು ಈಗ ನಾಲ್ಕು ಮುತ್ತಾಗಿದ್ದವು.. ಕುಣಿದಾಡಬೇಕೆಸಿತು ಅವಳಿಗೆ. ಅಷ್ಟರಲ್ಲಿ ಎಚ್ಚರವಾಗಿ ಹೋಯಿತು. ಕನಸಿನಲ್ಲಿನ ರಕ್ತ ಕಂಡು ಭಯಗೊಂಡಿದ್ದಳು. ಸಣ್ಣಗೆ ಬೆವರಿದ್ದಳು. ದೇಹ ಮೆಲ್ಲಗೆ ಕಂಪಿಸುತ್ತಿತ್ತು.

ಆದರೆ ಕೈಕಾಲು ಆಡಿಸಲಾಗದಷ್ಟು ಯಾತನೆ. ನರನಾಡಿಗಳಲ್ಲಿ ನೋವು ತುಂಬಿತ್ತು. ಕೈ ಎತ್ತಲಾಗದಷ್ಟು ಭಾರ. ಸೊಂಟವನ್ನು ಯಾರೊ ಜಜ್ಜುತ್ತಿದ್ದಾರೆ ಅನಿಸಿತ್ತು. ಮಗ್ಗುಲಾಗಲು ಕೂಡ ಅವಳಿಗೆ ಸಾಧ್ಯವಾಗದಷ್ಟು ಸುಸ್ತು. ತುಂಬಾ ಬಾಯಾರಿಕೆ. ಆದರೆ ನೀರು ಕುಡಿಯಲು ಏಳಲಾಗದಷ್ಟು ಆಯಾಸ. ಹಿಂದೆಂದು ಇಂತಹ ನರಕಯಾತನೆ ಅವಳಿಗೆ ಆಗಿರಲಿಲ್ಲ. ಯಾಕ್ಹೀಗೆ ಆಗುತ್ತಿದೆ ಎಂದು ಭಯಗೊಂಡಳುಂ. ಸಾವು ಬರುವ ಸೂಚನೆ ಇರಬೇಕಿದು ಎಂಬ ಆತಂಕವಾಯಿತು. ಅಳು ಮತ್ತು ಕೋಪ ಒಟ್ಟಿಗೆ ಚಿಮ್ಮಿದವು. ಜೋರಾಗಿ ಚೀರಬೇಕು ಅನಿಸುತ್ತಿತ್ತು. ಅಮ್ಮನನ್ನು ಎಬ್ಬಿಸಲು ನೋಡಿದಳು. ಆದರೆ ಅವರಿಗ್ಯಾಕೆ ತೊಂದರೆ ಅಂತ ಸುಮ್ಮನಾದಳು. ನಿದ್ದೆ ಹತ್ತಿರ ಸುಳಿಯದೆ ಎತ್ತಲೊ ಓಡಿ ಹೋಗಿತ್ತು. ಬಲವಂತಕ್ಕೆ ಕಣ್ಣುಮುಚ್ಚಿ ಮಲಗಲು ಯತ್ನಿಸಿದಳು. ನಿದ್ದೆ ಬರಲಿಲ್ಲ. ಈ ಸಂಕಟದಲ್ಲೆ ಬಹುಹೊತ್ತು ಕಳೆದಳು. ಬೆಳಗು ಚುಮುಚುಮು ಅನ್ನುವಾಗ ಕಣ್ಣಿಗೆ ಸಣ್ಣಗೆ ನಿದ್ದೆ ಕವಿಯಿತು.

ಎಷ್ಟೊ ಹೊತ್ತಿನ ಬಳಿಕ ದಿಗಿಲುಗೊಂಡಂತೆ ಎಚ್ಚರವಾಯ್ತು ಅವಳಿಗೆ. ಎಚ್ಚರವಾದಾಗ ತೊಡೆ ಸಂಧಿಯಲ್ಲಿ ಏನೊ ಹಸಿಹಸಿಯಾಗಿದೆ ಅನಿಸಿತು. ಸೊಂಟ ಬಲವಾಗಿ ನೋಯುತ್ತಿತ್ತು. ಕಾಲು ಸೆಳೆತ. ಮೈಗೆ ಇದುವರೆಗೂ ಅವಳು ಕಾಣದ ಸುಸ್ತು ಮೆತ್ತಿಕೊಂಡಿತ್ತು. ಪಕ್ಕದಲ್ಲಿ ನೋಡಿದಳು ಅಮ್ಮ ಇರಲಿಲ್ಲ. ನಿಧಾನಕ್ಕೆ ಎದ್ದು ಕೂತಳು. ಲಂಗದ ತುಂಬಾ ಏನೊ ಹಸಿಯಾಗಿರುವುದು ಅನುಭಕ್ಕೆ ಬಂತು. ಹೊದ್ದುಕೊಂಡಿದ್ದ ಬೆಡ್ ಶೀಟು ತೆಗೆದು ಎದ್ದಳು. ಹಾಸಿಗೆ ತುಂಬಾ ಕೆಂಪು ಕೆಂಪು ಹಸಿ ಕಲೆ. ನಿಲ್ಲಲಾಗದೆ ಹಾಸಿಗೆ ಮೇಲೆ ಕುಸಿದು ಕೂತಳು. ಈ ಸುಸ್ತು ಆ ರಕ್ತ ಮತ್ತು ಕಲೆಗಳನ್ನು ನೋಡಿ ಹೇವರಿಕೆ ಅನಿಸಿತು.

ಜೋರಾಗಿ 'ಅಮ್ಮಾ...' ಎಂದು ಕೂಗಿದಳು. ಅವಳ ಆ ದನಿ ಗೋಡೆಗಳಿಗೆ ಬಡಿದು ಹೋಗಿ ಅಡುಗೆ ಮನೆಯಲ್ಲಿ ಪಾತ್ರೆ ತೊಳೆಯುತ್ತಿದ್ದ ಅವಳ ಅಮ್ಮನ ಕಿವಿ ತಟ್ಟಿದವು. ಗಾಬರಿಯಿಂದ ಎಲ್ಲವನ್ನೂ ಬಿಟ್ಟು ಅವಳ ರೂಮಿನ ಕಡೆ ಓಡತೊಡಗಿದರು. ಅವಳ ಬಿಕ್ಕಳಿಕೆಯನ್ನು ಮಾತ್ರ ಕೇಳಿಸಿಕೊಂಡಿದ್ದ ಆ ಮನೆಯ ನೆಲ, ಗೋಡೆಗಳು ಇಂದು ಅವಳ ಹೊಸ ಕೂಗಿಗೆ ಗಲಿಬಿಲಿಗೊಂಡವು. ಆ ಹಳೆಯ ಬಿಕ್ಕಳಿಕೆ ಮತ್ತು ಈಗಿನ ಹೊಸ ಕೂಗಿನ ನಡುವಿನ ವ್ಯತ್ಯಾಸವನ್ನು ಗುಣಿಸುತ್ತಾ ಕೂತವು. ಅದು ಬರೀ ನೋವಾ? ಬಿಡುಗಡೆಯಾ? ಜಿಗುಪ್ಸೆಯಾ? ಏನಂದೂ ಗೊತ್ತಾಗದೆ ಗೀತಳನ್ನು ಮತ್ತು ಅವಳ ಅಮ್ಮನನ್ನು ಸುಮ್ಮನೆ ನೋಡುತ್ತಾ ನಿಂತವು.

ಬಯಲು

ಸೋಮವಾರ ಮತ್ತೆ ಮತ್ತೆ ಬಂದು ನಿಂತಾಗ ಆಕೆ ಬೆಚ್ಚುತ್ತಾಳೆ. ವಾರದ ಕೊನೆಗೆ ಅವಳಿಗೊಂದು ನಿಶ್ಚಿಂತೆಯಷ್ಟೆ! ಅಂದು ಶಾಲೆಯ ಬೀಗಗಳು ತೆರೆಯುವುದಿಲ್ಲ. ಫ್ರಾಕ್ ಲಂಗದ ಹುಡುಗಿಯರು ಅಲ್ಲಿ ಕುಣಿಯುವುದಿಲ್ಲ. ಕಾರಿಡಾರ್ ಬೆತ್ತಲೆ ಬಿದ್ದಿರುತ್ತದೆ. ಅಲ್ಲೊಂದು ಬೆಚ್ಚನೆಯ ಜಾಗ ಹುಡುಕಿ ಎರಡು ದಿನಗಳ ಕಾಲ ಮನಸೋ ಇಚ್ಚೆ ಕಳೆದು ಬಿಡುತ್ತಾಳೆ. ಮತ್ತೆ ಸೋಮವಾರದಿಂದ ರಾತ್ರಿಯಾಗುವುದನ್ನೇ ಕಾಯಬೇಕು.

ಮೂರು ಮಂದಿ ಇದ್ದವರು ಇಬ್ಬರಾಗಿದ್ದಾರೆ! ಇಬ್ಬರೆ!? ಆಕೆ ಮತ್ತು ಒಂದು ವರ್ಷವೂ ಕೂಡ ತುಂಬದ ಮಗು. ಈರಪ್ಪ ಮೆಚ್ಚಿಕೊಂಡು ಜೊತೆಯಾಗಿದ್ದ. ಹೀಗೆ ಯಾವುದೊ ಊರ ಶಾಲೆಯ ಅಂಗಳದಲ್ಲಿ ಜೊತೆಗೂಡಿದ ಮತ್ತೊಂದು ಅವರದೇ ತರಹ ಅಲೆಯುವ ಪಂಗಡದಲ್ಲಿದ್ದವ. ಈರಪ್ಪ ಈಕೆಯನ್ನು ನೋಡಿ ಒಂದೇ ಗುಕ್ಕಿಗೆ ಮೆಚ್ಚಿದ್ದ. ಆಕೆಯಾದಾದರೂ ಎಂತಹ ಚೆಲುವು!? ಆದರೆ ನೆಗ್ಗಿದ ಬದುಕಿನಲ್ಲಿ ಮಸುಕಾಗಿತ್ತು. ಅವಕಾಶ ಸಿಕ್ಕಿದ್ದರೆ ಆಕೆ ಮಾಡೆಲ್ ಜಗತ್ತನ್ನು ಆಳುತ್ತಿದ್ದಳೋ ಏನೊ! ಅಂತಹ ಚಲುವಿ ಒಮ್ಮೆಯಾದರೂ ತನ್ನನ್ನು ತಾನು ಕನ್ನಡಿಯಲ್ಲಿ ನೋಡಿಕೊಂಡಿದ್ದರ ಅನುಮಾನವಿದೆ. ನೀ ಚಂದ ಇದಿಯಾ ಕಣೆ ಅಂತ ಅವಳನ್ನು ಅವಳಿಗೆ ಪರಿಚಯ ಮಾಡಿಸುವ ಒಂದೇ ಒಂದು ಶಬ್ದ ಅವಳ ಕಿವಿಯ ಮೇಲೆ ಬಿದ್ದಿದ್ದರ ಬಗ್ಗೆಯೂ ಅನುಮಾನವಿದೆ. ಆದರೆ ಆಕೆ ತನ್ನ ಸೌಂದರ್ಯ ಕಂಡುಕೊಂಡಿದ್ದು ಸಮಾಜ ಆಕೆಯನ್ನು ನೋಡುತ್ತಿದ್ದ ಪರಿಗೆ. ಮೊಲೆ, ಸೊಂಟ, ನಿತಂಬವನ್ನೆ ನೋಡುವ ಜನರ ಮಧ್ಯೆ ಆಕೆಗೆ ತನ್ನ ಅಂದದ ಬಗ್ಗೆ ಈಗೀಗ ಅರಿವಾಗಿದೆ.

ಪೂರ್ಣ ಬಯಲ ಬಾಳು. ಈರಪ್ಪನೊಂದಿಗೆ ದೇಹ ಹಂಚಿಕೊಂಡಿದ್ದು ಬಯಲಲ್ಲೆ, ಕಂದನನ್ನು ಹಡೆದಿದ್ದು ಬಯಲಲ್ಲೆ. ಜಗತ್ತನ್ನೇ ಮನೆಮಾಡಿಕೊಂಡವರು ಇವರು. ಮೂರೇ ಮೂರು ತಿಂಗಳಿಗೆ ಕಂದನನ್ನು ಬೆನ್ನಿಗೆ ಕಟ್ಟಿಕೊಂಡು ಬೀದಿಗೆ ಕೂದ್ಲಾ, ಪಿನ್ನಾ ಮಾರೋಕೆ ಇಳಿದಿದ್ದಳು. ಮಗು ಮಲಗಿ ಎಚ್ಚರವಾಗಿ ಮತ್ತೆ ಮಲಗುತ್ತಿತ್ತು. ರಾತ್ರಿಯ ರೊಟ್ಟಿ, ತಣ್ಣನೆಯ ಅನ್ನ, ಬಗೆ ಬಗೆಯ ಸಾರುಗಳು ಸಿಗುತ್ತಿದ್ದವು. ಈರಪ್ಪನೊಂದಿಗೆ ಸವಿದು, ಕೂದಲು ಒಪ್ಪಿಸಿ, ರಾತ್ರಿ ಬಯಲಲ್ಲೇ ದೇಹವನ್ನೂ ಒಪ್ಪಿಸಿದರೆ ಆ ದಿನ ಅಲ್ಲಿಗೆ ಮುಗಿಯುತ್ತಿತ್ತು. ಮತ್ತೆ ಬೆಳಗು, ಕಂದ ಬೆನ್ನಿಗೆ, ದಾರಿ ಇನ್ನೊಂದು ಊರಿಗೆ. ಮೊನ್ನೆ ತಾನೇ 'ಮೊಲ ಹೊಡೆದು ತರ್ತೀನಿ, ರಾತ್ರಿ ಹಬ್ಬ ಮಾಡೋಣ' ಅಂತ ಹೇಳಿ ಹೋದ ಈರಪ್ಪ ಇವತ್ತಿಗೂ ಬಂದಿಲ್ಲ. ನಾಲ್ಕು ತಿಂಗಳ ಮೇಲೆ ಹತ್ತಾರು ದಿನಗಳು ಕಳೆಯುತ್ತಿವೆ. ಹುಡುಕಿ ಹುಡುಕಿ ಸೋತು ಆ ಊರಿನ ಬಯಲು ಬಿಟ್ಟು ಬಂದು ಈ ಊರ ಬಯಲಿಗೆ ಬಂದಿದ್ದಾಳೆ. ಆಕಾಶವೇ ಚಾವಣಿಯಾಗಿರುವಾಗ ಯಾವ ಬಯಲಾದರೇನು? ಈರಪ್ಪನ ಯೋಚನೆಗಿಂತ ಮಗಳ ಭವಿಷ್ಯವನ್ನು ಕಣ್ಣಲ್ಲಿಟ್ಟುಕೊಂಡು ಆಕಾಶದಲ್ಲಿ ಹೋಗುವ ಸೂರ್ಯ ಚಂದಿರರನ್ನು ನೋಡುತ್ತಾ ಕಡಕಲು ರೊಟ್ಟಿಗಳನ್ನುಉಂಡು ಮಲಗುತ್ತಾಳೆ.

ಬೆಳಕಿರುವ ಜಗದಲ್ಲಿ ತನ್ನವರು ಎಲ್ಲೋ ಕಳೆದು ಹೋಗಿರುವಾಗ ಹುಡುಕಿ ಸೇರಿಕೊಳ್ಳಲು ಹಂಬಲಿಸಿ ಸೋತು ಹೋದಳು. ಸುಮ್ಮನೆ ಅಲೆಯಬೇಕು. ಒಂದೂರಲಿ ಒಂದೆರಡು ದಿನ. ಭಿಕ್ಷೆಯ ಕೂಳು ಹೊಟ್ಟೆಗಿತ್ತು. ಹರಿದ ಎರಡು ದುಪ್ಪಟಿಗಳು ರಾತ್ರಿ ಚಳಿಗಿದ್ದವು. ರಾತ್ರಿ ಮಾತ್ರ ಸ್ನಾನದ ಹಂಗಿನಲ್ಲಿ ಅವಳ ಬೆತ್ತಲೆ ದೇಹವನ್ನು ನೋಡಿತ್ತು. ಆಚೆ ನೆಲದಲ್ಲಿ ಕೂಡಿಸಿಟ್ಟ ಮೂರು ಕಲ್ಲುಗಳು ಅವಳ ಅಡುಗೆ ಮನೆ. ಇಂತಿಪ್ಪ ಆಕೆಯ ಬದುಕು ಬೆಳಕು, ಕತ್ತಲುಗಳ ಮಧ್ಯೆ ನುಗ್ಗುತ್ತಿತ್ತು.

ಈರಪ್ಪ ಹೋಗಿ ಎರಡು ತಿಂಗಳು ಕಳೆದಿವೆಯಷ್ಟೇ! ನೆನೆದಷ್ಟು ಕಣ್ಣುಗಳು ತೇವವಾಗುತ್ತವೆ. ಪ್ರತಿ ದಿನ ಸಾಯುವ ಸೂರ್ಯ ಇವಳಲ್ಲಿ ಭಯ ತುಂಬಿ ಹೋಗುತ್ತಾನೆ. ಈಗೀಗ ಕತ್ತಲೆ ಹೆದುರುವಂತೆ ಕಲ್ಲಾಗಿದ್ದಾಳೆ. ಅವಳದು ಏನಿದ್ದರೂ ಬರುವ ನಾಳೆಯದಷ್ಟೇ ಯೋಚನೆ. ಈಗೀಗ ಹಳೆಯದನ್ನು ಹಿಡಿದು ಹೊರಟರೇ ಅಲ್ಯಾರು ಸಿಗಲಾರರು. ಅಲ್ಲೇನು ಸಿಗುವುದಿಲ್ಲ ಎಂಬುದು ಹೆಚ್ಚು ಸ್ಪಷ್ಟವಿದೆ. ಮಟ್ಟಸವಾದ ಶಾಲೆಯ ಸಿಮೆಂಟ್ ನೆಲಕ್ಕೆ ದಪ್ಪನೆಯ ಮೊಲೆಗಳನ್ನು ಒತ್ತಿ ಮಲಗುತ್ತಾಳೆ. ಗೊತ್ತಿಲ್ಲದೇ ಆಕೆಯ ಕಾಲುಗಳು ಉಜ್ಜಿಕೊಳ್ಳುತ್ತವೆ.

ಕಪ್ಪು ಬಿಳುಪು ಬಿಟ್ಟರೆ ಆಕೆಯಲ್ಲಿ ಹಗಲು ರಾತ್ರಿಗೆ ವ್ಯತ್ಯಾಸವಿಲ್ಲ. ಹಗಲಿನಲ್ಲಿ ಊರಿನ ಮಧ್ಯೆ ಕೂದಲು ಕೊಳ್ಳುವ, ಜೊತೆಗಿಷ್ಟು ಭಿಕ್ಷೆ ಬೇಡುವಲ್ಲಿ ಅವಳಿಗೆ ಯಾವುದೇ ಮುಜುಗರವಿಲ್ಲ. ಅವಳೆಡೆಗೆ ಮೂಡುವ ನೋಟಗಳಿಗೆ

ಅವಳಲ್ಲಿ ಪ್ರತಿಯಾಗಿ ಯಾವುದೇ ಭಾವನೆಗಳಿಲ್ಲ. ದೊಡ್ಡ ಬಂಗಲೆ, ಒಡೆದ ಹೆಂಚಿನ ಮನೆ, ಹೆಂಡತಿಯ ಸೆರಗನ್ನು ಹಿಡಿದು ಸುತ್ತುವ ಗಂಡಸು, ಮಾರಾಮಾರಿಗೆ ಇಳಿದು ಬಿಡುವ ಇನ್ಯಾರದೊ ಮನೆಯ ದಂಪತಿಗಳು, ದಿನಕ್ಕೊಂದೇ ಊಟಕ್ಕೆ ತಳ್ಳಿಸಿಕೊಂಡು ಬದುಕುವ ಇಳಿ ಜೀವಗಳು ಅವಳಿಗೆ ಯಾವುದೇ ಪರಿಣಾಮವನ್ನು ಬೀರಲಾರವು. ನಿರ್ದಯ ನೋಟವನ್ನು ಬೀರಿ ಮುಂದಕ್ಕೆ ಹೋಗುತ್ತಾಳೆ. ಚಿಕ್ಕಂದಿನಿಂದಲೂ ದೂಡಿಕೊಂಡು ಬಂದಿದ್ದು ಇಂತದ್ದೆ ಬದುಕು. ಬದುಕಿನ ಒಂಚೂರು ಮುಖವನ್ನು ತೋರಿಸಿ ಕಾಣೆಯಾದ ಈರಪ್ಪ, ಬೆನ್ನ ಮೇಲೆ ಕೂತ ಅಮಾಯಕ ಕಂದ ಇವೆಲ್ಲವೂ ಅವಳನ್ನು ಮತ್ತಷ್ಟು ನಿರ್ಧಯಿಯನ್ನಾಗಿ ಮಾಡಿದ್ದವಾ? ಗೊತ್ತಿಲ್ಲ! ಕತ್ತಲು! ಅಮವಾಸ್ಯೆ ಕಳೆದು ಎರಡು ಮೂರು ದಿನಗಳಾಗಿರಬಹುದು. ಬೆಳಕಿರುವಾಗಲೇ ಮಗುವಿಗೆ ಗುಕ್ಕನಿಕ್ಕಿ, ತಾನೂ ಉಂಡು ಕತ್ತಲು ಮತ್ತೊಷ್ಟು ಕಪ್ಪಾಗುವ ವೇಳೆಗಾಗಲೇ ನೆಲಕ್ಕೆ ಮೈ ಚಾಚಿದ್ದಳು. ಅವಳಿಗಿಂತ ಮೊದಲೇ ಮಗು ನಿದ್ದೆಯನ್ನ ಕರೆದುಕೊಂಡಿತ್ತು. ಈಕೆ ಯಾವಾಗ ನಿದ್ದೆಗೆ ಸೇರಿಕೊಂಡಳೋ ಅವಳಿಗೆ ಗೊತ್ತಿಲ್ಲ.

ಎಚ್ಚರವಾದಾಗ ಅಥವಾ ಅದಕ್ಕಾಗಿಯೇ ಎಚ್ಚರವಾಯಿತೋ; ಅವಳಿಗೆ ಅನುಮಾನ. ಆದರೆ ಎಚ್ಚರವಾದಾಗ ಮಾತ್ರ ಮೈಮೇಲೆ ಯಾರೊ ಬಿದ್ದುಕೊಂಡ ಭಾವ. ಮೊಲೆಗಳ ಮೇಲೆ ಕೈಗಳು ಓಡಾಡುತ್ತಿವೆ. ಧಿಢೀರನೆ ಕಣ್ಣು ಬಿಟ್ಟರೆ ಇನ್ನೂ ಕತ್ತಲಿದೆ. ಮೈಮೇಲೆ ಯಾವುದೊ ಗಂಡಸು ಬಿದ್ದಿದೆ. ಒಂದು ಕ್ಷಣ ಏನೂ ಮಾಡಲು ಅರಿಯದ ಬಿಗಿಯಾಗಿ ಎದ್ದು, ಕೂರಲು ಪ್ರಯತ್ನಸಿದಳು. ಮೈ ಮೇಲೆ ಬಿದ್ದ ದೇಹ ಏಳಲು ಬಿಡಲಿಲ್ಲ. ರಭಸಕ್ಕೆ ಕೂಗಿದಳು. ಕೂಗು ಕತ್ತಲಲ್ಲಿ ಕರಗಿತೆ ವಿನಃ ಮತ್ತೇನನ್ನು ಮಾಡಲಿಲ್ಲ. ಈಗ ಒಂದು ಕೈ ಮೊಲೆಯಿಂದ ಬಾಯಿಗೆ ಸೇರಿ ಕೂಗದಂತೆ ತಡೆಯಿತು. ಮೈಮೇಲೆ ಹೊಯ್ದಾಡಲು ಗಂಡಸ್ಸು ದೇಹ ಹವಣಿಸುತ್ತಿದ್ದ ಪರಿ ಅವಳಿಗೆ ಅರ್ಥವಾಯಿತು. ಪ್ರಯತ್ನಗಳು ಕತ್ತಲಲ್ಲಿ ಕರಗುತ್ತಿದ್ದವೆ ವಿನಃ ಫಲಿಸಲಿಲ್ಲ. ಕೊನೆಗೆ ಸೋತು ಮೈ ಹಗುರಬಿಟ್ಟು ಬಿದ್ದು ಕೊಂಡಳು. ಈರಪ್ಪ ನೆನಪಾದ. ಚಳಿಯಲ್ಲಿ ಆಕೆಯನ್ನು ಬೆವರಿಸಿದ ಗಂಡಸು ದೇಹ ಎದ್ದು ಹೊಯಿತು. ತಾನು ಹೊದ್ದ ಹರಕಲು ದುಪ್ಪಟಿಯನ್ನು ಮಗಳಿಗೆ ಹೊಚ್ಚಿ ಹಾಗೆ ಕೂತು ಬಿಟ್ಟಳು, ದೇಹ ಸಣ್ಣಗೆ ನಡುಗುತ್ತಿತ್ತು. ಯಾಕೆ? ಯಾರು? ಮುಂದೇನು? ಇನ್ಮೇಲೆ ಹೀಗೆನಾ? ಬದುಕು ಏನು? ಹೇಗೆ ಬದುಕುವುದು? ನಾಳೆ ಬೇರೆ ಊರಲ್ಲೂ ಇದೆ ಆದರೆ? ಸತ್ತು ಹೋಗಿದ್ದ ಭಾವನೆಗಳು ಯಾಕೊ ಚಿಗುರುತ್ತಿವೆಯಲ್ಲ!? ಕತ್ತಲಲ್ಲಿ ಶೂನ್ಯದೆಡೆಗೆ ದೃಷ್ಟಿ ನೆಟ್ಟು ಯೋಚಿಸ ತೊಡಗಿದಳು. ದೇಹ ಹಗುರ ಹಗುರ. ಒಮ್ಮೆ ಅಸಹ್ಯವೆನಿಸಿದ್ದರೂ ಕೊನೆಗೆ ಕೈಚೆಲ್ಲಿ ಸುಮ್ಮನಾಗಿದ್ದಳು. ನನಗೂ ಅದೇ ಬೇಕಿತ್ತಾ? ಅವಳ ಒಳಗೆ ಅವಳ ಪ್ರಶ್ನೆಗಳಿಗೇ ಉತ್ತರವಿಲ್ಲ. ಶೂನ್ಯದ ನೋಟ ನೂರು ಪ್ರಶ್ನೆಗಳನ್ನು ಹಾಕುತ್ತಲೇ

ಇತ್ತು. ಉತ್ತರ ಹುಡುಕಲು ಸಿದ್ದವಾಗುತ್ತಲೇ ಹೋದಳು. ಅದಾಗಲೇ ಆ ಕಡೆ ಮುಗಿಲು ಕೆಂಪಾಗ ತೊಡಗಿತು. ಭಾನುವಾರ! ಶಾಲೆಯ ಕಟ್ಟೆಯ ಆಶ್ರಯಕ್ಕೆ ಭಂಗವಿಲ್ಲದ್ದು ನೆನಪಾಯಿತು. ಮಗು ಮಗ್ಗಲು ಬದಲಿಸಿ ಮತ್ತೆ ನಿದ್ದೆಗೆ ಜಾರಿತು.

ಎಂದೂ ಕಾಡದ ಯೋಚನೆಗಳು ಅಂದು ಹುಟ್ಟಿಕೊಂಡವೊ ಅನ್ನುವಂತೆ ಬರತೊಡಗಿದವು. ಪಕ್ಕದಲ್ಲಿ ಹಾಯಾಗಿ ನಿದ್ದೆ ಮಾಡುತ್ತಿದ್ದ ಮಗು ಮತ್ತೆ ಮತ್ತೆ ನೆನಪಾಗತೊಡಗಿತು. ಬೆಳಕು ಬಂದ ಕಾರಣಕ್ಕೆ ಹಕ್ಕಿಗಳು ಅರಚುತ್ತಿದ್ದರು ಆಕೆಗೆ ಕೇಳಿಸುತ್ತಿರಲಿಲ್ಲ. ಮನದ ಮಂಥನ ಹೊರಗಿನ ಜಂಜಾಟ ಗ್ರಹಿಸಲು ಸೋತಿತ್ತು. ಹುಟ್ಟುವ ಭಾವಗಳಿಗೆ ಶಬ್ದಗಳನ್ನು ಸೇರಿಸಿ ಆಚೆ ಎಸೆದರೆ ಕೇಳಿಸಿಕೊಳ್ಳುವರ್‍ಯಾರು? ಹುಟ್ಟಿದ ಪ್ರತಿ ಮಾತನ್ನು ಹುಟ್ಟಿದ್ದಲ್ಲೇ ಸಾಯಿಸಿಲು ಕೂಡ ಇಷ್ಟವಿಲ್ಲ. ತನ್ನ ಮಾತನ್ನು ತಾನೇ ಕೇಳಿಸಿಕೊಳ್ಳಬೇಕು. ಸಮರ್ಥನೆಗೆ ಇಳಿದು ಬಿಡಬಾರದು. ಮನಸ್ಸು ಹೊರಗಡೆಯಲ್ಲಾ ಸುತ್ತಾಡಿ ಬರಲಿ ಎಲ್ಲವ ಒಂದೆಡೆ ಹಾಕಿ ಕಲಸಿ ಕಲಸಿ ತಗೆಯೋಣವೆಂದು ನಿರ್ಧರಿಸಿದಳಾದರೂ. ತನ್ನೊಳಗಿನ ಮಾತಿನ ಯುದ್ಧ ಶುರುವಾದಂತೆ ಇಹವನ್ನು ಮರೆತು ಕಲ್ಲಂತಹ ಒಳಗಿನ ಭಾವವನ್ನು ಪ್ರೋತ್ಸಾಹಿಸಿದಳು.

ಇಂತದೊಂದನ್ನು ನಾನು ನಿರೀಕ್ಷೆ ಮಾಡಿರಲಿಲ್ಲ. ಆದರೂ ನನಗ್ಯಾಕೆ ಏನು ಅನ್ನಿಸುವುದಿಲ್ಲ? ಮನೆ ಮನೆಯಿಂದ ಪಡೆದುತಂದ ಭಿಕ್ಷೆಯಂತೆಯೇ ಇದನ್ನು ಕೂಡ ಮನಸ್ಸು ಭಾವಿಸುತ್ತಿದೆಯ? ನನಗೆ ಏನೂ ಗೊತ್ತಾಗ್ತಿಲ್ಲ ಆದರೆ ಒಂದಂತೂ ಸತ್ಯ. ಈ ತರಹದ್ದು ಇನ್ನೂ ನನಗೆ ನಿತ್ಯ. ಒಂದು ಎರಡು ಮೂರು ಹೀಗೆ ಒಂದು ರಾತ್ರಿಗೆ ಆಕ್ರಮಣಾಗಬಹುದು! ಕಾಯಲಿಕ್ಕಾದರೂ ಯಾರಿದ್ದಾರೆ ಕತ್ತಲೆಯೂ ಕೂಡ ಬೆತ್ತಲೆ ಬಿದ್ದಿರುವಾಗ. ತಪ್ಪಿಸಿಕೊಂಡು ಮುಂದಿನ ಊರಿಗೆ ಹೋಗಬಹುದು. ಅಲ್ಲೂ ಕೂಡ ಇರುವುದು ಮನುಷ್ಯರೆ. ಇನ್ನೂ ಹೆಚ್ಚಿನ ಆಕ್ರಮಣಗಳಾಗಬಹುದು. ನನಗಿರುವುದು ಎರಡೆ ಆಯ್ಕೆ. ಎಲ್ಲವನ್ನೂ ಒಪ್ಪಿಕೊಂಡು ಬದುಕುವುದು. ಇಲ್ಲವೇ ಸಾಯುವುದು. ಸತ್ತರೇ? ನನ್ನ ಮಗು!? ಹೌದು ನಾನೇಕೆ ಸಾಯಬೇಕು? ನನ್ನದೇನು ತಪ್ಪು? ಯಾರೋ ಬಂದು ಮೈಮೇಲೆ ಬೀಳುತ್ತಾನೆ ಅಂದ ಮಾತ್ರಕ್ಕೆ ಸಾಯಬೇಕಾ? ಅಷ್ಟಕ್ಕೂ ಈ ನಿಯಮಗಳು ನಮ್ಮಂಥಹ ಹೆಣ್ಣುಗಳಿಗೆ ಮಾತ್ರವೇನಾ? ಊರಲ್ಲಿ ಸುತ್ತಿ ಸುತ್ತಿ ತಿಳಿದಂತೆ ನನಗೆ ದೊಡ್ಡ ದೊಡ್ಡ ಬಂಗಲೆಯಲ್ಲಿ ಎಂತೆಂತಹ ಅನೈತಿಕತೆ ನಡೆಯುತ್ತಿರುವಾಗ ಅವೆಲ್ಲ ಹೊಸ್ತಿಲ ಒಳಗೆ ಉಳಿದು ಹೋಗಿ ಹೊರಗೆ ಮರ್ಯಾದೆಯ ಚಂದದ ಬಟ್ಟೆ ಧರಿಸಿ ಓಡಾಡುತ್ತಿರುವಾಗ ನಾನ್ಯಾಕೆ ಇಷ್ಟಕ್ಕೂ ಯೋಚಿಸಬೇಕು!? ಪ್ರಶ್ನೆ ಹಾಕಿಕೊಂಡು ಕೂತಳು.

ಶೀಲದ ಕಲ್ಪನೆಯನ್ನು, ನೈತಿಕತೆಯ ಕಲ್ಪನೆಯನ್ನು ಯಾರೋ ಅವರವರ ದೃಷ್ಟಿಗೆ ಮಾಡಿಟ್ಟು ಹೋಗಿದ್ದನ್ನು ನಾನೇಕೆ ಅನುಸರಿಸಬೇಕು? ನನಗೆ

ನನ್ನದೇ ಆದ ಶೀಲದ ಕಲ್ಪನೆಯಿದೆ ಅದನ್ನು ಈ ಸಮಾಜ ಗೌರವಿಸುವುದಾ? ನನ್ನ ಪಾಲಿನ ಸಮಾಜ ಯಾವುದು? ಈ ಬಯಲಾ? ಶಾಲೆಯ ಈ ಕಟ್ಟಡವಾ? ಯಾರೋ ಕಟ್ಟಿಟ್ಟು ಹೋದ ಮೌಲ್ಯಗಳನ್ನು ಅನುಸರಿಸಿದರೆ ಅವರಲ್ಲಿ ಯಾರಾದರು ಬಂದು ನನಗೆ ಹೊಟ್ಟೆಗೆ ಅನ್ನ ನೀಡುತ್ತಾರೆ. ನನ್ನ ಮಗುವಿಗೊಂದು ಆಶ್ರಯ ನೀಡುತ್ತಾರೆ. ಇಲ್ಲವಲ್ಲ! ಹಾಗಾದರೆ ಅಂತಹ ದರ್ದು ನಂಗ್ಯಾಕೆ? ಇದನ್ನು ಮಾತಾಡಿಕೊಳ್ಳುವ ಸಮಾಜ ನನ್ನನ್ನು ನನ್ನ ಪಾಡಿಗೆ ಬಾಳಲು ಬಿಡುತ್ತದಾ? ಇಲ್ಲ ಸಾಧ್ಯವೇ ಇಲ್ಲ. ನೈತಿಕತೆ, ಮೌಲ್ಯಗಳು ಹೊಟ್ಟೆ ತುಂಬಿದವರ ತೇಗುಗಳು.

ರಾಜರಿಗೆ ನೂರು ಹೆಂಡತಿ, ಸಾವಿರ ಸಂಬಂಧಗಳು ಇರುವುದನ್ನು ಒಪ್ಪುವ ಸಮಾಜ ಹೆಣ್ಣಿಗೂ ಅಷ್ಟೇ ಗಂಡಸುಗಳು ಇರಬಾರದೇ? ಇವು ಅವಳನ್ನು ಕಟ್ಟಿ ಹಾಕಲು ಮಾಡಿದ ನಿಯಮಗಳಲ್ಲದೇ ಬೇರೇನು? ಐದು ಮಂದಿ ಗಂಡಂದಿರನ್ನು ಹೊಂದಿದ್ದ ದ್ರೌಪದಿ ಪತಿವ್ರತೆಯಾದರೆ ಅದೇ ಪ್ರಯತ್ನವನ್ನು ಈಗಿನ ಹೆಣ್ಣುಗಳು ಮಾಡಿದರೆ ಸಹಿಸಲಾರರು, ಏಕೆ?

ಊಟ ಬೇಡಿ ತಿಂದ ಹಾಗೆ ನಾನು ಹುಡುಕಿಕೊಂಡು ಬಂದ ಕಾಮವನ್ನು ಅನುಭವಿಸಬಾರದೇ? ಗಂಡ ಇಲ್ಲ, ಎಲ್ಲೋ ಹೋದ ಎಂಬ ಕಾರಣಕ್ಕೆ ಹಾಗೆ ಇದ್ದು ಬಿಟ್ಟರೆ ಈ ಜೀವನದಲ್ಲಿ ನನಗೆ ಸಿಗುವುದಾದರೂ ಏನು? ಹೆಂಡತಿ ಇದ್ದರೂ ಕೂಡ ಮೈಮೇಲೆ ಬೀಳುವ ಗಂಡಸರು ಇರುವಾಗ ಗಂಡ ಇಲ್ಲದ ನಾನು ಮೈ ನೀಡಿದರೆ ಅದು ಯಾವ ರೀತಿಯ ತಪ್ಪು? ಇದರಲ್ಲಿ ನನ್ನ ತಪ್ಪಾದರೂ ಏನಿದೆ? ನಾನ್ಯಾಕೆ ಅದನ್ನು ಸುಟ್ಟುಕೊಂಡೆ ಬದುಕಬೇಕು? ನೀರು, ಆಹಾರ, ಉಸಿರಾಟದಂತೆ ಕಾಮವನ್ನು ಕೂಡ ಅಷ್ಟೇ ಸುಲಭವಾಗಿ ತಗೆದುಕೊಳ್ಳಲು ಇರುವ ಅಡ್ಡಿಯಾದರೂ ಏನು? ಹಳೆಯ ಗೊಡ್ಡು ನೀತಿಗಳನ್ನು ಬಿಟ್ಟು! ಅಯ್ಯೋ, ಕಾಮವಾ? ಅಂತ ವಿಚಿತ್ರವಾದ ಮತ್ತು ಮಡಿ ಮಡಿ ಭಾವನೆ ಕಟ್ಟಿದ್ದು ಮನುಷ್ಯರೇ ಹೊರತು, ಅದರಲ್ಲೂ ಗಂಡಸರೇ ಹೊರತು ಪ್ರಕೃತಿಯಲ್ಲ, ಯಾವುದೇ ದೇವರಲ್ಲ. ಹೆಣ್ಣು ಒಂಚೂರು ಹೆಜ್ಜೆಯಿಟ್ಟ ಕೂಡಲೇ ಮಡಿವಂತಿಕೆ ನೆನಪಾಗುವಷ್ಟು ಗಂಡು ಹಾರಿ ಪಲ್ಟಿ ಹೊಡೆದರೂ ನೆನಪಾಗದು. ಮನುಷ್ಯರಾಗಿ, ಅದರಲ್ಲೂ ವಿವೇಕಯುತ ಮನುಷ್ಯರಾಗಿ ನಾವು ಕಾಮದ ವಿಷಯದಲ್ಲಿ ಹಾಗೆ ನಡೆದುಕೊಂಡರೆ ಹೇಗೆ ಎಂಬ ಒಣ ಚರ್ಚೆಯೂ ಕೂಡ ಇದೆ. ಆದರೆ ಆ ವಿವೇಕ ಕಾಮಕ್ಕೆ ಮಾತ್ರವಾ? ಸಂಬಂಧಗಳಿಗೆ ಮಾತ್ರವಾ? ಮಾಡುವ ಮೋಸ, ಪಿತೂರಿ, ಕಳ್ಳತನ, ಲಂಚ ಇವಕ್ಕೆ ಯಾಕೆ ಅಷ್ಟರಮಟ್ಟಿಗೆ ಅನ್ವಯವಾಗುವುದಿಲ್ಲ.

ಮುಂದಿನ ಪೀಳಿಗೆ ಸಾಕಲು ಹಿರಿಯರು ಆಸ್ತಿ ಮಾಡುವುದು ಸಾಮಾನ್ಯ! ಅದರಿಂದ ಮುಂದಿನ ಪೀಳಿಗೆ ಬದುಕುತ್ತದೆ. ನನ್ನ ಮಗಳಿಗಾಗಿ ಯಾವ

ಆಸ್ತಿ ಇದೆ. ಅವಳಾದರೂ ಹೇಗೆ ಬದುಕುಬೇಕು? ನನ್ನ ತಂದೆ ತಾಯಿಯರು ಕೊಟ್ಟಿರುವ ಆಸ್ತಿಯೆಂದರೆ ಈ ನನ್ನ ದೇಹ ಮಾತ್ರ. ಇದರಿಂದಲೇ ದುಡಿದು ಸಾಕಬಾರದೇ? ಅದು ಪಾಪದ ಹಣವೆನ್ನುವರು. ಅದ್ಹೇಗೆ ಪಾಪದ ಹಣ? ನನ್ನ ದೇಹ ದುಡಿಯುವುದಿಲ್ಲವೇ? ಬಡ್ಡಿ ಕೊಟ್ಟು ಕೋಟಿ ಎಣಿಸಿಕೊಳ್ಳುವಂತೆ ಅಲ್ಲವೇ ಇದು. ಅದು ಸರಿಯೆಂದ ಮೇಲೆ ಇದು ಕೂಡ ಸರಿಯಾಗಬಾರದೇಕೆ? ನನ್ನ ದೇಹ ಬೆವರುತ್ತದೆ. ನೋವು ತಿನ್ನುತ್ತದೆ. ಅದಕ್ಕೆ ಹಣ ಸಿಗುತ್ತದೆ. ಅದೊಂದೆ ಕಾಯಕವಲ್ಲವೇ? ಪ್ರತಿ ವ್ಯವಹಾರವೂ ಕೂಡ ಅದರದೇ ಆದ ಒಳ ಸತ್ಯಗಳನ್ನು ಇಟ್ಟುಕೊಂಡು ನಡೆಯುತ್ತದೆ. ಅದರಂತೆ ನನ್ನದು ಕೂಡ ಏಕೆ ಆಗಬಾರದು? ವ್ಯವಸ್ಥೆಯಲ್ಲಿ ವ್ಯವಹಾರಕ್ಕೆ ಬೆಲೆ ಇರುವಾಗ ಮನುಷ್ಯ ಅದರಿಂದ ದುಡ್ಡು ಮಾಡಿಕೊಂಡು ನಂತರ ಅದರಿಂದ ಬದುಕುತ್ತಾನೆ. ಈಗ ನಾನು ಬೆಲೆ ಇರುವ ವಸ್ತು. ದುಡಿಯಲು ಇಳಿದರೆ ಯಾವ ತಪ್ಪು? ನನ್ನ ಮಗಳಿಗೊಂದು ಭವಿಷ್ಯ ಕಟ್ಟುವುದು ಬೇಡವಾ? ರಾತ್ರಿ ಮಲಗಿದಾಗಲೇ ಎಲ್ಲಿಂದಲೋ ಬಂದು ಹಾವು ಕಚ್ಚಿ ನಾನು ಸತ್ತು ಹೋದರೆ ಮಗಳ ಗತಿ? ಅದಕ್ಕಾದರೂ ನಾನು ಒಂದಿಷ್ಟು ಅವಳಿಗಾಗಿ ಈ ಕೆಲಸ ಮಾಡಬಾರದ? ಈ ದೇಹದಿಂದ ಹೊರಬಂದ ಆಕೆಗೆ ಈ ದೇಹದ ದುಡಿಮೆಯಿಂದಲೇ ಬದುಕು ಕಟ್ಟಿಕೊಟ್ಟರೆ ಏನು ತಪ್ಪು?... ಹೀಗೆ ವಿಚಾರ ಸರಣಿ ಸಾಗಿತ್ತು.

"ಛೇ ಇಂದೆಂಥ ಯೋಚನೆ ನನ್ನದು.. ಕೇವಲ ನನ್ನ ಪುಟ್ಟ ಕಂದನ ಸಾಕಲು ಮೂರನ್ನು ಬಿಟ್ಟ ದಾರಿಯ ಹಿಡಿಯಬೇಕಾ? ಹುಟ್ಟಿಸಿದ ದೇವನು ರಕ್ಷಿಸಿಕೊಳ್ಳವ ಶಕ್ತಿ ಕೊಡಲಾರೇನೆ? ಕಷ್ಟಗಳಿಗೆ ನನ್ನಂಥೆಯೇ ಎಲ್ಲರೂ ಯೋಚಿಸಿದ್ದರೆ ಈ ಸಮಾಜದ ಗತಿಯೇನಾಗುತ್ತಿತ್ತು? ರಾತ್ರಿ ಮೈಮೇಲೆ ಬಿದ್ದ ಅವನ ಆಯಕಟ್ಟಿನ ಜಾಗಕ್ಕೆ ಒದಿದ್ದರೆ ಆಗುತ್ತಿರಲಿಲ್ಲವಾ? ಯಾರೋ ಕಣ್ಣು ಹಾಕುತ್ತಾರೆ? ಮೈ ಮೇಲೆ ಬೀಳುತ್ತಾರೆ ಅನ್ನುವುದು ಒಂದು ವಿಷಯವೇ? ಆ ದರಿದ್ರ ಬದುಕುನ್ನು ಬಾಳಿ ನನ್ನ ಕಂದನ ಹೊಟ್ಟೆ ತುಂಬಿಸಿಕೊಳ್ಳಬೇಕಾ? ಬಾವಿಯಲ್ಲಿ ನೀರಿದೆ; ದುಡಿದರೆ ಖಂಡಿತ ಅನ್ನವಿದೆ. ಇಷ್ಟು ಇರುವಾಗ ಇದೇನು ಇದು ನನ್ನ ಯೋಚನೆ..." ಅವಳದೇ ಯೋಚನೆಗೆ ಮತ್ತೆ ಅವಳಲ್ಲೇ ಉತ್ತರವೊಂದು ಹುಟ್ಟಿಕೊಂಡಿತು.

ಕೊಲ್ಲಲು ನೂರು ಜನರಿದ್ದರೆ ರಕ್ಷಿಸಲು ಒಬ್ಬರಾದರೂ ಇರುತ್ತಾರೆ ಎಂದುಕೊಂಡ ಅವಳ ಮನಸ್ಸಿನಲ್ಲಿ ಮೆಲ್ಲನೇ ಯಾವುದು ನಿರ್ಧಾರವೊಂದು ಮೂಡತೊಡಗಿತ್ತು. ಆ ಕ್ಷಣಕ್ಕೆ ನೆನಪಾಗಿದ್ದು ಕೊನೆಯ ಬೀದಿಯ ತಾಯವ್ವ. ಭಿಕ್ಷೆಗೆ ಹೋದ ಮೂರೆ ಮೂರು ದಿನದಲ್ಲಿ ಅವಳೊಂದಿಗೆ ಪರಿಚಯವಾಗಿತ್ತು. ಅವಳ ಮಗಳನ್ನು ಮುದ್ದು ಮಾಡುತ್ತಿದ್ದಳು. ಅಕ್ಕರೆಯಿಂದ ಮಾತಾಡುತ್ತಿದ್ದಳು. ಕಷ್ಟಗಳನ್ನು ಕೇಳಿದ್ದಳು. ಬೆಳಗ್ಗೆಯೇ ಇದೆಲ್ಲವನ್ನು ಅವಳ ಮುಂದೆ

ಹೇಳಿಕೊಳ್ಳಬೇಕು. ಊರಲ್ಲಿ ನ್ಯಾಯ ನೀತಿ ಏನು ಸತ್ತು ಹೋಗಿರಲ್ಲ. ನನ್ನ ತಂಟೆಗೆ ಇನ್ಯಾರು ಬರದೇ ಹಾಗೆ ಮಾಡಬೇಕು. ಇನ್ಮೇಲೆ ಇದೆ ಊರಲ್ಲಿ ಇದೇ ಜನರ ಮಧ್ಯೆಯೇ ಬದುಕಬೇಕು. ಹೆದರಿಕೊಂಡು ಓಡಿ ಹೋಗುವುದು ತನಗೆ ತರವಲ್ಲ ಎಂಬುದಾಗಿ ಯೋಚಿಸಿಕೊಂಡಳು. ಬೆಳಗು ಮೂಡುವವರೆಗೂ ಅದಾ? ಇದಾ? ಇಂತದ್ದೆ ದ್ವಂದ್ವಗಳ ಮಧ್ಯೆ ಮತ್ತೆ ಮತ್ತೆ ಹೆಣಗಿದಳು.

ಯಾರೊ ತಮಗೆ ಬೇಕಾದಂತೆ ಕಟ್ಟಿದ ನೀತಿಗಳಾಚೆ ಒಂದು ಕಲಿಟ್ಟರೆ ಹೇಗೆ? ಎಂಬುದು ಹೆಚ್ಚು ಕಾಡಿತು.. ವಿಚಾರಗಳ ನುಗ್ಗಾಟ ಸಹಿಸಿಕೊಂಡು ಒಂದು ಹಂತಕ್ಕೆ ಬಂದಿರಬೇಕು. ಅಂಗಳಗಳದ ಕಡೆ ನೋಟ ನೆಟ್ಟವಳಿಗೆ ಕಂಡಿದ್ದು ಅದಾಗಲೇ ಹರಡಿಕೊಂಡ ಬಿಸಿಲು. ಬ್ಯಾಟ್ ಬಾಲ್ ಹಿಡಿದು ಶಾಲಾ ಅಂಗಳಕ್ಕೆ ಬಂದ ಹುಡುಗರ ಗಲಾಟೆಯಿಂದ ಅವಳ ವಿಚಾರ ಲಹರಿಗೆ ಬ್ರೇಕ್ ಬಿದ್ದಿತ್ತು. ಪಕ್ಕದಲ್ಲಿ ಮಗುವನ್ನು ನೋಡಿದಳು, ಮಗು ಇರಲಿಲ್ಲ. ಎದ್ದು ಹೋಗಿ ಅಲ್ಲೇ ಅಂಗಳದಲ್ಲಿ ಕ್ರಿಕೆಟ್ ಆಡುತ್ತಿದ್ದ ಹುಡುಗರನ್ನು ನೋಡುತ್ತಾ ನಿಂತಿದ್ದಳು.

ಮುಖದಲ್ಲಿ ಸ್ಪಷ್ಟತೆ ಇತ್ತು. ಏನೋ ನಿರ್ಧರಿಸಿಕೊಂಡಂತಿತ್ತು. ಕಂಠ ಮುರಿದ ಚರಿಗೆ ಹಿಡಿದು ನೀರು ತರಲು ಎದ್ದಳು. ಅಂಗಳದಲ್ಲಿ ಆಕೆ ಇಡುತ್ತಿದ್ದ ಪ್ರತಿ ಹೆಜ್ಜೆಯಲ್ಲೂ ಧೃಢತೆ ಇತ್ತು. ನನ್ನದು ಸಮರ್ಥನೆಯಲ್ಲ, ತಾನು ಬಾಳಬೇಕು ಎಂದುಕೊಂಡಿರುವ ಹೊಸ ಮಾರ್ಗ ಅದೇ ಎಂಬುದನ್ನು ಆಕೆ ಊರಿ ಹೋದ ಪ್ರತಿ ಹೆಜ್ಜೆಗಳು ಹೇಳುವಂತೆ ಮೂಡಿದ್ದವು

ಮುಗಿಲ ದುಃಖ

ನೆನಪುಗಳು ರಚ್ಚೆ ಹಿಡಿದಿವೆ. ಮಳೆಯೇಕೆ ನೆನಪುಗಳನ್ನು ಕಚ್ಚಿಕೊಂಡೆ ಬರುತ್ತದೊ ಗೊತ್ತಿಲ್ಲ. ಈಗೀಗ ನೆನಪುಗಳಂತೆ ಮಳೆಗೂ ಗೊತ್ತು ಗುರಿ ಇದ್ದಂತಿಲ್ಲ. ಸುರಿಯತೊಡಗಿದರೆ ಬಿಡದಂತೆ ಸುರಿಯುತ್ತದೆ. ಇಲ್ಲವೆಂದರೆ ಇಲ್ಲವೇ ಇಲ್ಲ. ಆದರೆ ಇಂದು ಭೂಮಿಯ ದಾಹ ತೀರಿದರೂ, ಆಕೆ ತೃಪ್ತಿಯಿಂದ ಬಿಗಿ ಹಿಡಿತದ ಕೈ ಸಡಿಲಿಸಿದರೂ ಬಿಡುತ್ತಿಲ್ಲ ಮಳೆ. ನಸುಕಿನಿಂದಲೂ ಬೋರ್ ಅನ್ನುವ ಸದ್ದು. ಮಳೆಗೆ ಸವಾಲೊಡ್ಡಿ ಏಳುತ್ತಿದ್ದ ನೆನಪುಗಳನ್ನು ಅದುಮಿಟ್ಟುಕೊಂಡೆ ರೂಮಿನಿಂದ ಆಚೆ ಬಂದೆ.

ಮಗ ಟಿವಿ ಮುಂದೆ ಕೂತಿದ್ದ. ಇಂದು ಮಳೆ ಕಾರಣಕ್ಕೆ ಶಾಲೆಗೆ ರಜೆಯಂತೆ. ಅವನು 'ಕಾರ್ಟೂನ್ ವಾದಿ' ಯಾವುದೊ ಕಾರ್ಟೂನ್ ಚಿತ್ರದಲ್ಲಿ ಕಣ್ಣು ಕೀಳಿಸದೆ ಮುಳುಗಿ ಹೋಗಿದ್ದ. ನಾಯಿ ನೋಡಿದ ಬೆಕ್ಕೊಂದು ತನ್ನ ಮರಿಗಳನ್ನು ಕಚ್ಚಿಕೊಂಡು ಓಡಿ ಹೋಗುತ್ತಿತ್ತು ಸಾಗುತ್ತಿರುವ ಚಿತ್ರದಲ್ಲಿ. ಮಗನನ್ನು ಕೂಗಿದೆ ಅವನಿಗೆ ನನ್ನ ಮಾತಿನ ಲಕ್ಷ್ಯವೇ ಇಲ್ಲ. ಹೆಂಡತಿಯ ತಿಂಡಿ ತಯಾರಿ ಅಂತಿಮ ಹಂತದಲ್ಲಿತ್ತು, ಕಳ್ಳ ಹೆಜ್ಜೆ ಇಟ್ಟು ಮೆಲ್ಲನೆ ಅಡುಗೆ ಮನೆ ಸೇರಿ ಅವಳನ್ನು ಹಿಂದಿನಿಂದ ತಬ್ಬಿಕೊಂಡೆ. "ಏನ್ರೀ ಇದು, ಮಗಾ ಇದಾನೆ ಗೊತ್ತಾಗಲ್ವಾ?" ಅಂತ ಛೇಡಿಸಿದಳು. ಆದರೂ ಮುತ್ತಿಡದೇ ಬಿಡಲಿಲ್ಲ. "ತಿಂಡಿ ರೆಡಿ, ಬೇಗ ಸ್ನಾನ ಮುಗಿಸಿ" ಅಂತ ಒತ್ತಾಯಿಸಿದಳು.

ಸ್ನಾನದ ಮನೆಗೆ ನುಗ್ಗಿ ಬೆಚ್ಚನೆಯ ನೀರು ಹೂಯ್ದು ಕೊಂಡೆ. ಟಿವಿಯಲ್ಲಿ ತನ್ನ ಮರಿಯನ್ನು ಕಚ್ಚಿಕೊಂಡು ಹೋಗುತ್ತಿದ್ದ ಬೆಕ್ಕು ನೆನಪಾಯ್ತು. ಅದನ್ನು

ನೆನಪಾಗಿಟ್ಟುಕೊಂಡು ನೆನಪುಗಳು ಮತ್ತೆ ನುಗ್ಗಿದವು. ನೀರನೊಂದಿಗೆ ಹರಿದು ಹೋಗದೆ ಮುತ್ತಿಕೊಳ್ಳುತ್ತಿದ್ದವು. ಕೊಡವಿಕೊಂಡು ಆಚೆ ಬಂದೆ. ಮಗ ಇನ್ನೂ ಟಿವಿಯಲ್ಲಿ ಮುಳುಗಿಯೇ ಇದ್ದ. ಬಟ್ಟೆ ತೊಟ್ಟು ಆಚೆ ಬಂದವನಿಗೆ ಪಲಾವ್ ಕಾದಿತ್ತು. ತಿಂಡಿಯನ್ನು ಮಗನ ಪಕ್ಕಕ್ಕೆ ಎತ್ತಿಕೊಂಡು ಹೋಗಿ ಅವನಿಗೂ ತಿನ್ನಿಸುತ್ತಾ ತಿನ್ನಲು ಆರಂಭಿಸಿದೆ. ಆಕೆ ಇನ್ನೂ ಅದೇನೇನೊ ಮಾಡುತ್ತಾ ಅಡುಗೆ ಮನೆಯಲ್ಲಿಯೇ ಇದ್ದಳು.

ಯಾಕೊ ಬೆಳಗ್ಗೆಯಿಂದ ಊರು ನೆನಪಾಗುತ್ತಿದೆ. ಆ ನೆನಪುಗಳಿಗೆ ನಾನು ಮೌನಿಯಾಗುತ್ತೀನಿ. ಒಂಟಿಯಾಗಿ ಬಿಡ್ತೀನಿ. ಮನಸ್ಸು ಭಾರವಾಗುತ್ತದೆ. ಇಂತಹ ಮಳೆಯಲ್ಲಿ ಅವ್ವ ಗೊಪ್ಪೆ ಹಾಕಿಕೊಂಡು ಕೆಲಸಕ್ಕೆ ಹೋಗುತ್ತಿದ್ದಳು. ಅವರಿವರ ಬಳಿ ನನ್ನ ಬಗ್ಗೆ ಆಕೆ ಕಟ್ಟಿಕೊಂಡು ಕನಸುಗಳನ್ನು ಹೇಳಿಕೊಳ್ಳುತ್ತಿದ್ದಳಂತೆ! ಆದರೆ ಅವ್ವ ಯಾವತ್ತು ಮಗನೇ ನೀನು ಇದೇ ಆಗ್ಬೇಕು ಅಂತ ಹೇಳಲೇ ಇಲ್ಲ. ಬಾಗಿಲು ಬಡಿತದ ಸದ್ದು! ನೆನಪುಗಳ ಲಹರಿಗೆ ಭಂಗ ಬಂತು. ಬಾಗಿಲನ್ನು ಯಾರೊ ದಪದಪ ಬಡಿಯುತ್ತಲೇ ಇದ್ದಾರೆ. ಕಾಲಿಂಗ್ ಬೆಲ್ ಸರಿಯಿದ್ದರೂ ಬಾಗಿಲು ಬಡಿಯುತ್ತಿರುವವರು ಯಾರು? ಅದರಲ್ಲೂ ಇಂತಹ ಮಳೆಯಲ್ಲಿ ಬರುವ ಅವಸರವೇನಿತ್ತು ಅವರಿಗೆ? ಯಾರಿರಬಹುದು? ಒಮ್ಮೆಲೆ ಹತ್ತಾರು ಪ್ರಶ್ನೆಗಳ ಹೆರಿಗೆಯಾಯಿತು.

ಹೆಂಡತಿ ಅಡುಗೆ ಮನೆಯಿಂದಲೇ ಕೂಗಿದಳು.

“ಕಿವಿ ಕೇಳುಸ್ತಾ ಇಲ್ವಾ? ಅದೇನ್ ಸದ್ದು ನೋಡ್ರಿ” ಅವಳ ದನಿಯಲ್ಲಿ ಅಸಹನೆ ಇತ್ತು.

ಯಾವತ್ತೂ ಯಾರೂ ಕೂಡ ಅಚಾನಕ್ಕಾಗಿ ಬಂದು ಬಾಗಿಲು ಬಡಿದಿದ್ದರ ನೆನಪಿಲ್ಲ. ಕಿಟಕಿಯಲ್ಲಿ ನೋಡಿ ಕರೆದು ಗುರುತಿಸಿ ಅಮೇಲೆ ಬಾಗಿಲು ತೆಗೆಯುವ ನಗರ ಸಂಪ್ರದಾಯ ನನಗೇಕೊ ಒಗ್ಗಿಕೊಂಡಿರಲಿಲ್ಲ. ತಿನ್ನುತಿದ್ದ ಪಲಾವ್ ಎತ್ತಿಟ್ಟು ಬಾಗಿಲ ಕಡೆ ಹೊರಟೆ. ಬಡಿತದ ಸದ್ದು ಬರುತ್ತಲೇ ಇತ್ತು. ಬಾಗಿಲ ಚಿಲಕ ಸಡಿಲಿಸಿ ತೆಗೆದೆ. ಬಾಗಿಲು ತುಂಬಿಕೊಂಡ ವ್ಯಕ್ತಿಯನ್ನು ನೋಡಿ ಒಂದು ಕ್ಷಣ ಕಾಲವೇ ನಿಂತಂತಾಯ್ತು. ಆಶ್ಚರ್ಯ ಮತ್ತು ಖುಷಿಗಳು ಒಮ್ಮೆಲೆ ಅಪ್ಪಳಿಸಿದವು.

“ದೊಡ್ಡಪ್ಪ..!!” ಹೀಗೆ ಆಚೆ ಬಂದ ನನ್ನ ಮಾತಿನಲ್ಲಿ ಯಾವ ಭಾವವಿತ್ತೊ ಗುರುತಿಸಿಕೊಳ್ಳಲು ಕೂಡ ನನಗೆ ಆಗಲಿಲ್ಲ. ನಾನಷ್ಟು ಸಂಭ್ರಮದಲ್ಲಿದ್ದೆ!

“ದೊಡ್ಡಪ್ಪ, ಯಾಕೆ ಅಲ್ಲೇ ನಿಂತೆ ಇದ್ದೀರಿ ಬನ್ನಿ ಒಳಗೆ, ಏ ದೊಡ್ಡಪ್ಪ ಬಂದಿದ್ದಾರೆ ಕಣೇ ಬಾ ಇಲ್ಲಿ” ಅಂತ ಅವಳನ್ನು ಕೂಗಿದೆ. ಮಳೆಗೆ ಯಾವ ಭಂಗವಿಲ್ಲದೆ ತನ್ನ ಪಾಡಿಗೆ ತಾನು ಸುರಿಯುತ್ತಿತ್ತು. ಮೋಡಗಳ್ಯಾಕೊ ಮತ್ತೊಷ್ಟು ಕಪ್ಪಾಗ ತೊಡಗಿದ್ದವು.

ನನ್ನವಳು ಅಚೆ ಬಂದಿದ್ದೆ ದೊಡ್ಡಪ್ಪ ಬಂದಿದ್ದ ಕಂಡು ಖುಷಿ ಪಟ್ಟು ಹತ್ತಿರ ಬಂದು "ಹೇಗಿದ್ದೀರಿ ಮಾವ!?" ಅನ್ನುತ್ತಾ ಕಾಲು ಮುಟ್ಟಿ ನಮಸ್ಕರಿಸಿದಳು. ನಾನು ದೊಡ್ಡಪ್ಪನನ್ನು ಕರೆದುಕೊಂಡು ಒಳಗೆ ಬಂದೆ. ಬಟ್ಟೆಗಳು ಒಂದಿಷ್ಟು ಒದ್ದೆಯಾಗಿದ್ದವು. "ಆಟೋ ಇಳಿದು ಬರುವಷ್ಟ್ರಲ್ಲೇ ಇಷ್ಟು ಬಟ್ಟೆ ತೋಯ್ತು ನೋಡು.." ಅನ್ನುತ್ತಾ ದೊಡ್ಡಪ್ಪ ಒಳಗೆ ಬಂದರು.

ಹೆಂಡತಿ ಟವಲ್ ತಂದುಕೊಟ್ಟಳು. ದೊಡ್ಡಪ್ಪ ತಲೆಯನ್ನು ಒರೆಸಿಕೊಳ್ಳದೆ ಹಾಗೆ ಕೂತರು. ನನ್ನ ಮಗ ದೊಡ್ಡಪ್ಪನನ್ನು ನೋಡುತ್ತಲೇ ಇದ್ದ. ಕೂಸಿದ್ದಾಗ ಊರಿಗೆ ಹೋಗಿದ್ದಾಗ ನೋಡಪ್ಪ ಅವನನ್ನು ನೋಡಿದ್ರು ಬಿಟ್ರೆ ಇತ್ತೀಚೆಗೆ ನೋಡಿದ್ದೆ ನೆನಪಿಲ್ಲ.

'ಮಗನೇ ಹೇಗಿದೀಯಪ್ಪ ಕಂದಾ?" ಅಂದ್ರು ದೊಡ್ಡಪ್ಪ. ಮಗ ನಾಚಿಕೆಯಿಂದಲೋ, ಅಪರಿಚಿತ ಮುಖದ ಭಯದಿಂದಲೊ ನನ್ನ ಬಳಿ ಬಂದ. "ದೊಡ್ಡಪ್ಪ ಕಣೋ, ಮಾತಾಡ್ಸು ಮಗಾ.." ಅಂದೆನಾದರೂ ಅವನು ಅದರ ಕಡೆ ಗಮನ ಕೊಡಲಿಲ್ಲ. ನನ್ನವಳು ಟೀ ತಂದು ದೊಡ್ಡಪ್ಪನಿಗೆ ಕೊಟ್ಟಳು.

"ಚೆನ್ನಾಗಿದೀಯಾ ಮಗಳೇ..!?" ಕೇಳಿದರು ದೊಡ್ಡಪ್ಪ.

"ಎಲ್ಲದೂ ನಿಮ್ಮ ಆರ್ಶೀವಾದ ಮಾವ. ನಿಮ್ಮ ಹಾರೈಕೆಯಿಂದ ಚೆನ್ನಾಗಿದ್ದೀವಿ. ಹರೀಶ, ಅರ್ಪಿತ, ಮನೋಹರ ಎಲ್ಲಾ ಹೇಗಿದ್ದಾರೆ ಮಾವ?" ಕೇಳಿದಳು ಹೆಂಡತಿ.

ಟಿವಿಯ ಕಾರ್ಟೂನ್ ಚಿತ್ರದಲ್ಲಿ ಬೆಕ್ಕಿನ ಕತೆ ಮುಗಿದು ಹೋಗಿ ತುಂಬಾ ಹೊತ್ತಾಗಿತ್ತು. ಈಗ ಯಾವುದೊ ವಿಚಿತ್ರ ಪಾತ್ರಗಳು ಬರುತ್ತಿದ್ದವು. ಯಾರು ಯಾರನ್ನು ಹೊಡೆಯುತ್ತಿದ್ದಾರೆ ಎಂಬುದೇ ಅರ್ಥವಾಗುತ್ತಿರಲಿಲ್ಲ, ತಮ್ಮವರು ತಮ್ಮವರನ್ನೆ ಹೊಡೆದುಕೊಳ್ಳುತ್ತಿದ್ದರು. ಮಳೆ ಈ ಹೊತ್ತಿಗೆ ಕಡಿಮೆಯಾಗುವ ಲಕ್ಷಣಗಳಿರಲಿಲ್ಲ.

ಗಂಭೀರವಾಗಿಯೇ ಇದ್ದ ದೊಡ್ಡಪ್ಪ ನನ್ನವಳ ಮಾತು ಕೇಳಿ ಮತ್ತಷ್ಟು ಗಂಭೀರವಾದರು.

"ಹೂಂ ಮಗಳೇ ಎಲ್ಲಾ ಚೆನ್ನಾಗಿದ್ದಾರೆ.." ಅಂದು ಅಲ್ಲಿಗೆ ಆ ಮಾತಿನ ಸರಣಿಯನ್ನು ತುಂಡರಿಸಿದರು.

"ದೊಡ್ಡಪ್ಪ, ಅಡ್ರೆಸ್ ಗೊತ್ತಿರಲಿಲ್ವಲ್ಲ ಹೇಗೆ ಬಂದ್ರಿ?" ಉಳಿಸಿಕೊಂಡಿದ್ದ ಕುತೂಹಲ ಆಚೆ ಬಿದ್ದು ಕೇಳಿತು.

"ದೊಡ್ಡಕೇರಿ ಬಸಪ್ಪ ಕೊಟ್ಟ. ನೀನು ಸಿಕ್ಕಿದ್ದೆಯಂತಲ್ಲ ಕಳೆದ ತಿಂಗಳು" ಅಂದರು ದೊಡ್ಡಪ್ಪ. ದೊಡ್ಡಪ್ಪನಿಗೆ ಸ್ನಾನ ಮಾಡಲು ಹೇಳಿದೆವು. ದೊಡ್ಡಪ್ಪ ನಿತ್ಯ ಸ್ನಾನ ಮಾಡದೇ ಊಟ ಮಾಡುತ್ತಿರಲಿಲ್ಲ. ಆದರೆ ಯಾಕೋ ನಿರಾಕರಿಸಿದರು.

ನನ್ನವಳು ತಿಂಡಿ ಎತ್ತಿಕೊಂಡೆ ಬಂದಳು. ದೊಡ್ಡಪ್ಪ ತಿಂಡಿಯನ್ನೂ ಕೂಡ ನಿರಾಕರಿಸಿದರು.

ನನ್ನ ಬಲವಂತಕ್ಕೆ ಎರಡು ತುತ್ತು ತಿಂದರು. ದೊಡ್ಡಪ್ಪ ವರ್ತನೆಗಳು ನನ್ನ ಗಮನಕ್ಕೆ ಬಂತು. ಎಲ್ಲದಕ್ಕೂ ಶಬ್ದಗಳ ಲೇಪನವೇ ಬೇಕಿಲ್ಲ. ಉಸಿರೇ ಕಲೆಗಳನ್ನು ಹೇಳುತ್ತದೆ. ಇಷ್ಟು ದಿನಕ್ಕೆ ಎಂದೂ ಬರದ ದೊಡ್ಡಪ್ಪ ನನ್ನನ್ನ ಹುಡುಕಿಕೊಂಡು ಬಂದಿದ್ದಾರೆ. ಅಸಲಿಗೆ ಅವರು ತಮ್ಮ ಹಳ್ಳಿಯನ್ನು ಬಿಟ್ಟು ಹೆಚ್ಚು ಆಚೆಗೆ ಹೋದವರೇ ಅಲ್ಲ. "ಯಾಕೇ ದೊಡ್ಡಪ್ಪ ಒಂಥಾರ ಇದೀರಿ. ಏನಾದರೂ ಸಮಸ್ಯೆಯಾ?" ಕೇಳಿಬಿಡೋಣ ಅನಿಸಿತು. ಹೇಗೆ ಕೇಳುವುದು ಇವನ ಮನೆಗೆ ಬಂದಿದ್ದಕ್ಕೆ ಹೀಗೆ ಕೇಳ್ತಿದ್ದಾನೆ ಅಂದುಕೊಂಡು ಬಿಟ್ಟರೆ? ಮನಸ್ಸು ತಡೆಯಿತು.

"ಒಂದು ಚಾಪೆ ಇದ್ರೆ ಕೊಡಪ್ಪ ಸ್ವಲ್ಪ ಹೊತ್ತು ಮಲಗ್ತೀನಿ" ಅಂದ್ರು ದೊಡ್ಡಪ್ಪ. ಅವರನ್ನು ನನ್ನ ರೂಮಿಗೆ ಕರೆದುಕೊಂಡು ಹೋಗಿ ನನ್ನ ಬೆಡ್ ತೋರಿಸಿ ಇಲ್ಲಿ ಮಲಗಿ ಅಂತ ಹೇಳಿ ಆಚೆ ಬಂದೆ. ಮನಸ್ಸು ಭಾರವಾದಂತಾಗಿತ್ತು. ನನ್ನವಳು ತಿಂಡಿ ತಿನ್ನುತಿದ್ದಳು. ಅವಳ ಕಣ್ಣುಗಳನ್ನು ನೋಡಿದೆ. ಕಣ್ಣುಗಳೇ ಏನೇನೊ ಮಾತಾಡಿಕೊಂಡವು. ದೊಡ್ಡಪ್ಪನ ವರ್ತನೆಗಳು ಭಿನ್ನವಾಗಿರುವುದಕ್ಕೆ ನಮ್ಮ ಕಣ್ಣುಗಳಲ್ಲಿ ಭಯವಿತ್ತು.

ಬೆಳಗ್ಗೆಯಿಂದ ಕದ್ದು ನುಸುಳುತ್ತಿದ್ದ ನೆನಪುಗಳು ಆಣೆಕಟ್ಟು ಒಡೆದು ಧುಮಿಕ್ಕುವಂತೆ ಅಬ್ಬರಿಸತೊಡಗಿದವು. ಯಾಕೊ ಒಳಗೆ ಕೂರಲು ಮನಸ್ಸಾಗಲಿಲ್ಲ. ವರಾಂಡದಲ್ಲಿ ಬಂದು ನಿಂತೆ. ಮಳೆ ಸುರಿಯುತ್ತಲೇ ಇತ್ತು ನೆನಪುಗಳಂತೆ. ಒಳಗೆ ಮಗ ಟಿವಿಯಲ್ಲಿ ಮುಳುಗಿ ಹೋಗಿದ್ದ.

ನನ್ನಪ್ಪ ಸತ್ತು ಹೋಗಿದ್ದು ನನಗೆ ಗೊತ್ತಿಲ್ಲ. ಮೂರು ವರ್ಷದವನು ಇದ್ನಂತೆ ನಾನು. ಹಾಗಂತ ಅವ್ವ ಹೇಳ್ತಿದ್ದು. ಅಮೇಲೆ ನನ್ನ ಪಾಲಿಗೆ ದೊಡ್ಡಪ್ಪನ ಅಪ್ಪ. ನಾನು ಹರೀಶ, ಮನೋಹರ ಒಟ್ಟಿಗೆ ಆಡಿಕೊಂಡೆ ಇರ್ತಿದ್ವಿ. ನನ್ನ ದೊಡ್ಡವ್ವ ಅದೆಷ್ಟು ಒಳ್ಳೆಯವರು. ನನ್ನನ್ನು ತಮ್ಮ ಮಗನಂತೆ ನೋಡಿಕೊಂಡರು. ದೊಡ್ಡಪ್ಪ ನನ್ನ ಮತ್ತು ಅವ್ವನ ಜವಾಬ್ದಾರಿ ತೆಗೆದುಕೊಂಡರು. ಇಪ್ಪತ್ತು ಎಕರೆ ಹೊಲವಿತ್ತು. ದೊಡ್ಡಪ್ಪ ನಮ್ಮನ್ನೆಲ್ಲಾ ಓದಿಗೆ ಹಾಕಿದರು. ಅವ್ವನದು ಹೊಲದ ಕೆಲಸ. ದೊಡ್ಡವ್ವನದು ಮನೆಯ ಕೆಲಸ. ಆದರೆ ಅವ್ವ ನನ್ನ ಜೀವನದಲ್ಲಿ ಬಹಳ ದಿನ ಇರಲಿಲ್ಲ. ಮಳೆಯ ಮಧ್ಯೆಯೇ ಅವತ್ತೊಂದಿನ ಸತ್ತು ಹೋದಳು. ಹೊಲದಲ್ಲಿದ್ದ ಆಕೆಯನ್ನು ಸಿಡಿಲು ಬಂದು ಬಡಿದು ಅಪ್ಪನ ಬಳಿ ಕರೆದೊಯ್ದಿತ್ತು. ನಾನಾಗ ಮೂರನೇ ಕ್ಲಾಸ್ ಓದ್ತಿದ್ದೆ. ದೊಡ್ಡಪ್ಪ, ದೊಡ್ಡವ್ವನೇ ನನ್ನ ಪಾಲಿಗೆತಂದೆ ತಾಯಿಯಾದರು. ಕಾಲೇಜಿಗೆ ಹೋಗುವ ದಿನಗಳಲ್ಲಿ ಜನ ಹೇಳ್ತಿದ್ರು "ನಿಮ್ ಅವ್ವಗೆ ನೀನು ಬಾಳ ಓದಿ ಗೌರ್ಮೆಂಟ್ ಕೆಲಸಕ್ಕೆ

ಹೋಗಬೇಕು ಅಂತ ಆಸೆ ಇತ್ತು ಕಣಪ. ಅದ್ನ ನಮ್ಮತಾವ ಯಾವಾಗ್ಲೂ ಹೇಳೋರು" ಅನ್ನೋರು ಜನ. ದೊಡ್ಡಪ್ಪ ನನ್ನ ಚೆನ್ನಾಗಿಯೇ ಓದಿಸಿದರು. ನನ್ನ ಬಗ್ಗೆ ದೊಡ್ಡಪ್ಪನಿಗೆ ವಿಶೇಷವಾದ ಕಾಳಜಿಯಿತ್ತು. ನನ್ನೆಲ್ಲಾ ಕ್ರೆಡಿಟ್ ಗಳು ಅವ್ವನಿಗಿಂತ ದೊಡ್ಡಪ್ಪನಿಗೇ ಸೇರಬೇಕು.

ಕಾಲೇಜಲ್ಲಿ ಪಾಠ ಹೇಳುವ ಕೆಲಸ ಸಿಕ್ಕ ಮೇಲೆ ನಾನು ಊರು ಬಿಟ್ಟು ಬಂದೆ. ದೊಡ್ಡಪ್ಪನೇ ನಿಂತು ಮದುವೆ ಮಾಡಿಸಿದರು. ಹರೀಶ ಹೆಚ್ಚು ಓದಲಿಲ್ಲ. ಮನೋಹರ ಓದಿದ್ದಾನೆ ಕೆಲಸ ಸಿಗದೇ ಮನೆಯಲ್ಲಿಯೇ ಇದ್ದಾನೆ. ಹರೀಶನಿಗೂ ಅರ್ಪಿತನಿಗೂ ಮದುವೆಯಾಗಿ ಒಂದು ಮಗುವಿದೆ. ನಾಲ್ಕು ವರ್ಷದ ಹಿಂದೆ ದೊಡ್ಡವ್ವ ತೀರಿ ಹೋದರು. ಮನೋಹರ ಆಸ್ತಿ ಭಾಗ ಮಾಡು ಅಂತ ದೊಡ್ಡಪ್ಪನ ಹತ್ರ ಹಠಕ್ಕೆ ಬಿದ್ದಿದಾನಂತೆ. ಕಳೆದ ಬಾರಿ ಊರಿಗೆ ಹೋದಾಗ ಬಹಳ ಬೇಸರ ಮಾಡಿಕೊಂಡು ದೊಡ್ಡಪ್ಪ ಈ ಮಾತು ಹೇಳಿದ್ದರು.

"ನನಗೆ ನೀವೆ ಓದಿಸಿ, ಕೊಡಿಸಿದ ನೌಕರಿ ಇದೆ. ಎಲ್ಲಾ ಆಸ್ತಿಯನ್ನು ಒಬ್ಬರಿಗೂ ಹಂಚಿಬಿಡಿ" ಅಂತ ಹೇಳಿದ್ದೆ. ಊರಿಗೆ ಹೋದಾಗಲೆಲ್ಲಾ ದೊಡ್ಡಪ್ಪ ಸೊಸೆ, ಮಕ್ಕಳ ಬಗ್ಗೆ ಸಾಕಷ್ಟು ಅಸಮಾಧಾನದ ಮಾತುಗಳನ್ನು ಆಡುತ್ತಿದ್ದರು. ನಮ್ಜೊತೆ ಬಂದು ಇರೀ ದೊಡ್ಡಪ್ಪ ಅಂತ ತುಂಬಾ ಸರಿ ಒತ್ತಾಯಿಸಿದ್ದೆ. ಅವರು ಸುತಾರಂ ಒಪ್ಪಿರಲಿಲ್ಲ. ಊರು ಬಿಟ್ಟು ಒಂದು ದಿನವೂ ಆಚೆ ಇರುತ್ತಿರಲಿಲ್ಲ. ಊರಿನಿಂದ ಮುನ್ನೂರು ಕಿಲೋಮೀಟರ್ ದೂರವಿರುವ ನಮ್ಮಲ್ಲಿಗೆ ಬಂದು ಹೋಗುವುದು ಅವರಿಗೆ ಒಗ್ಗದ ವಿಷಯವೇ ಆಗಿತ್ತು. ಒಮ್ಮೆಯೂ ಬಂದಿರಲಿಲ್ಲ.

ನುಗ್ಗುತ್ತಿದ್ದ ನೆನಪುಗಳು ಅಡೆತಡೆಯಿಲ್ಲದೆ ಸುರಿದವು. ಸತ್ತ ದಿನಗಳ ನೆನೆದರೆ ಏನು ಪ್ರಯೋಜನ. ನೋಟವನ್ನು ನಾಳೆಗೆ ನೆಡಬೇಕು. ಗೋರಿಗ್ಹೋದ ದಿನಗಳಿಂದ ಏನಾದರೂ ಎತ್ತಿಕೊಂಡು ಬಂದಿದ್ದರೆ ನಾಳೆಗಳಿಗೆ ಬಳಸಿಕೊಳ್ಳಬಹುದು. ನನ್ನ ಪಾಲಿಗೆ ಕಳೆದ ಹೋದ ದಿನಗಳು ಸಾಕಷ್ಟು ಕೊಟ್ಟಿದೆ. ಇಂದಿಗೂ ಅದು ನನ್ನಗೊಂದು ಅದ್ಭುತ ಬಂಡವಾಳ.

ನನಗೆ ತುಂಬಾನೇ ಕಾಡಿದ್ದು ದೊಡ್ಡಪ್ಪನ ಧಿಡೀರ್ ಆಗಮನ. ಎಷ್ಟು ಕರೆದರೂ ಬರದವರು ವಿಳಾಸ ಹುಡುಕಿಕೊಂಡು ಬಂದರೆಂದರೆ ಏನೊ ವಿಷಯವಿರಬೇಕು. ದೊಡ್ಡಪ್ಪ ಮರುಕದಂತೆ ಕಾಣುತ್ತಿದ್ದರು. ಕಣ್ಣುಗಳು ಏನನ್ನೊ ಹೇಳುವುದಕ್ಕೆ ಪ್ರಯತ್ನಿಸುತ್ತಿದ್ದರೂ ಬದಲಾಗಿ ಅಡಗಿಸಿಕೊಳ್ಳುವ ಪ್ರಯತ್ನ ಮಾಡುತ್ತಿದ್ದರು. ಸ್ವಾಭಿಮಾನವೂ ಕೆಲವೊಮ್ಮೆ ನೆಲಕಚ್ಚುತ್ತದಾ? ಯಾರ ವಿಷಯದಲ್ಲಿ ಹೇಗೊ ಆದರೆ ಅದು ದೊಡ್ಡಪ್ಪನ ವಿಷಯದಲ್ಲಿ ಸಾಧ್ಯವೇ ಇರಲಿಲ್ಲ.

ಮಳೆ ಒಂದಿಷ್ಟು ಬಿಡುವು ಕೊಟ್ಟರೆ ದೊಡ್ಡಪ್ಪನನ್ನು ಸಂಜೆ ಆಚೆ ಕರೆದುಕೊಂಡು ಹೋಗಬೇಕು. ಮೌನವಾಗಿ ಕೂತು ಅವರ ಮನಸ್ಸನ್ನು

ಮಾತಾಡಿಸಬೇಕು ಅಂದುಕೊಂಡೆ. ಬೆಳಗ್ಗೆ ಏಳುವಾಗಲೇ ಕೈಗೆತ್ತಿಕೊಂಡ ಗಿಬ್ರಾನ್ ನ ಪ್ರೊಫೆಟ್ ಪುಸ್ತಕ ಈಗ ಒಂದು ಸಮಾಧಾನದ ಗೆಳೆಯನಂತೆ ಅನಿಸತೊಡಗಿತು. ಆದರೆ ಅದನ್ನು ಹಿಡಿದು ಆ ಕ್ಷಣಕ್ಕೆ ಓದಲು ಸಾಧ್ಯವಿರಲಿಲ್ಲ. ಎತ್ತಿಟ್ಟು ಹೆಂಡತಿಯ ಬಳಿ ಬಂದೆ. ಅಡುಗೆಯ ಮನೆಯ ಕ್ಲೀನಿಂಗ್ ಸಾಗಿತ್ತು. ಅವಳು ಹೀಗೆಯೆ ಏನಾದರೂ ಒಂದು ಮಾಡುತ್ತಲೇ ಇರುತ್ತಾಳೆ. ಸುಮ್ಮನೆ ಕೂರುವುದು ಹೆಣ್ಣು ಮಕ್ಕಳಿಗೆ ಒಗ್ಗದ ವಿಷಯ.

ಅವಳಲ್ಲೂ ದೊಡ್ಡಪ್ಪನ ಆಗಮನದ ಬಗ್ಗೆ ಆಶ್ಚರ್ಯವಿತ್ತು. ದೊಡ್ಡಪ್ಪನ ವಿಷಯ ಎತ್ತುತ್ತಿದ್ದಂತೆ "ಹರೀಶ, ಅರ್ಪಿತ ಏನಾದರೂ ಬೇಜಾರು ಮಾಡಿರಬೇಕು ರೀ. ಮನೋಹರ ಶುದ್ದ ಉಡಾಳ, ದೊಡ್ಡಪ್ಪನಿಗೆ ಕೇರ್ ಮಾಡಲ್ಲ. ಅಲ್ಲೇನೊ ಹೆಚ್ಚು ಕಡಿಮೆ ಆಗಿರಬೇಕು ಅನಿಸುತ್ತೆ" ಅಂದಳು. ನಾನು ಅದನ್ನು ನಂಬಲಿಲ್ಲ. ದೊಡ್ಡಪ್ಪ ಅವರಿಗೇನು ಕಡಿಮೆ ಮಾಡಿರಲಿಲ್ಲ. ಹೀಗೆ ಆಗಲು ಸಾಧ್ಯವಿಲ್ಲ ಅಂದುಕೊಂಡೆ.

ಈ ಮಳೆ ಯಾವ ಕೇಡಿಗೆ ಸುರಿತದೊ ಅಂದುಕೊಂಡು ನಡುಮನೆಗೆ ಬಂದು ಕೂತೆ. ಟಿವಿ ನೋಡುತ್ತಾ ನೋಡುತ್ತಾ ಮಗ ಮಲಗಿದ್ದ. ಟಿವಿಯಲ್ಲಿ ಇನ್ನೂ ಯಾವುದೊ ಕಾರ್ಟೂನ್ ಸಾಗಿತ್ತು. ನನ್ನ ಯೋಚನೆಗಳ ಮಧ್ಯೆ ಅದೇನೆಂದು ಗಮನಿಸಲಿಲ್ಲವಾದರೂ ಯಾರು ಯಾರನ್ನೊ ನೂಕುವ, ತಳ್ಳುವ, ಆಚೆ ಕಳುಹಿಸುವುದು ಯಾವುದೊ ಮಂಪರಿನಲ್ಲಿ ಕಾಣಿಸಿದಂತಾಯ್ತು. ಆ ಕಡೆ ಹೆಚ್ಚು ಗಮನ ಕೊಡದೆ ಕೂತೆ.

ಕೂತೆ ಇದ್ದವನು ದೊಡ್ಡಪ್ಪ ಮಲಗಿದ್ದಾರಾ ನೋಡೋಣವೆಂದು ರೂಮಿನತ್ತಾ ಹೋದೆ. ದೊಡ್ಡಪ್ಪ ಕೆಳಗೆಚಾಪೆ ಹಾಸಿಕೊಂಡು ಮಲಗಿದ್ದರು. ನಾನು ಬೆಡ್ ತೋರಿಸಿ ಹೋದರೂ ಅದರ ಮೇಲೆ ಮಲಗಿರಲಿಲ್ಲ. ನಿದ್ದೆ ಆವರಿಸಿದ್ದ ದೊಡ್ಡಪ್ಪನ ಮುಖ ನೋಡಿದೆ. ನಿದ್ದೆಯಲ್ಲೂ ಮುಖದ ಮೇಲೆ ಯಾವುದೊ ದುಗುಡ ಕಾಣಿಸುವಂತಿತ್ತು. ದೊಡ್ಡಪ್ಪನನ್ನು ಎಬ್ಬಿಸುವ ಗೋಜಿಗೆ ಹೋಗಲಿಲ್ಲ. ಮತ್ತೆ ಮೊದಲ ಜಾಗಕ್ಕೆ ಬಂದು ಕೂತೆ. ಹೊರಗೆ ಮಳೆ ಸುರಿಯುತ್ತಲೇ ಇತ್ತು. ಹಠ ಹಿಡಿದ ಮಗುವಿನಂತೆ ಬಿಕ್ಕಳಿಸುತ್ತಲೇ ಇತ್ತು. ಇಂದೇಕೆ ಮುಗಿಲಿಗೆ ಈ ಪರಿಯ ದುಃಖ ನನಗೆ ಅರ್ಥವಾಗಲಿಲ್ಲ. ನಮ್ಮ ಆಚೆಯ ಜಗತ್ತನ್ನು ಮನುಷ್ಯ ಅರ್ಥಮಾಡಿಕೊಳ್ಳುವಂತಿದ್ದರೆ ಹೀಗಿರುತ್ತಿದ್ದನೆ? ಸಂಜೆ ಆಚೆಗೆ ಹೋಗುವುದು ಸಾಧ್ಯವಾಗಲಿಕ್ಕಿಲ್ಲ ಅನಿಸಿತು. ದೊಡ್ಡಪ್ಪನನ್ನು ವಾರಗಳ ಕಾಲ ಉಳಿಸಿಕೊಂಡು ಸಮಸ್ಯೆ ಏನಾದರೂ ಇದ್ದರೆ ತಿಳಿದುಕೊಳ್ಳಬೇಕು ಎಂದು ಯೋಚಿಸಿದೆ. ದೊಡ್ಡಪ್ಪ ಈ ಯಾವುದಕ್ಕೂ ಈ ಪರಿ ಸೋಲುವವರೇ ಅಲ್ಲ. ತಲೆ ಕೆಡಿಸಿಕೊಳ್ಳುವವರೇ ಅಲ್ಲ. ಹಾಗಾದರೆ ಇನ್ನೇನು ಆಗಿರಬಹುದು? ಕಲ್ಪನೆಗಳಿಗೆ ಜಗತ್ತಿನಲ್ಲಿರುವ ಅಷ್ಟೂ ಬಣ್ಣಗಳು ಸಾಲುವುದಿಲ್ಲ. ಮನಸ್ಸು ಅತ್ತ

ಇತ್ತ ಅಲೆದು ಕಾರಣ ಕಟ್ಟಕೊಳ್ಳುವುದನ್ನು ಬಲವಂತವಾಗಿ ನಿಲ್ಲಿಸಿದೆ. ಬರೀ ಲಹರಿಯಲ್ಲೇ ಸಂಜೆ ಮುಟ್ಟಿಬಿಟ್ಟೆ!

ದೊಡ್ಡಪ್ಪ ರೂಮಿನಿಂದ ಹೊರಬಂದಾಗ ಆತ ತಾನೇ ಕತ್ತಲು ಸಂಜೆಯನ್ನು ನುಂಗಿತ್ತು. ಕತ್ತಲಿಗೆ ಹೆದರಿಯೇನೊ ಮಳೆ ನಿಂತಿತ್ತು. ಮುಖ ತೊಳೆದುಕೊಂಡು ಬಂದು ದೊಡ್ಡಪ್ಪ ಕೂತರು. ನಾನೇ ಮಗನನ್ನು ಬಲವಂತ ಮಾಡಿ ಅವರ ಬಳಿ ಕಳುಹಿಸಿದೆ. ಮೊಮ್ಮಗನನ್ನು ತೊಡೆಯ ಮೇಲೆ ಕೂರಿಸಿಕೊಂಡು ಮುದ್ದು ಮಾಡಿದರು. ನನ್ನವಳು ತಂದು ಕೊಟ್ಟ ಕಾಫಿಯನ್ನು ಹೀರುತ್ತಾ ಮೊಮ್ಮಗನೊಂದಿಗೆ ಮಾತಾಡತೊಡಗಿದರು. ಮಗ ಹೊಸಬರೆಂಬ ಭಯವನ್ನು ತೊರೆದು ಆಗಲೇ ಪಟಾಪಟ್ ಮಾತಾಡತೊಡಗಿದ್ದ. ಮಗನ ಮಾತುಗಳು ಆಚೆ ಬಿದ್ದಿದ್ದರಿಂದ ಬೆಳಗ್ಗೆಯಿಂದ ಬಿಗುವಾಗಿದ್ದ ವಾತಾವರಣ ಮೆಲ್ಲನೆ ಸಡಿಲವಾಗ ತೊಡಗಿತು. ದೊಡ್ಡಪನನ್ನು ನಾನೇನು ಕೇಳಲು ಹೋಗಲಿಲ್ಲ. ದೊಡ್ಡಪ್ಪ ನನ್ನ ಕೆಲಸದ ಬಗ್ಗೆ ಅದು ಇದು ಕೇಳತೊಡಗಿದರು.

* * *

ಬೆಳಗ್ಗೆ ಏಳುವ ಹೊತ್ತಿಗಾಗಲೇ ದೊಡ್ಡಪ್ಪ ಹೊರಟು ನಿಂತಿದ್ದರು. ನಾವು ಎಷ್ಟು ಬಲವಂತ ಮಾಡಿದರೂ ಉಳಿಯುವ ಮನಸ್ಸು ಮಾಡಲಿಲ್ಲ. "ನಿಮ್ಮನ್ನೆಲ್ಲಾ ನೋಡ್ಬೇಕು ಅನಿಸಿತ್ತು. ಬಂದೆ ನೋಡಿದೆ. ಹೋಗ್ತೀನಿ ಊರಲ್ಲಿ ಕೆಲಸ ಇದೆ. ಮತ್ತೆ ಎಂದಾದರೂ ಬರ್ತೀನಿ" ಅಂತ ಹೋಗಲು ಹಠ ಹಿಡಿದರು. ಬಲವಂತಕ್ಕೆ ತಿಂಡಿಯಾಗುವವರೆಗೂ ಇದ್ದು ತಿಂಡಿ ಮುಗಿಸಿಕೊಂಡೆ ಹೊರಟರು. ನನ್ನ ಮಗನನ್ನು ಹತ್ತಿರ ಕರೆದು ಮುದ್ದಿಸಿ ಅವನ ಜೇಬಿನಲ್ಲಿ ಒಂದೆರಡು ನೂರರ ನೋಟುಗಳನ್ನಿಟ್ಟು "ಚೆನ್ನಾಗಿ ಓದು ಕಂದಪ್ಪ" ಅಂತ ಹೇಳಿ ಹೊರಡಲು ಅನುವಾದರು. ನನ್ನವಳು ಕೂಡ ತುಂಬಾ ಕೇಳಿಕೊಂಡರು ದೊಡ್ಡಪ್ಪ ಯಾಕೊ ಹೊರಡುವ ನಿರ್ಧಾರದಿಂದ ಹಿಂದೆ ಸರಿಯಿಲಿಲ್ಲ.

"ನೀ ಬರೋದು ಬೇಡ ನಾನು ಆಟೋದಲ್ಲಿ ಹೋಗ್ತೀನಿ" ಅಂದ ದೊಡ್ಡಪ್ಪನ ಮಾತನ್ನು ಕಿವಿ ಮೇಲೆ ಹಾಕಿಕೊಳ್ಳದೇ ನಾನು ಕಾರನ್ನು ಆಚೆ ತೆಗೆದೆ. ಬಲವಂತ ಮಾಡಿ ದೊಡ್ಡಪ್ಪನನ್ನು ಹತ್ತಿಸಿಕೊಂಡೆ. ಮಳೆ ಸಣ್ಣ ವಿರಾಮ ನೀಡಿದಂತಿತ್ತು. ನಾನು ದೊಡ್ಡಪ್ಪ ಮನೆಯಿಂದ ಹೊರಟೆವು. ದೊಡ್ಡಪ್ಪ ಬಂದ ವಿಷಯವನ್ನು ಕೇಳಬೇಕೆಂದು ಮನಸ್ಸು ಒಂದೇ ಸಮನೆ ಕಾಡುತ್ತಿದ್ದರೂ ಮಾತುಗಳು ಆಚೆ ಬರಲು ಹಿಂದೇಟು ಹಾಕಿದವು. ಹೇಗೆ ಕೇಳುವುದು? ದೊಡ್ಡಪ್ಪ ಸುಮ್ಮನೆ ನಮ್ಮನ್ನು ನೋಡಿ ಹೋಗಲು ಬಂದಿದ್ದರೆ ನನ್ನ ಮಾತನ್ನು ಕೇಳಿ ಅವರಿಗೆಷ್ಟು ಬೇಸರವಾಗಬಹುದು? ಯಾಕೆ ಬಂದಿದ್ರಿ ಅಂತ ಕೇಳುವುದು

ತೀರಾ ಸಭ್ಯವಲ್ಲವೆಂದು ಮೌನವಹಿಸಿದೆ. ರೈಲ್ವೇ ನಿಲ್ದಾಣ ತಲುಪಿದಾಗ ರೈಲು ಇಂದು ಅರ್ಧ ಗಂಟೆ ತಡವಾಗಿ ಬರುವುದೆಂದು ತಿಳಿಯಿತು. ಎಲ್ಲಾ ಸೇರಿ ಇನ್ನೂ ಮುಕ್ಕಾಲು ಗಂಟೆಯಿತ್ತು. ದೊಡ್ಡಪ್ಪ ನನಗೆ ಮನೆಗೆ ಹೋಗಲು ಹೇಳಿದರು. ನಾನು ರೈಲು ಬಂದ ನಂತರವೇ ಹೋಗುವುದೆಂದು ಹೇಳಿದರು ಬಲವಂತ ಮಾಡಿ ನನ್ನನ್ನು ಕಳಿಸಿದರು. ಯಾಕೊ ಇಂದು ದೊಡ್ಡಪ್ಪ ವಿಚಿತ್ರವೆನಿಸತೊಡಗಿದರು. ಯಾಕೆ ದೊಡ್ಡಪ್ಪ ಹೀಗೆ ಆಡ್ತಿದಾರೆ ಅನಿಸಿತು. ಈಗ ಊರಿಗೆ ಹೋಗಲಿ ಭಾನುವಾರ ನಾನೇ ಊರಿಗೆ ಹೋಗಿ ಮಾತಾಡಿಸಿಕೊಂಡು ಬರೋಣ ಎಂದು ಯೋಚಿಸಿದೆ. ಟಿಕೆಟ್ ತಗ್ದು ದೊಡ್ಡಪ್ಪ ಕೈಯಲ್ಲಿಟ್ಟು ಹುಷಾರು ಅಂತ ಹೇಳಿ. ಊರು ಮುಟ್ಟಿದ ಕೂಡಲೇ ಫೋನ್ ಮಾಡಲು ತಿಳಿಸಿ ಅಲ್ಲಿಂದ ಹೊರಟೆ. ಕಾರು ಓಡಿಸಲಾಗದಷ್ಟು ಮಳೆ ಸುರಿಯತೊಡಗಿತು. ಮನೆಗೆ ಬಂದು ಡ್ಯೂಟಿಗೆ ಹೊರಡಲು ತಯಾರಿ ನಡೆಸಿದೆ. ದಿನವೆಲ್ಲಾ ದೊಡ್ಡಪ್ಪನ ಯೋಚನೆಯಲ್ಲಿಯೇ ಕಳೆಯಿತು.

* * *

ದೊಡ್ಡಪ್ಪ ಬಂದು ಹೋಗಿದ್ದರ ವಿಚಾರದಲ್ಲಿ ಮನಸ್ಸು ಸುತ್ತಿ ಸುತ್ತಿ ನಿಲ್ಲುತ್ತಿತ್ತು. ರಾತ್ರಿಯಾದರೂ ದೊಡ್ಡಪ್ಪ ಊರು ಮುಟ್ಟಿದ ಬಗ್ಗೆ ಫೋನ್ ಬರಲಿಲ್ಲ. ಆಯಾಸದಲ್ಲಿ ಮರೆತು ಹೋಗಿರಬೇಕೆಂದು ಸಮಾಧಾನಿಸಿಕೊಂಡೆ. ರಾತ್ರಿ ಎಷ್ಟೊ ಹೊತ್ತಿನವರೆಗೂ ನಿದ್ದೆ ನನ್ನ ಬಳಿ ಸುಳಿಯಲಿಲ್ಲ. ಇಂಥ ವಿಷಯಗಳಲ್ಲಿ ನಿದ್ದೆಯೆಂದೂ ಕೂಡ ಜೊತೆಗಾರನಾಗಿರುವುದಿಲ್ಲ. ಕಣ್ಣಿಗೆ ನಿದ್ದೆ ಹತ್ತಿಕೊಳ್ಳುವ ಹೊತ್ತಿಗೆ ಮುಂಜಾವು ಬಂದಿತ್ತು. ಇನ್ನೂ ಅರೆ ಮಂಪರು. ಗಾಢ ನಿದ್ದೆಯೆನ್ನಲ್ಲ. ಮೊಬೈಲ್ ರಿಂಗಣಿಸಿತು. ಹರೀಶ ಕಾಲ್ ಮಾಡ್ತಿದ್ದಾನೆ. ಏನು ಇಷ್ಟೊತ್ತಲ್ಲಿ ಫೋನ್? ಯಾಕೊ ಸಣ್ಣಗೆ ಭಯವಾಯಿತು. ಹೊತ್ತಲ್ಲದ ಹೊತ್ತಿನಲ್ಲಿ ಬರುವ ಫೋನ್ ಗಳು ಭಯವನ್ನು ಹೆಚ್ಚಿಸುತ್ತವೆ. ರಿಸಿವ್ ಮಾಡಿ ಕಿವಿಗಿಟ್ಟುಕೊಂಡೆ. ಅತ್ತ ಹರೀಶನ ಧನಿ. “ಅಣ್ಣಾ ಬೇಗ ಬಾ.. ಅಪ್ಪಾ ಅಪ್ಪಾ..” ಅನ್ನುವುದಷ್ಟೇ ಕೇಳಿಸಿತು. ಮಾತು ತೊದಲುತಿತ್ತು. ಏನೇನೊ ತುಂಬಾ ಗಲಾಟೆಯಿತ್ತು. ಹಲೋ ಹಲೋ ಅಂದು ಫೋನ್ ಕಟ್ ಮಾಡಿ ಮತ್ತೆ ಮಾಡಿದೆ. ಯಾರೂ ಕೂಡ ತೆಗೆಯಲಿಲ್ಲ.

ನನ್ನಾಕೆಯನ್ನು ಎಬ್ಬಿಸಿಕೊಂಡು ಕಾರಿನ ಕೀಲಿ ತಿರುವಿ ಊರಿನ ಕಡೆ ಹೊರಟೆ. ನನ್ನಲ್ಲಿ ಮಾತುಗಳು ಮುದುಡಿ ಹೋಗಿದ್ದವು. ದೊಡ್ಡಪ್ಪ ನಿನ್ನೆ ಬೆಳಗ್ಗೆ ತಾನೇ ಊರಿಗೆ ಹೋಗಿದ್ದರು. ಏನಾಯ್ತು ಅಂತ ಯೋಚನೆಗಳು ತಲೆ ತುಂಬಾ ಬರತೊಡಗಿದವು. ತಲೆಕೊಡವಿ ಕಾರಿನ ವೇಗ ಹೆಚ್ಚಿಸಿದೆ. ಮಳೆಯ ಲೆಕ್ಕವನ್ನು ಇಂದು ನನ್ನ ವೇಗ ಲೆಕ್ಕಿಸಲಿಲ್ಲ.

ವೇಗಕ್ಕೆ ಸೋತು ಊರು ಬೇಗನೇ ಬಂದಿತು. ಅಗಸಿಯ ದಾಟಿ ದೊಡ್ಡ ಕೇರಿಯಲ್ಲಿ ಕಾರು ನುಗ್ಗಿಸಿದೆ. ನಮ್ಮ ಮನೆಯ ಮುಂದೆ ಜನ ಸೇರಿತ್ತು. ದೂರದಲ್ಲೇ ಕಾರು ನಿಲ್ಲಿಸಿ ಲಗುಬಗೆಯಿಂದ ಅತ್ತ ನಡೆದೆ. ಅಳುವ ದನಿಗಳು, ಸಮಾಧಾನಿಸುವವರ ದನಿಗಳು ಕೇಳುತ್ತಿದ್ದವು. ಮಳೆಯನ್ನು ಲೆಕ್ಕಿಸದೆ ಜನ ಸೇರುತ್ತಿದ್ದರು. ಜನರ ಗುಂಪಿನಲ್ಲಿ ನುಗ್ಗಿ ಮುಂದೆ ಹೋದೆ. ದೊಡ್ಡಪ್ಪ ನಿಶ್ಚಲವಾಗಿ ಮಲಗಿದ್ದರು. ಅವರ ಮೈಮೇಲೆ ಹೂವಿನ ಹಾರಗಳಿದ್ದವು. ಎಲ್ಲವೂ ಅರ್ಥವಾಯಿತು. ಯಾಕೊ ನನಗೆ ಅಳುವೇ ಬರಲಿಲ್ಲ. ಹೆಜ್ಜೆ ಹಿಂದೆ ಕಿತ್ತು ಈಚೆ ಬಂದೆ. ಮಳೆಯಲ್ಲಿ ನೆನೆಯುತ್ತಾ ಯಾರದೊ ಮನೆಯ ಅಂಗಳದಲ್ಲಿ ಮಳೆಯೊಂದಿಗೆ ಕೂತೆ. ಮಳೆಯೂ ಮತ್ತೊಷ್ಟು ಬಿಕ್ಕಳಿಸುತ್ತಿತ್ತು. ಯಾರ್ಯಾರೊ ಮಾತಾಡಿಸಲು, ಸಮಾಧಾನಿಸಲು ಬರುತ್ತಿದ್ದರು. ದೂರದಿಂದಲೇ ಅವರನ್ನು ಅಟ್ಟಿದೆ. ನಿನ್ನೆಯಿಂದ ರಚ್ಚೆ ಹಿಡಿದಂತೆ ಅಳುತ್ತಿದ್ದ ಮುಗಿಲ ಕಾರಣ ಈಗ ಸ್ಪಷ್ಟವಾಗಿತ್ತು.

ಮಕ್ಕಳಿಬ್ಬರು ಸೇರಿಕೊಂಡು ಅಪ್ಪನನ್ನು ಹೊರಗೆ ಹಾಕಿದ್ರಂತೆ. ಬೇಜಾರಾಗಿ ನಿನ್ನೆ ಊರು ಬಿಟ್ಟು ಹೋದವರು ಇವತ್ತು ಹೊಳೆಯಲ್ಲಿ ಸಿಕ್ಕಿದಾರೆ. ಎಂತವರಿಗೆ ಎಂತಹ ಸಾವು. ಇಂತಹ ಮಕ್ಕಳು ಹುಟ್ಟೋದಕ್ಕಿಂತ ಬಂಜೆಯಾಗಿರುವುದೇ ಮೇಲು. ಮಳೆಯ ಸದ್ದಿನ ಮಧ್ಯೆಯೂ ಜನರ ಮಾತುಗಳು ಇಷ್ಟಿಷ್ಟೆ ಕೇಳಿಸುತ್ತಿದ್ದವು. ಮಳೆಯ ಮೀರಿ ಅದರ ಸದ್ದನ್ನು ಮೀರಿ ನನ್ನ ದುಃಖದ ಕಟ್ಟೆ ಒಡೆಯಿತು. ಮನದ ದುಃಖ ಮುಗಿಲ ದುಃಖ ಒಂದಾದವು.

ಅರ್ಧ ಮಳೆ ಅರ್ಧ ಬಿಸಿಲು

ಪುಸ್ತಕ ಮತ್ತು ತುಂಡು ಸೀಮೆಸುಣ್ಣ ಎತ್ತಿಕೊಂಡು ಎದ್ದು ನಿಂತರು ಸುಬ್ಬು ಮಾಸ್ತರು. ಸಹೋದ್ಯೋಗಿಗಳೆಲ್ಲರೂ ತರಗತಿಗೆ ಹೋಗಿದ್ದರು. ಸಮಾಜ ಶಿಕ್ಷಕಿ ಅಮೀನಾ ಪುಸ್ತಕವನ್ನು ಪಕ್ಕದಲ್ಲಿಟ್ಟುಕೊಂಡು ಮೊಬೈಲ್‌ನಲ್ಲಿ ಏನನ್ನೊ ಹುಡುಕುತ್ತಿದ್ದರು. ಇಡೀ ಕೋಣೆ ಮೌನದಲ್ಲಿ ಅದ್ದಿ ತೆಗೆದಂತಿತ್ತು. ಪ್ರತಿದಿನ ಮೊದಲ ಅವಧಿ ಇರುತ್ತಿದ್ದ ಸುಬ್ಬ ಮಾಸ್ತರಿಗೆ ಇಂದು ಎರಡನೇ ಅವಧಿ. ಎರಡನೇ ಅವಧಿಯ ಗಂಟೆ ಬಾರಿಸಲು ಇನ್ನೂ ಹತ್ತು ನಿಮಿಷ ಬಾಕಿ ಇತ್ತು. ಆದರೂ ಬೇಗ ಎದ್ದು ತರಗತಿಯ ಕಡೆ ನಡೆಯತೊಡಗಿದರು. ಅಲ್ಲಿ ಕೂತಿರಲು ಅವರಿಗೆ ಮನಸಾಗಲಿಲ್ಲ. ಒಳಗಿನ ಮೌನಕೆ ಹೊರಗಿನ ಕಡು ಮೌನವು ಮಾಡುತ್ತಿದ್ದ ದಾಳಿ ಎದುರಿಸಲಾಗದೇ ಪಲಾಯನದ ಹಾದಿ ಹಿಡಿದರು.

ಸ್ಟಾಫ್‌ರೂಮಿನ ಹೊಸ್ತಿಲು ದಾಟುತ್ತಲೇ ಎದುರಾದ ಅಟೆಂಡರ್ ಸ್ವಾಮಿ 'ಇನ್ನೂ ಹತ್ತು ನಿಮಿಷ ಇದೆ ಆಗ್ಲೆ ಹೊಂಟ್ರಲಾ ಸಾ..?' ಎಂದಿನ ಸಲುಗೆಯಲ್ಲಿ ಕೇಳಿದ. ಏನು ಹೇಳಬೇಕೆಂದು ತೋಚದೆ ಸುಬ್ಬು ಮಾಸ್ತರು ಸುಮ್ಮನೆ ಒಂದು ನಗು ನೀಡಿ ಮುಂದೆ ಹೋದರು. ಹತ್ತನೇ ತರಗತಿ ಕಡೆ ನಡೆದು ಹೋಗಿ ಕಂಬದ ಮರೆಯಲ್ಲಿ ಒಂದು ಶೂನ್ಯ ದೃಷ್ಟಿ ನೆಟ್ಟು ನಿಂತರು. ಅವರ ಕಣ್ಣಲ್ಲಿ ಕೆಲವು ದಿನಗಳ ಹಿಂದೆ ಮನೆಬಿಟ್ಟು ಹೋದ ತಮ್ಮನಿದ್ದ. ಎಷ್ಟೇ ಹುಡುಕಿದರೂ ಸಿಕ್ಕದ ಬೇಸರವಿತ್ತು. ಎರಡನೇ ಅವಧಿಯ ಗಂಟೆಗಾಗಿ ಕಾಯುತ್ತಾ ನಿಂತರು. ಬೆಳಗಿನ ಹನ್ನೊಂದರ ನಿಚ್ಚಳ ಬಿಸಿಲಿತ್ತು. ಮೊದಲ ಅವಧಿಗೆ ಪ್ರಾಪ್ತವಾಗುವ ಒಂದು ಗಂಭೀರತೆಯಲ್ಲಿ ಶಾಲೆ ಬೀಗುತ್ತಿತ್ತು. ಆಗೊಮ್ಮೆ ಈಗೊಮ್ಮೆ ತರಗತಿಯಿಂದ ತಪ್ಪಿಸಿಕೊಂಡು ಬರುತ್ತಿದ್ದ ಪಾಠ ಮಾಡುವ ದನಿಗಳು

ಮೌನವನ್ನು ಕದಲಿಸಿ ಹೋಗುತ್ತಿದ್ದವು. ದೊಡ್ಡ ಮೌನ ಸಣ್ಣ ದನಿಗಳ ಮಧ್ಯೆ ಮಾಸ್ತರು ಸಣ್ಣಗೆ ನವೆಯುತ್ತಿದ್ದರು.

ಮೂವತ್ತರ ಅಸುಪಾಸಿನ ಸುಬ್ಬು ಅವರ ತಲೆ ಮತ್ತು ಗಡ್ಡದಲ್ಲಿ ಕಾಣಿಸಿಕೊಂಡ ಬಿಳಿ ಕೂದಲಿನ ಕಾರಣಕ್ಕೆ ವಯಸ್ಸಿಗಿಂತ ತುಸು ಹೆಚ್ಚೆ ವಯಸ್ಸಾದವರಂತೆ ಕಾಣುತ್ತಿದ್ದರು. ಹತ್ತನೆ ತರಗತಿ ಸಂಜೀವ ಮತ್ತು ಮನೆ ಬಿಟ್ಟು ಹೋದ ತಮ್ಮನ ಹುಡುಕಾಟದ ನಡುವೆ ಬಸವಳಿದಂತೆ ಕಾಣುತ್ತಿದ್ದರು. ತರಗತಿಯಲ್ಲಿ ಹಾಜರಾತಿ ಕೂಗುತ್ತಿಲ್ಲ ಅನ್ನುವ ದೂರು ಈಗಾಗಲೇ ಅವರ ವಿರುದ್ಧ ಮುಖ್ಯಶಿಕ್ಷಕರ ಬಳಿ ಹೋಗಿತ್ತು. 'ಹಾಜರಾತಿ ಕೂಗದೆ ಇದ್ದರೂ ತಾನು ಹಾಜರಾತಿ ಸರಿಯಾಗಿಯೇ ನಮೂದಿಸಿದ್ದೀನಿ' ಅನ್ನುವ ಉತ್ತರ ನೀಡಿದ್ದರು. ಹಾಜರಾತಿ ನಮೂದಿಸುವುದು ಮುಖ್ಯ ಅದನ್ನು ತರಗತಿಯಲ್ಲಿ ಹೆಸರಿಡಿದು ಕೂಗಲೇ ಬೇಕೆಂದಿಲ್ಲ..' ತುಸು ಗಡುಸಾಗಿಯೇ ಹೇಳಿದ್ದರು. ಮುಖ್ಯ ಶಿಕ್ಷಕರಿಗೆ ಇದೊಂದು ವಿಚಿತ್ರದಂತೆ ತೋರಿತ್ತು.

ಸಂಜೀವನ ಮನೆಗೆ ಹೋಗಿ ಬಂದಿದ್ದರೆ ಹೇಗಾದೀತು? ಅನ್ನುವ ಯೋಚನೆ ಅವರ ಮನಸಿಗೆ ಥಟ್ಟನೆ ಮೂಡಿತು. ಶಾಲೆಯಲ್ಲಿ ಯಾರಿಗೂ ಇಲ್ಲದ ಉಸಾಬರಿ ತನಗಾದರೂ ಏಕೆ ಅಂತ ಯೋಚಿಸಿದಾಗ ಸಂಜೀವನ ಮುಖ ನೆನಪಾಗಿ ಕರುಳು ಸಣ್ಣಗೆ ಅಲುಗಿತು. ಕಳೆದವಾರವಷ್ಟೇ ಎದುರಿಗೆ ನಿಂತು ತಾವು ಕೇಳಿದ ಯಾವ ಪ್ರಶ್ನೆಗೂ ಉತ್ತರಿಸದೆ ಕತ್ತು ಬಗ್ಗಿಸಿ ಕಣ್ಣೀರಲ್ಲಿ ನೆಲ ತೋಯಿಸಿ ಹೋಗಿದ್ದ.

ಇಲ್ಲ, ಇಲ್ಲ ತಡಮಾಡಬಾರದು ಇಂದು ಸಂಜೆಯೇ ಹೋಗಿ ಬಂದು ಬಿಡಬೇಕು ಅಂತ ನಿರ್ಧರಿಸುವ ಹೊತ್ತಿಗೆ 'ಢಣ್' ಅಂತ ಗಂಟೆ ಬಾರಿಸಿತು. ತರಗತಿಯೊಳಗೆ ಪಾಠ ಮಾಡುತ್ತಿದ್ದ ಮೇಷ್ಟ್ರು ಹೊರಟು ಹೋದರು. ಅವರ ಹಿಂದೆಯೇ ಮಕ್ಕಳ ಗಲಾಟೆಯೂ ಹೆಚ್ಚಾಯಿತು. ಗಂಟೆಯ ಸದ್ದು, ಮಕ್ಕಳ ಗಲಾಟೆಯಿಂದ ಎಚ್ಚರಗೊಂಡ ಮಾಸ್ತರು ತಮ್ಮೆಲ್ಲಾ ಲಹರಿಗಳಿಂದ ಬಿಡಿಸಿಕೊಂಡು ಹೆಜ್ಜೆ ಕದಲಿಸಿದರು. ಗಲಾಟೆಯಲ್ಲಿದ್ದ ಇಡೀ ತರಗತಿ ಸುಬ್ಬು ಅವರ ಆಗಮನದಿಂದ ಥಟ್ಟನೆ ಮೌನವಾಯಿತು.

ಟೇಬಲ್ ಮೇಲೆ ಪುಸ್ತಕ ಮತ್ತು ಬಳಪ ಇಟ್ಟು ತರಗತಿ ಕಡೆ ಕಣ್ಣು ಹಾಯಿಸಿದರು. ತರಗತಿ ಗಂಭೀರವಾಗಿತ್ತು. ನಡುವಿನ ಸಾಲಿನ ಕೊನೆಯ ಬೆಂಚಿನಲ್ಲಿ ಒಬ್ಬನೆ ಕೂತ ಸಂಜೀವನ ಕಡೆ ನೋಡಿದರು. ಅವನು ತಲೆ ಬಗ್ಗಿಸಿ ಕೂತಿದ್ದ. ತರಗತಿ ಶಿಕ್ಷಕನಾಗಿ ಹಾಜರಾತಿ ತೆಗೆದುಕೊಳ್ಳುವುದು ಅವರ ಕರ್ತವ್ಯವಾಗಿತ್ತು. 'ಸಂಜೀವ...' ಅಂತ ಕೂಗಿದಾಗ ಅವನು 'ಎಸ್ ಸರ್...' ಅನ್ನುವ ಅವನ ದನಿ ತರಗತಿಯಲ್ಲಿ ಉಂಟು ಮಾಡುತ್ತಿದ್ದ ವಿಚಿತ್ರ ಮುಜುಗರ ತಪ್ಪಿಸಲು ಯಾರ್‍ಯಾರು ಬಂದಿದ್ದಾರೆ ಎಂದು ಗಮನಿಸಿ ಹಾಜರಾತಿ

ನಮೂದಿಸಿ ಎತ್ತಿಡುವ ಹೊಸ ರೂಢಿ ಬೆಳೆಸಿಕೊಂಡಿದ್ದರು. ಇವತ್ತೂ ಕೂಡ ಹಾಗೆ ಮಾಡಿ ಮುಗಿಸಿದರು. ಈ ವಯಸ್ಸಿನಲ್ಲಿ ಹುಡುಗರ ದನಿ ಒಡೆದು ಗಡುಸಾಗುವುದು ಸಹಜ. ಆದರೆ ಸಂಜೀವನದು ದನಿ ಒಡೆದದ್ದು ನಿಜ ಆದರೆ ಅದು ಗಡುಸಾಗಿರಲಿಲ್ಲ, ತುಂಬಾ ಮೃದುವಾಗಿತ್ತು. ಕೀರಲಾಗಿ ಹುಡುಗಿಯರ ದನಿಯಂತೆಯೆ ಕೇಳುತ್ತಿತ್ತು. 'ಸಂಜೀವ..' ಅಂತ ಹಾಜರಾತಿ ಕೂಗುವಾಗ ಅದಕ್ಕಾಗಿ ಕಾದು ಕೂತಂತೆ ಇಡೀ ತರಗತಿ ಅವನ 'ಎಸ್ ಸರ್' ಅನ್ನುವ ದನಿ ಕೇಳಿ ಜೋರಾಗಿ ನಗುತ್ತಿತ್ತು. ಅವನು ಅವಮಾನದ ಮುದ್ದೆಯಾಗುತ್ತಿದ್ದ. ಇತ್ತಿತ್ತಲಾಗಿ ತರಗತಿಯಲ್ಲಿ ಯಾಕೆ ಇಡೀ ಸ್ಕೂಲ್‌ನಲ್ಲಿ ಒಂದೇ ಒಂದು ಮಾತು ಕೂಡ ಆಡದೆ ಮೌನವಾಗಿ ಕೂತು ಎದ್ದು ಹೋಗುತ್ತಿದ್ದ.

ನಿನ್ನೆ ವಿರಾಮದ ಅವಧಿಯಲ್ಲಿ ನಡೆದ ಘಟನೆಯ ಬಗ್ಗೆ ತರಗತಿಯಲ್ಲಿ ವಿಚಾರಿಸಿ ತನಗೆ ವರದಿ ಒಪ್ಪಿಸಬೇಕೆಂದು ಸುಬ್ಬು ಅವರಿಗೆ ಮುಖ್ಯ ಶಿಕ್ಷಕರು ಸೂಚಿಸಿದ್ದರು. ಅದನ್ನು ತರಗತಿಯಲ್ಲಿ ವಿಚಾರಿಸುವುದು ಬೇಡವೆನಿಸಿತು. ಪಾಠ ಶುರುವಾದ ಎಷ್ಟೊ ಹೊತ್ತಿಗೆ ಸಂಜು ಮುಖ ಎತ್ತಿ ಕೂತ. ದುಂಡು ಮುಖದ, ಎಣ್ಣೆಗೆಂಪಿನ, ನೀಟಾಗಿ ಕ್ರಾಪ್ ಬಾಚಿಕೊಂಡ ಸಣ್ಣಗೆ ಮೀಸೆ ಮೂಡುತ್ತಿರುವ ಹೊಳೆಯುವ ಸಣ್ಣ ಕಣ್ಣಿನ ಸಂಜುವನ್ನು ನೋಡಿ ಮಾಸ್ತರಿಗೆ ಪಾಪ ಅನಿಸಿತು. ಅವನ ಕಣ್ಣುಗಳಲ್ಲಿ ನಿದ್ದೆ ಅಭಾವವಿತ್ತು. ಮುಖವು ಬಾಡಿತ್ತು.

ಅವಧಿ ಮುಗಿಸಿ ವಿರಾಮದ ಅವಧಿಯಲ್ಲಿ ತರಗತಿಯೊಳಗೆ ಮಾತ್ರವಿದ್ದ ಹುಡುಗರನ್ನು ಮತ್ತು ಸಂಜುವನ್ನು ಗ್ರಂಥಾಲಯದ ಕೊಠಡಿಗೆ ಬರಲು ಹೇಳಿ ತರಗತಿಯಿಂದ ಹೊರನಡೆದರು. ಸಂಜು ಮತ್ತು ಒಂದಷ್ಟು ಹುಡುಗರು ಮೇಷ್ಟ್ರನ್ನು ಹಿಂಬಾಲಿಸಿ ಗ್ರಂಥಾಲಯ ತಲುಪಿದರು. 'ಹೇಳಿ ಏನಾಯ್ತು ನಿನ್ನೆ ಕ್ಲಾಸಿನಲ್ಲಿ? ಮುಖ್ಯ ಶಿಕ್ಷಕರಿಗೆ ಮತ್ತು ಪೋಷಕರಿಗೆ ದೂರು ಹೋಗಿದೆ. ಅಂತದ್ದು ಏನಾಯ್ತು?' ಎನ್ನುತ್ತಾ ಹುಡುಗರ ಕಡೆ ನೋಡಿದರು. ಯಾರೂ ಕೂಡ ಮಾತಾನಾಡಲಿಲ್ಲ. ತುಂಬಾ ಬಲವಂತಕ್ಕೆ ಇಳಿದ ಮೇಲೆ ಕುಮಾರ ಸಣ್ಣಗೆ ಹೇಳತೊಡಗಿದ 'ಅವನ ಬೆಂಚಲ್ಲಿ ನಾನೂ ಹರೀಶ ಕೂತಿದ್ವಿ ಸಾ. ನಾವು ನೋಟ್ಸ್ ಬರೀತಾ ಇದ್ವಿ ಸಾ. ಈ ಸಂಜು ತೊಡೆ ಸವರಿ ಸವರಿ ಅಮೇಲೆ ಎರಡೂ ತೊಡೆ ಮಧ್ಯೆ ಇಲ್ಲಿಗೆ ಕೈಹಾಕಿದ ಸಾ. ನಾನು ಜೋರಾಗಿ ಕೂಗಿದೆ ಸಾ, ಎಲ್ರೂ ಕೂಗಿದ್ರು ಸಾ, ಆಗ ಅಟೆಂಡರ್ರು ಅಂಕಲ್ ಬಂದು ಸಂಜುನ ಹೆಡ್ ಮೇಷ್ಟ್ರು ಹತ್ರ ಕರ್ಕೊಂಡು ಹೋದ್ರು ಸಾ. ಇಷ್ಟೇ ಸಾ ಆಗಿದ್ದು..' ಮೊದಲು ಹೆದರಿದಂತೆ ಆರಂಭಿಸಿ ಅಮೇಲೆ ಸಲೀಲವಾಗಿ ಪೂರ್ಣ ಕಂಠಪಾಠ ಮಾಡಿದವರಂತೆ ಒಪ್ಪಿಸಿದನು. 'ಸಂಜು ಯಾವಾಗ್ಲೂ ನಮ್ ಜೊತೆನೆ ಇರ್ತಾನೆ ನೋಡಿ ಸಾ' ಅಂತ ಹುಡುಗಿಯರು ಒಮ್ಮೆ ಖಾಸಗಿಯಾಗಿ ಬಂದು ನೀಡಿದ್ದ ದೂರೂ ಕೂಡ ಆ ಕ್ಷಣಕೆ ಅವರಿಗೆ ನೆನಪಾಯಿತು.

ಸಂಜು ವಿಷಯದಲ್ಲಿ ತನಗೇನೊ ಸ್ಪಷ್ಟವಾಗುತ್ತಿದೆ ಅನಿಸಿತು. ಇದನ್ನು ಅವರ ಪೋಷಕರ ಬಳಿ ಮಾತಾಡುವುದು ಹೇಗೆ? ಮುಖ್ಯಶಿಕ್ಷಕರ ಬಳಿ ಹೇಳಬಹುದು. ಆದರೆ ಅವರು ಅದನ್ನು ಹೇಗೆ ಸ್ವೀಕರಿಸಿಯಾರು? ಇದಕ್ಕೊಂದು ಸ್ಪಷ್ಟ ಪರಿಹಾರ ಏನು ಎಂಬುದು ತೋಚದೆ ಸುಮ್ಮನಾದರು. ಇದು ಸಂಜು ಉದ್ದೇಶಪೂರ್ವಕವಾಗಿ ಮಾಡುತ್ತಿಲ್ಲ ಎಂಬುದು ಸ್ಪಷ್ಟವಿತ್ತು. ಆದರೆ ಅದು ಎಲ್ಲರಿಗೂ ಅರ್ಥವಾಗಬೇಕಲ್ಲ. ಆ ಮನಸ್ಥಿತಿಯಲ್ಲಿ ಇವರು ಇದ್ದಾರೆಯೇ? ಹೀಗೆ ಹತ್ತೆಂಟು ಲಹರಿಗಳು ಹರಿದವು. ಹುಡುಗರನ್ನು ಕಳುಹಿಸಿ ಸಂಜುವಿನ ಬಳಿ ಮಾತಾಡಬೇಕು ಅನಿಸಿ ಅವನನ್ನು ಅಲ್ಲಿಯೇ ನಿಲ್ಲಿಸಿಕೊಂಡರು. ಆದರೆ ತಾವಿಬ್ಬರೂ ಇಲ್ಲಿ ಖಾಸಗಿಯಾಗಿ ಮಾತನಾಡುತ್ತಾ ನಿಲ್ಲುವುದು ಶಾಲೆಯಲ್ಲಿ ಬೇರೆಯದೆ ಸಂದೇಶ ರವಾನೆಯಾಗಬಹುದೆಂದು ಹೆದರಿ ಅವನನ್ನು ಕೂಡ ತರಗತಿಗೆ ಹೋಗಲು ತಿಳಿಸಿ ತಾವೂ ಅಲ್ಲಿಂದ ಎದ್ದು ಹೋದರು.

ಇತ್ತೀಚಿಗಂತೂ ಮಾತು ಕಳೆದುಕೊಂಡವನಂತೆಯೇ ಉಳಿದು ಹೋಗಿದ್ದ. ಮಾತಾಡಿದರೆ ಬರುತ್ತಿದ್ದ ಹುಡುಗಿಯಂತಹ ದನಿ ಅವನ ಬಾಯನ್ನು ಕಟ್ಟಿ ಹಾಕಿತ್ತು. ಮಾತಾನಾಡುವ ಆಸೆ ಆದರೂ ಅದನ್ನು ನುಂಗಿಕೊಳ್ಳುತ್ತಿದ್ದ. ಅವತ್ತು ಕುಮಾರನ ಪಕ್ಕವೇ ಕೂತು ಅವನ ತೊಡೆಯ ಮೇಲೆ ಕೈ ಇಟ್ಟಿದ್ದು ಅವನಿಗೆ ಖುಷಿ ತಂದಿತ್ತಾದರೂ ಅದನ್ನು ಯಾರ ಹತ್ತಿರವೂ ಹೇಳಿಕೊಳ್ಳಲು ಹೋಗಿರಲಿಲ್ಲ. ಹೆಚ್ಚು ಹೆಚ್ಚು ಹುಡುಗಿಯರ ಬಳಿಯೆ ಇರಬೇಕು ಎನ್ನುವ ಅವನ ಒಳ ಆಸೆ ಈಡೇರುತ್ತಿರಲಿಲ್ಲ.

* * *

ದಿನದ ಕೊನೆಯ ಅವಧಿಯಲ್ಲಿ ಸ್ಟಾಫ್‌ರೂಮಿನಲ್ಲಿ ಕೂತು ಏನನ್ನೊ ಬರೆಯುತ್ತಿದ್ದ ಸುಬ್ಬು ಮಾಸ್ತರ ಬಳಿ ಅಟೆಂಡರ್ ಸ್ವಾಮಿ ಬಂದು 'ಸಾ ಹೆಡ್ ಮಾಸ್ಟರ್ ಕರೀತಾರೆ..' ಎಂದು ಬುಲಾವು ಕೊಟ್ಟು ಹೋದ. ಪುಸ್ತಕ ಎತ್ತಿಟ್ಟು ಆಫೀಸ್ ಕಡೆ ನಡೆದರು. ಆಫೀಸ್ ರೂಮಿನ ಒಳಗೆ ಹೋಗುತ್ತಲೇ ಅಲ್ಲಿ ಸಂಜೀವ, ಅವನ ಶಾಲಾ ಬ್ಯಾಗ್ ಮತ್ತು ಅದೇ ತರಗತಿಯ ಒಂದಿಬ್ಬರು ಹುಡುಗರು ನಿಂತಿದ್ದರು. ಈ ಹುಡುಗರು ಮತ್ತು ಮುಖ್ಯಶಿಕ್ಷಕರು ಸಂಜೀವನನ್ನು ಬಿಡುವುದಿಲ್ಲ ಎಂದೆನಿಸಿತು ಅವರಿಗೆ.

'ಬನ್ನಿ ಸುಬ್ಬು ಅವರೇ ಕೂತುಕೊಳ್ಳಿ..' ಅವರ ಮಾತಿನಲ್ಲಿ ಸಮಾಧಾನವಿರಲಿಲ್ಲ.

'ಥ್ಯಾಂಕ್ಸ್ ಸರ್. ಏನ್ ಹೇಳಿ ವಿಷ್ಯ?' ಇವರ ಮಾತಿನಲ್ಲಿ ಕುತೂಹಲವಿತ್ತು. 'ನಿಮ್ಮ ತರಗತಿಯ ಸಂಜು ಏನ್ ಮಾಡಿದಾನೆ ಗೊತ್ತೆ? ನೀವ್ಯಾಕೆ ತರಗತಿಯಲ್ಲಿ ಸಂಜುವನ್ನು ಗಂಭೀರವಾಗಿ ಪರಿಗಣಿಸುತ್ತಿಲ್ಲ? ದಿನಾ ಒಂದು ದೂರು

ಬರ್ತಿದೆ' ಅಸಹನೆಯಿಂದ ಕೇಳಿದರು. 'ಸರ್ ಏನಾಯ್ತು? ವಿಷಯ ಏನು? ಏನೂ ಗೊತ್ತಿಲ್ಲ ನನಗೆ!' ಮೇಷ್ಟ್ರು ಮಾತಲ್ಲಿ ಸಣ್ಣ ಕಳವಳವಿತ್ತು. 'ನೋಡಿ ಸಂಜು ಬ್ಯಾಗಿನಲ್ಲಿ ಏನಿದೆ ಅಂತ..' ಬ್ಯಾಗನ್ನು ತೆಗೆದು ತೋರಿಸುವಂತೆ ಬಾಕಿ ಹುಡುಗರಿಗೆ ಹೇಳಿದರು. ಹುಡುಗರು ಇದಕ್ಕಾಗಿ ಕಾದು ಕೂತವರಂತೆ ಬ್ಯಾಗು ತೆಗೆದು ಅದರಲ್ಲಿ ಒಂದು ಜೊತೆ ಬ್ರಾ ಮತ್ತು ಬಣ್ಣ ಬಣ್ಣದ ಲಿಪಿಸ್ಟಿಕ್ ತೆಗೆದು ತೋರಿಸಿದರು. ಅದನ್ನು ನೋಡಿದ ಸುಬ್ಬ ಮಾಸ್ತರರಿಗೆ ದಿಗಿಲಾಯಿತು. 'ಏನ್ರೀ ಸುಬ್ಬು ಅವರೇ.. ಏನ್ ಮಾಡೋದು ಸಂಜುಗೆ? ಯಾಕೆ ಹೀಗೆ ಮಾಡ್ತಾ ಇದಾನೆ ನೀವೆ ವಿಚಾರಿಸಿ. ಈ ವಿಷ್ಯ ಹೊರಗೆ ಹೋದ್ರೆ ಸ್ಕೂಲ್ ಮರ್ಯಾದೆ ಏನಾಗಬೇಡ. ಬೇರೆ ಪೋಷಕರು ತಮ್ಮ ಮಕ್ಕಳನ್ನ ಸ್ಕೂಲ್‌ನಲ್ಲಿ ಬಿಡಲು ಹೇಗೆ ಯೋಚಿಸಬಹುದು ಹೇಳಿ. ನೀವೇ ಏನಾದ್ರೂ ಇದಕ್ಕೊಂದು ಪರಿಹಾರ ಹುಡುಕಿ..' ಎಂದರು ಬೇಸರದಿಂದ.

'ಸರ್ ಇವರನ್ನು ಕಳಿಸೋಣ ಅಮೇಲೆ ನಿಮ್ಮ ಹತ್ರ ಮಾತಾಡ್ತೀನಿ..' ಅನ್ನುತ್ತಾ ಮೇಷ್ಟ್ರು ಸಂಜುವನ್ನು ಮತ್ತು ಆ ಹುಡುಗರನ್ನು ತರಗತಿಗೆ ಕಳುಹಿಸಿದರು. ಇದೇ ವಿಚಾರದ ಬಗ್ಗೆ ಎಷ್ಟೋ ಹೊತ್ತು ಚರ್ಚಿಸಿ ಸುಬ್ಬು ಮೇಷ್ಟ್ರು ಆಚೆ ಬಂದರು.

ನೇರವಾಗಿ ಸ್ಟಾಫ್ ರೂಮು ಹೋಗಿ ಕೂತರು. ಸಹೋದ್ಯೋಗಿಗಳು ಸಂಜು ವಿಚಾರ ಇಟ್ಟುಕೊಂಡು ಆಡುತ್ತಿದ್ದ ಮಾತುಗಳು ಅವರನ್ನು ತಿವಿದವು. ಮೇಷ್ಟ್ರುಗಳೇ ಹೀಗೆ ಮಾತಾಡುವಾಗ ಇನ್ನೂ ಶಾಲೆಯ ಹುಡುಗರು ಸಂಜು ಬಗ್ಗೆ ಹೇಗೆ ಮಾತಾಡಬಹುದು. ಸಂಜು ಹೇಗೆ ಅದನ್ನು ಸಹಿಸಿಕೊಂಡಿರಬಹುದು ಎಂದು ಯೋಚಿಸುತ್ತಾ ಕುರ್ಚಿಯ ಮೇಲೆ ಒರಗಿ ಕಣ್ಮುಚ್ಚಿದರು. ತಮ್ಮನ ನೆನಪಾಗತೊಡಗಿತು. ಎಲ್ಲಿದ್ದಾನೊ? ಹೇಗಿದ್ದಾನೊ? ಎಂದು ನೆನೆದು ಸಂಕಟಪಟ್ಟರು. ತಾನೇ ಅಪ್ಪನಾಗಿ ಕಾಳಜಿ ಮಾಡಿದ್ದ ತನ್ನ ತಮ್ಮ ಮನೆಬಿಟ್ಟು ಹೋದದ್ದು ಅವರಿಗೆ ತುಂಬಾ ನೋವಾಗಿತ್ತು. ಜೊತೆಗೆ ಸಂಜುವಿನ ಬಗ್ಗೆ ಸಹೋದ್ಯೋಗಿಗಳ ಮಾತು ನೆನಪಾದವು. ಎಲ್ಲವನ್ನು ನೆನೆದು ಸುಬ್ಬು ಮೇಷ್ಟ್ರಿಗೆ ದುಃಖವಾಯಿತು.

ಸಂಜೆ ಶಾಲೆ ಬಿಡುವ ಹೊತ್ತಿಗೆ ಇಡೀ ಸ್ಕೂಲ್‌ಗೆ ಸಂಜು ಬ್ಯಾಗಿನಲ್ಲಿ ಬ್ರಾ ಮತ್ತು ಲಿಪಿಸ್ಟಿಕ್ ಇರುವ ವಿಚಾರ ಗೊತ್ತಾಗಿ ಹೋಗಿತ್ತು. ಎಲ್ಲರೂ ಸಂಜುವನ್ನು ನೋಡುತ್ತಾ, ನಗುತ್ತಾ ಹೋಗುತ್ತಿದ್ದರು. ಸಂಜು ಮಾತ್ರ ಕತ್ತು ಬಗ್ಗಿಸಿಕೊಂಡು ಸುಮ್ಮನೆ ನಡೆಯುತ್ತಿದ್ದ. ಅವನ ಕಣ್ಣಿನಿಂದ ಸುರಿಯುತ್ತಿದ್ದ ನೀರು ಅಕ್ಷರಶಃ ರಸ್ತೆಯಲ್ಲಿ ಮಳೆಯಾಗಿತ್ತು.

* * *

ಮರುದಿನ ಸುಬ್ಬು ಮಾಸ್ತರು ತರಗತಿಗೆ ಹೋದಾಗ ಸಂಜು ಇರಲಿಲ್ಲ. ನಿನ್ನೆ ಇಡೀ ಶಾಲೆ ಯಾರೂ ಕೂಡ ಎದುರಿಸಲಾಗದಷ್ಟು ಅವಮಾನವನ್ನು ಅವನ ಮೇಲೆ ಎಸೆದಿತ್ತು. ಏನಾದ್ರೂ ಎಡವಟ್ಟಾದರೆ ಎಂಬ ಕಾಳಜಿಯಾಯಿತು ಮೇಷ್ಟ್ರಿಗೆ. ತರಗತಿಯಲ್ಲಿ ಎಂದೂ ಕೂಡ ಸಂಜುವಿನ ಬಗ್ಗೆ ಮಾತನಾಡದ ಮೇಷ್ಟ್ರು ಇವತ್ತು ತಡೆಯಲಾರದೆ 'ಯಾಕೆ ಸಂಜು ಇವತ್ತು ಬಂದಿಲ್ಲ? ಏನು ವಿಷ್ಯ?' ಕುತೂಹಲ ತೋರಿಸಿಕೊಳ್ಳದೆ ಸಹಜವಾಗಿ ಕೇಳಿದರು. ಇಡೀ ತರಗತಿ ಮೌನವಾಗಿತ್ತು. ಯಾರೂ ಕೂಡ ಏನನ್ನೂ ಹೇಳಲಿಲ್ಲ. 'ಹೇಳಿ, ಅವನ ಮನೆ ಹತ್ರ ಯಾರಿದೀರಿ?' ತರಗತಿಯನ್ನು ಒತ್ತಾಯಿಸಿದರು.

ಸಂಜು ಬೀದಿಯವನೇ ಆದ ಪ್ರಜ್ವಲ್ ಎದ್ದು ನಿಂತು ಹೇಳಿದ 'ಸಾ ನಿನ್ನೆ ಶಾಲೇಲಿ ನಡೀತಲಾ ಸಾ ಅದ್ನ ಯಾರೊ ಅವರಪ್ಪಂಗೆ ಹೇಳಿದಾರೆ ಸಾ. ಅವನು ಅವರ ಅಕ್ಕನ ಲಿಪಿಸ್ಟಿಕ್ ಮತ್ತು ಏನೇನೊ ಬ್ಯಾಗಿನಲ್ಲಿ ಹಾಕ್ಕೊಂಡಿದ್ನಂತೆ ಸಾ. ಅದು ಗೊತ್ತಾಗಿ ಅವರಪ್ಪ ರೋಡ್ನಲ್ಲಿ ನಿಲ್ಸಿ ಬಾಳ ಹೊಡುದ್ರು ಸಾ. ಮನೆಯಿಂದ ಹೊರಗೆ ನಿಲ್ಸಿದ್ರು. ಎಷ್ಟೊ ಹೊತ್ತು ಸಂಜು ಅಳ್ತಾ ಹೊರಗೆ ಇದ್ದ ಸಾ. ಅಮೇಲೆ ಏನಾಯ್ತು ಅಂತ ಗೊತ್ತಾಗ್ಲಿಲ್ಲ ಸಾ' ಎಂದು ಒಂದೇ ಉಸಿರಿಗೆ ಹೇಳಿ ನಿಲ್ಲಿಸಿದನು. ಮೇಷ್ಟ್ರು ಸಂಕಟದಲ್ಲೆ ಆ ತರಗತಿ ತಳ್ಳಿದರು.

* * *

ಮರುದಿನ ತುರ್ತಾಗಿ ಬಂದ ಒಂದು ಮೀಟಿಂಗ್‌ಗೆ ಹೋಗಬೇಕಾದ ಅನಿವಾರ್ಯತೆಯಿಂದ ಸುಬ್ಬು ಮಾಸ್ತರು ಶಾಲೆಗೆ ಬರಲಿಲ್ಲ. ಆ ಕಾರಣಕ್ಕೆ ಸಂಜುವಿನ ಮನೆಗೂ ಅವರು ಹೋಗಲಾಗಲಿಲ್ಲ. ಮತ್ತೆ ಮರುದಿನ ಶಾಲೆಗೆ ಬಂದಾಗ ಬೆಳಗ್ಗಿನ ಪ್ರಾರ್ಥನೆಯ ಅಂಗಳದಲ್ಲಿ ಕಣ್ಣುಗಳು ಸಂಜುವಿಗೆ ಹುಡುಕಾಡಿದವು. ಜಯಹೇ ಕರ್ನಾಟಕ ಮಾತೇ ಸಾಲುಗಳು ಮುಗಿದರು ಮೇಷ್ಟ್ರು ಕಣ್ಣುಗಳು ಹುಡುಕಾಟ ನಿಲ್ಲಿಸಿರಲಿಲ್ಲ. ಅಲ್ಲೆಲ್ಲೂ ಸಂಜು ಕಾಣಲಿಲ್ಲ. ಅವನು ಬರದೆ ಇರುವುದು ಇದು ಮೂರನೆಯ ದಿನ. ಸಂಜು ಯಾವತ್ತೂ ಇಷ್ಟು ದಿನ ಶಾಲೆ ತಪ್ಪಿಸುತ್ತಿರಲಿಲ್ಲ ಅನ್ನುವ ಯೋಚನೆ ಬಂತು. ಏನೊ ಹೆಚ್ಚು ಕಡಿಮೆ ಆಗಿರಬಹುದಾ ಅಂತ ಮನಸು ಹಳಹಳಿಸುತ್ತಿತ್ತು.

ತರಗತಿಗೆ ಹೋದಾಗ ಕೊನೆಯ ಬೆಂಚಿನಲ್ಲಿ ಸಂಜು ಕೂರುತಿದ್ದ ಜಾಗ ಖಾಲಿ ಇತ್ತು. ಸಂಜು ಬಗ್ಗೆ ಕೇಳುವ ಮನಸಾದರೂ ಯಾಕೊ ಬೇಡವೆನಿಸಿತು. ಸಂಜು ಯಾಕೆ ಬಂದಿಲ್ಲ? ಏನಾಗಿರಬಹುದು? ಚಡಪಡಿಸಿದರು. ಹೇಗೊ ಆ ಅವಧಿ ಮುಗಿಸಿ ಗಂಟೆ ಬಾರಿಸಿದ್ದೆ ತರಗತಿಯಿಂದ ನೇರವಾಗಿ ಮುಖ್ಯಶಿಕ್ಷಕರ ಕೊಠಡಿ ತಲುಪಿದರು. 'ಸರ್, ಸಂಜು ಮೂರು ದಿನದಿಂದ ಬಂದಿಲ್ಲ.. ಮನೆಗೆ ಹೋಗಿ ಬರೋಣ ಅಂತ ಇದೀನಿ' ಅಂತ ಕೇಳಿದರು. 'ಅವನು ಬರದೆ ಇದ್ರೆ

ಒಳ್ಳೆದು ಬಿಡ್ರಿ. ಸುಮ್ನೆ ತಲೆನೋವು. ಏನ್ರೀ ಆ ಹುಡುಗ ಅಷ್ಟು ಅಸಹ್ಯ, ಹೋಗ್ಲಿ ಬಿಡ್ರಿ' ಎಂದು ತುಂಬಾ ತಿರಸ್ಕಾರದಲ್ಲಿ ಉತ್ತರಿಸಿದರು. 'ಹಾಗಲ್ಲ ಸರ್. ಅವನ ಕಷ್ಟ ಏನೊ ಎಂತೊ. ಬಹುಶಃ ಅವನೇನು ಬೇಕು ಅಂತಲೇ ಮಾಡ್ತಿಲ್ಲ. ಅವನ ದೇಹ ಸ್ಥಿತಿ ಏನಿರಬಹುದೊ ಏನೊ.. ನೋಡೋಣ ಸರ್ ಒಮ್ಮೆ ಅವರ ಪೋಷಕರ ಹತ್ರ ಮಾತಾಡುವ..' ಸುಬ್ಬು ಮಾಸ್ತರು ಒತ್ತಾಯಿಸಿದರು.

'ಹೌದಾ.. ಹಾಗಾದರೆ ಸಂಜೆ ಹೋಗಿ. ನನಗೆ ಆಫೀಸ್‌ನಲ್ಲಿ ಕೆಲಸ ಇದೆ. ನಾನು ಶಾಲೆಯಿಂದ ಹೊರಗೆ ಹೋಗ್ತಾ ಇದೀನಿ. ನೀವು ಸ್ಕೂಲ್ ನೋಡಿಕೊಳ್ಳಿ..' ಎಂದು ಇನ್ನೂ ಹೆಚ್ಚು ಮಾತು ಬೆಳೆಸದೆ ಮೌನವಾದರು. ಸುಬ್ಬು ಮೇಷ್ಟ್ರಿಗೆ ಬೇರೆ ದಾರಿ ಕಾಣದೆ ಎದ್ದು ಬಂದರು. ಶಾಲಾ ಅವಧಿ ಇನ್ನೇನು ಮುಗಿಯಬೇಕು ಆಗ ಮನೆಯಿಂದ ಕರೆಬಂತು.

'ರೀ ಮಗನಿಗೆ ತುಂಬಾ ಜ್ವರ. ಎರಡು ಸಾರಿ ವಾಮಿಟ್ ಆಗಿದೆ. ಸುಸ್ತು, ನಿಲ್ಲೋಕೆ ಆಗ್ತಿಲ್ಲ ಅವನಿಗೆ. ಬೇಗ ಬನ್ನಿ..' ಹೆಂಡತಿ ಆತಂಕದಲ್ಲಿ ಹೇಳತೊಡಗಿದಳು. ಸಂಜು ಮನೆಗೊ, ಮಗನನ್ನೊ ಕರೆದುಕೊಂಡು ಆಸ್ಪತ್ರೆಗೊ? ದ್ವಂದ್ವದಲ್ಲಿ ಬಿದ್ದರು. ಕಾಲು ಮನೆಕಡೆ ನಡೆದವು.

* * *

ದಿನವಿಡೀ ಒತ್ತಡದಲ್ಲಿ ಮತ್ತು ಸಂಜೆ ಆಸ್ಪತ್ರೆಯಲ್ಲಿ ಕಳೆದ ಮಾಸ್ತರರಿಗೆ ನಿದ್ದೆ ಬಂದರೂ ಮಗನ ದೇಖರೇಖೆಯಲ್ಲಿ ಮುಳುಗಿದ್ದರು. ಸಮಯ ರಾತ್ರಿ ಹತ್ತು ದಾಟುತ್ತಿತ್ತು. ಮಗನ ಜ್ವರ ಇಳಿಯತೊಡಗಿತ್ತು. 'ನೀನು ಮಲಗು.. ನಾ ಮಗು ಜೊತೆ ಇರ್ತೀನಿ..' ಹೆಂಡತಿಗೆ ಹೇಳಿದರು. 'ನಂಗ್ಹೇಗೆ ನಿದ್ದೆ ಬರುತ್ತೆ? ಇರಿ, ಇಬ್ರಿಗೂ ಕಾಫಿ ಮಾಡಿ ತರ್ತೀನಿ..' ಎಂದು ಹೆಂಡತಿ ಎದ್ದು ಹೋದಳು. ಸ್ಟವ್ ಮೇಲೆ ಕಾಫಿಗಿಟ್ಟು ಏನೊ ನೆನಪಿಸಿಕೊಂಡವಳಂತೆ ಆಚೆ ಬಂದಳು. 'ರೀ ಮಧ್ಯಾಹ್ನ ಯಾವುದೊ ಪೋಸ್ಟ್ ಬಂದಿತ್ತು. ಮಗನ ಜ್ವರದ ಗಡಿಬಿಡಿಯಲ್ಲಿ ನಾನೂ ಓದ್ಲಿಲ್ಲ. ನಿಮಗೂ ಕೊಡೊದು ಮರೆತೆ..' ಎನ್ನುತ್ತಾ ಅಲ್ಲೇ ಎತ್ತಿಟ್ಟಿದ್ದ ಒಂದು ಪತ್ರವನ್ನು ಅವರ ಕೈಗಿಟ್ಟು ಅಡುಗೆ ಮನೆಗೆ ಹೋದಳು. ಪತ್ರ ಬರೆಯುವವರು ಯಾರು? ಅದೂ ಈ ಮೊಬೈಲ್ ಕಾಲದಲ್ಲಿ. ತುಂಬಾ ಕುತೂಹಲ ಎನಿಸಿತು. ಪತ್ರವನ್ನೆತ್ತಿಕೊಂಡರು. ಇಂದ ವಿಳಾಸ ಇರಲಿಲ್ಲ. ಪತ್ರ ಒಡೆದು ಬಿಚ್ಚಿದರು. ಅಕ್ಷರಗಳನ್ನು ನೋಡಿದ್ದೆ ಬೆಚ್ಚಿದರು. ಪರಿಚಿತ ಅಕ್ಷರಗಳಿವು ಎಂದು ಮೊದಲ ನೋಟಕೆ ಅನಿಸಿತು. ಪತ್ರ ಓದತೊಡಗಿದರು.

ಪ್ರೀತಿಯ ಅಣ್ಣನಿಗೆ,

ನೀವು ಚೆನ್ನಾಗಿರುವಿರಿ ಎಂದು ಭಾವಿಸುವೆ. ನಾನು ಚೆನ್ನಾಗಿದ್ದೀನಿ ಅನ್ನುವುದಕ್ಕಿಂತ ನಿರಾಳವಾಗಿದ್ದೀನಿ. ನನಗೆ ಅಪ್ಪನ ನೆನಪಿಲ್ಲ ನೀವೇ ಅಪ್ಪನಾಗಿ

ಸಾಕಿದ್ರಿ. ಆದರೆ ನಿಮಗೆ ಊರಲ್ಲಿ ನಾನು ಆಗಾಗ ಅವಮಾನವನ್ನೇ ಕೊಟ್ಟೆ. ನೀವು ನಿಮಗಾದ ಅವಮಾನ ತೋರಿಸಿಕೊಳ್ಳುತ್ತಿರಲಿಲ್ಲ. ಆಗ ನನಗೆ ತುಂಬಾ ಸಂಕಟವಾಗುತ್ತಿತ್ತು. ನನ್ಯಾಕೆ ಹೀಗಾದೆ ನನಗೆ ಗೊತ್ತಿಲ್ಲ. ಅದು ನಾನಾಗಿಯೇ ಬೆಳೆಸಿಕೊಂಡ ಗೀಳೂ ಅಲ್ಲ. ಊರಿನ ಮಧ್ಯೆ ನಾನು ಬದುಕುವುದು ಕಷ್ಟವಾಗುತ್ತಿತ್ತು. ನನ್ನ ಒಳಗಿನ ಆಸೆಗಳು ಜನರಿಗೆ ಅಸಹ್ಯದ, ನಗುವಿನ ವಿಚಾರಗಳಾಗಿದ್ದವು. ಅದು ನಿಮ್ಮ ಸಭ್ಯ ಜಗತ್ತು.

ಗಂಡು ಗಂಡಿಗೆ ಆಗೋದು, ಹೆಣ್ಣು ಹೆಣ್ಣಿಗೆ ಆಗೋದು ಮತ್ತು ಗಂಡು ಹೆಣ್ಣಿಗೂ ಹಣ್ಣಿ ಗಂಡಿಗೂ ಆಗೋದು ಲೋಕರೂಢಿ. ನಮಗೆ ಗಂಡೂ ಇಲ್ಲ ಹೆಣ್ಣೂ ಇಲ್ಲ. ನಮ್ಮವರೇ ನಮಗೆ ಆಶ್ರಯ. ನಾನೀಗ ಒಬು ಜೋಗತಿಯವರ ಜೊತೆ ಇದೀನಿ. ಎಲ್ಲವೂ ಅರಾಮಿದೆ. ನಾನು ಮತ್ತೆ ಅಲ್ಲಿಗೆ ಬರಲಾರೆ. ನೀವೂ ಹುಡುಕಿಕೊಂಡು ಬರಬೇಡಿ ನಮ್ಮ ಈ ಜಗತ್ತು ನಿಮಗೆ ಸೇರುವುದಿಲ್ಲ..

ಇದುವರೆಗೆ ನಾನು ಕೊಟ್ಟ ಎಲ್ಲಾ ನೋವುಗಳನು ಕ್ಷಮಿಸಿ..

ಕೊನೆಯ ಸಾಲು ಮುಗಿಯುವ ಮುನ್ನವೇ ಮಾಸ್ತರ ಮೊಬೈಲ್ ರಿಂಗಾಗತೊಡಗಿತು. ಪತ್ರ ಕೊಟ್ಟ ದುಗುಡದ ನಡುವೆಯೂ ಮೊಬೈಲ್ ಎತ್ತಿಕೊಂಡರು. ಮುಖ್ಯ ಶಿಕ್ಷಕರು ಕರೆ ಮಾಡುತ್ತಿದ್ದರು. ಇದೇನು ಇಷ್ಟೊತ್ತಲ್ಲಿ? ಆತಂಕದಲ್ಲೇ ಪೋನೆತ್ತಿಕೊಂಡರು.

'ಸರ್ ನಮಸ್ತೆ ಹೇಳಿ ಸರ್..' ಅನ್ನುವ ಇವರ ಮಾತಿಗೂ ಕಾಯದೇ ಅತ್ತ ಮುಖ್ಯ ಶಿಕ್ಷಕರು ಹೇಳುತ್ತಲೇ ಇದ್ದರು. 'ಊರ ಹೊರಗೆ ಸಂಜು ದೇಹ ಸಿಕ್ಕಿದೆ ಅಂತೆ ಸುಬ್ಬು ಅವರೆ, ಕೊರಳಲ್ಲಿ ಸ್ಕೂಲ್ ಐಡಿ ಕಾರ್ಡ್ ನೋಡಿ ಪೋಲಿಸ್ ಕಾಲ್ ಮಾಡಿದ್ರು. ಮೈ ಮೇಲೆ ಗಾಯ ಇದಾವಂತೆ. ಕೇಸು ದಾಖಲು ಮಾಡಿದೀವಿ ಆತ್ಮಹತ್ಯೆಯೊ ಕೊಲೆಯೊ ತನಿಖೆ ಮಾಡ್ತೀವಿ. ಮಗುವಿನ ಮನೆ ವಿಳಾಸ ಕೊಡಿ ಅಂದ್ರು..' ಮುಖ್ಯ ಶಿಕ್ಷಕರು ಮಾತಾಡುತ್ತಲೇ ಇದ್ದರು. ಮೊಬೈಲ್ ಜಾರಿ ಸೋಫದ ಮೇಲೆ ಬಿತ್ತು. ಕಣ್ಣೀರು ಕಳಚಿ ತಮ್ಮ ಬರೆದೆ ಪತ್ರದ ಮೇಲೆ ಬಿದ್ದವು. ಸುಬ್ಬು ಮಾಸ್ತರ ಕಣ್ಣಿಗೆ ಈಗ ಏನೂ ಕಾಣುತ್ತಿಲ್ಲ. ಎಲ್ಲವೂ ಮಸುಕು ಮಸುಕು..

ವಿದಾಯ

ಇತ್ತೀಚಿಗೆ ಅದೆಂತದೊ ಪ್ರಾಣಿ ನಿತ್ಯ ಕನಸಿನಲ್ಲಿ ಒಕ್ಕರಿಸುತ್ತದೆ. ತಲೆಯ ಮೇಲೆ ಕಿವಿ, ಕಿವಿಯ ಬಳಿ ಕೊಂಬು ಬೆನ್ನ ಮೇಲೆ ಬಾಲ. ಕನಸಲ್ಲಿ ಇವತ್ತಂತೂ ನನ್ನನ್ನು ತಿವಿದುಕೊಂಡೆ ಓಡಿ ಹೊಯಿತು. ಕನಸುಗಳಿಗೆಲ್ಲಾ ಹೆದರುವವನಲ್ಲ ನಾನು ಆದರೂ ಇವತ್ಯಾಕೊ ಸಣ್ಣಗೆ ಮೈ ನಡುಗಿತು. ಎಚ್ಚರವಾದರೂ ಕಣ್ಣು ತೆರೆಯಲು ಭಯವಾಯಿತು. ಮನಸ್ಸಿನಲ್ಲಿ ಇಲ್ಲದೆಲ್ಲ ಬಂದು ಕೂತು ಒತ್ತಲು ಆರಂಭಿಸಿದವೊ ಎನಿಸುತ್ತಿತ್ತು.

ಹಠಕ್ಕೆ ಬಿದ್ದವನಂತೆ ಬಲವಂತಕ್ಕೆ ಕಣ್ ತೆರೆಯಬೇಕಾಯ್ತು. ರೆಪ್ಪೆಗಳು ಕಳಚಿಕೊಂಡವು. ಪಕ್ಕದ ಬೆಡ್ ಕಡೆ ಮುಖ ತಿರುಗಿಸಿದೆ. ಇದೆಲ್ಲ ನನ್ನ ಅರಿವೆಗೆ ಬಾರದೇ ಆಗಿ ಹೊಯಿತು. ಖಾಲಿ ಇದೆ. ಬೆಡ್ ಪೂರ್ಣ ಖಾಲಿ ಇದೆ. ಇದೇ ಬೆಡ್ ಮೇಲೆ ನಿನ್ನೆ ಬದುಕೊಂದು ಮುಗಿತು ಹೋಗಿತ್ತು. ನರಳಿ ನರಳಿ ಆ ಹುಡುಗ ಒಮ್ಮೆ ನೆಮ್ಮದಿಯ ಉಸಿರು ಬಿಟ್ಟನಷ್ಟೇ! ಎಲ್ಲವೂ ಮುಗಿಯಿತು. ಆಸ್ಪತ್ರೆಯ ಬೆಡ್ಗಳು ಆಗಾಗ ಬಲಿ ಪಡೆಯುತ್ತವಾ? ಯಾಕೋ ಈ ಪ್ರಶ್ನೆ ಎದೆಯಲಿ ಚುಳಕ್ ಅನಿಸಿತು. ನಾ ಮಲಗಿದ ಬೆಡ್ಡನ್ನೊಮ್ಮೆ ತಡವರಿಸಿಕೊಂಡೆ. ಪಕ್ಕದ ಬೆಡ್ ಯಾಕೋ ಮತ್ತೆ ಬಾಯ್ತೆರೆದು ಕೂತಂತೆ ಕಾಣಿಸಿತು. ಆ ಕ್ಷಣಕ್ಕೆ ನಿಜಕ್ಕೂ ಭಯವಿತ್ತು ನನ್ನಲ್ಲಿ. ಹೊಟ್ಟೆಯನ್ನು ಕಲ್ಲಂಗಡಿ ಕೊಯ್ದಂತೆ ಕೊಯ್ದು ಹಾಕಿದ ನೋವಿತ್ತು.

ಬಲವಂತಕ್ಕೆ ಆ ಕಡೆಯಿಂದ ದೃಷ್ಟಿ ಹೊರಳಿಸಿದೆ! ಸೆರಗನ್ನೇ ಹೊದ್ದುಕೊಂಡು ಇಲ್ಲೆ ಕೆಳಗೆ ಮುದುರಿಕೊಂಡು ಮಲಗಿದೆ ಹೆಣ್ಣು ಜೀವಿ. ಪಾಪ ರಾತ್ರಿ ಅದೆಷ್ಟು ಹೊತ್ತಿನವರೆಗೂ ಬಿಟ್ಟ ಕಣ್ಣು ಬಿಟ್ಟಂತೆ ಕಾದು ಕೂತಿದ್ದಳೊ ಏನೊ!? ಇದೊಂದು ಜೀವ ಯಾಕೆ ಇಷ್ಟೊಂದು ಪರದಾಡುತ್ತಿದೆ. ಗೆದ್ದಲು

ಮರದಲ್ಲಿ ಇನ್ಯಾವ ಸುಖ ಉಣ್ಣಲು ಕಾದಿದೆ? ಮೂರು ಗಂಟು ಬಿಗಿದಿದ್ದಕ್ಕೆ ಇಲ್ಲೇ ಕೂತು ಕರ ತೆರುತಿದ್ದಾಳಾ? ಅನ್ನ ಮತ್ತು ತಾಳಿ ಕೊಟ್ಟವನಿಗೆ ಒಂದು ಜೀವ ಇಷ್ಟೊಂದು ಋಣಿಯಾಗಬೇಕಾ? 'ಅವಳ' ಬಗ್ಗೆ ಈಕೆಯಲ್ಲಿ ಗುಮಾನಿ ಕೂತಿದ್ದರು ಯಾಕೆ ಯಾವತ್ತೂ ಕೂಡ ನೀವು ಹೀಗೆ ಅಂತ ಕೇಳಲಿಲ್ಲ. ಒಂದು ತಿರಸ್ಕಾರವೂ ಕೂಡ ಇಲ್ಲ. ಮುದರಿಕೊಂಡೆ ಮುಂಜಾನೆಯ ಚಳಿಗೆ ಒಂದೆರಡು ಬಾರಿ ಕಂಪಿಸಿದಳು.

ರಾತ್ರಿ ಡ್ಯೂಟಿಗೆಂದು ಹೊತ್ತಿಕೊಂಡಿದ್ದ ಹಾಲ್‌ನ ಮಧ್ಯೆದ ಕಿರು ದೀಪ ಸೂರ್ಯ ಒಂದೆರಡು ಇಂಚು ಮೇಲೆ ಬಂದಿದ್ದರೂ ಇನ್ನೂ ಮಲಗಿರಲಿಲ್ಲ. ಎಲ್ಲಾ ಬೆಡ್‌ಗಳ ಮೇಲೂ ದೇಹಗಳು ಬಿದ್ದುಕೊಂಡಿದ್ದವು. ಒಮ್ಮೆ ಶವಾಗಾರದ ಚಿತ್ರಗಳು ಹಾದು ಹೋದವು. ಮನುಷ್ಯ ನಿದ್ರೆ ಮಾಡುವಾಗ ಶವವಲ್ಲದೇ ಮತ್ತೇನು ಎಂದು ಮನಸ್ಸು ತನ್ನನ್ನೇ ತಾನು ಕೇಳಿಕೊಂಡಿತು.

ನಿದ್ದೆಯೊ, ಬಿಟ್ಟ ಕಣ್ಣು ಬಿಟ್ಟ ಹಾಗೆ ರಾತ್ರಿ ಕಳೆದ ದಣಿವೊ, ಕನಸು ಕಂಡವನ ಧಾವಂತವೊ ಪ್ರತಿ ಬೆಡ್ಡಿನ ಬಳಿ ಒಂದು ಕಥೆ ಸಾಗಿತ್ತು. ಇವತ್ತು ಮನೆಗೆ ಹೋಗ್ತೀನಿ, ಅಯ್ಯೋ ಇವತ್ತೇ ಅಪರೇಷನ್ ನನಗೆ, ರೌಂಡ್ಸ್‌ಗೆ ಬರುವ ಡಾಕ್ಟರ್ ಬಳಿ ಊದಿರುವ ಗಂಟಲ ಬಗ್ಗೆ ಹೇಳಬೇಕು, ಇವತ್ತು ಅಪ್ಪನ ಬಿಪಿ ಕಡಿಮೆಯಾದರೆ ಅಪರೇಷನ್ ಆದೀತು ಅಮೇಲೆ ಚಿಂತೆಯಿಲ್ಲ. ಅಯ್ಯಾ ದೇವ ಇದೊಂದು ಜೀವವನ್ನು ಯಾಕೆ ಉಳಿಸಿದೀಯಾ? ಎಂಬ ಮೊರೆತ ಇವೆಲ್ಲವೂ ಬೆಳಗಿನ ತಣ್ಣನೆಯ ಗಾಳಿಯಲ್ಲಿ ಬೆರೆತಿದ್ದವು.

ಬಾಗಿಲನನ್ನು ಕಿರ್ರ್ ಅನ್ನಿಸುತ್ತಲೇ ಬಂದಳು ಅದೇ ನೀಲಿ ಸೀರೆಯ ಹೆಂಗಸು. ಅವಳೊಂದಿಗೆ ಒಳ ನುಗ್ಗಿತು ಅವಳ ಬಕೆಟ್‌ನಲ್ಲಿದ್ದ ಫಿನಾಯಿಲ್ ವಾಸನೆ. ಒಂದೇ ಸಾರಿಗೆ ಇಡೀ ರೂಂನ್ನು ಒರೆಸಿ ಹಾಕುವ ಅರ್ಜೆಂಟಿನಲ್ಲಿದ್ದಳು. ಅವಳ ಮನೆಯ ಬೆಡ್ ಮೇಲಿನ ಬಾಳು ಎಂತದ್ದು ಎಂದು ಹೇಗೆ ಉಹಿಸಿವುದು. ಅದೇ ಹೆಂಗಸಿನ ಹಿಂದೆ ಚಳಿಗೆ ನಡುಗುತ್ತಲೇ ಕೈಯಲ್ಲೊಂದು ಉದ್ದನೆಯ ಲೋಟ ಹಿಡಿದುಕೊಂಡು ಬಂದಿದ್ದು

ಒಂದು ಮುದಿ ಹೆಂಗಸು. ಆ ಮೂಲೆ ಬೆಡ್ ಮೇಲೆ ಮಲಗಿರುವ ಅಜ್ಜನ ಮಡದಿ ಇವಳು. ಮೂರು ದಿನವಾಯ್ತು ಅವರ ಮಗ ತಂದು ಸರಕು ಎಂಬಂತೆ ಹಾಕಿ ಬಿಸಾಕಿ ಹೋಗಿ. ಆ ವೃದ್ದೆ ಗಂಡನ ಖಾಯಿಲೆಯೊಂದಿಗೆ ಯುದ್ದಕ್ಕೆ ನಿಂತಿದ್ದಳು. ನಡುಗತ್ತಲೇ ಅಷ್ಟೊತ್ತಿಗಾಗಲೇ ಲೋಟದಲ್ಲಿ ಹೋಟೆಲ್‌ನಿಂದ ಕಾಫಿ ತುಂಬಿಸಿಕೊಂಡು ಬಂದು ಎಬ್ಬಿಸುತ್ತಿದ್ದಳು. 'ಒಂದು ಹೆಣ್ಣಿಗೊಂದು ಗಂಡು...' ಕೆಎಸ್‌ಎನ್ ನೆನಪಾದರು.

ಮುದುರಿಕೊಂಡು ಮಲಗಿದ್ದ ನನ್ನವಳು ಎದ್ದು ಕುಳಿತಳು. ಕಣ್ಣುಗಳಲ್ಲಿ ಅದೇ ರಾತ್ರಿಯ ಕತ್ತಲಿತ್ತು. ಹಗಲು ರಾತ್ರಿಗಳೊಂದಿಗೆ ನಿದ್ದೆಯನ್ನು

ತಪ್ಪಿಸಿಕೊಂಡು ಓಡಾಡಲು ಹಿಡಿದು ವಾರಗಳೇ ಕಳೆದು ಹೋಗಿದ್ದವು. ದಡಬಡ ಎದ್ದವಳೇ ಬಾಗಿ ನನಗೊಂದಿಷ್ಟು ನೀರು ಕುಡಿಸಿ, ಒದ್ದೆ ಬಟ್ಟೆಯಲ್ಲಿ ಮುಖವರೆಸಿ, ಉದ್ದನೆಯ ಲೋಟ ಹಿಡಿದು ಹೊರಟಳು. ನನ್ನಲ್ಲಿ ಸಾವಿರ ಮಾತುಗಳಿದ್ದವು. ಯಾಕೋ ಮೌನವೇ ಮುಂದೆ ಬಂದು ತಡೆದಂತಿತ್ತು. ಆಕೆಯಲ್ಲೂ ಮಾತುಗಳಿರಲಿಲ್ಲವಾ? ಗೊತ್ತಿಲ್ಲ.

ನಿನ್ನೆ ದಿನವಿಡೀ ಮೂಡಿದ ಹೆಜ್ಜೆ ಗುರುತುಗಳ ಸಣ್ಣ ಸುಳಿವೂ ಸಿಗಬಾರದೆಂಬಂತೆ ಆ ಹೆಂಗಸು ಫಿನಾಯಿಲ್ ನೀರಿನಲ್ಲಿ ಉಜ್ಜುತ್ತಿದ್ದಳು. ಹೃದಯದಲ್ಲಿ ಹಾದು ಹೋದವರ ಹೆಜ್ಜೆ ಗುರುತುಗಳನ್ನು ತೊಳೆದುಕೊಳ್ಳಲು ಒಂದು ಫಿನಾಯಿಲ್ ಇದಿದ್ದರೆ ಅನಿಸಿತು. ನಿಜಕ್ಕೂ ನಾನು ಆ ಹೆಜ್ಜೆ ಗುರುತುಗಳನ್ನು ತೊಳೆದುಕೊಳ್ಳಲು ಸಿದ್ಧನಿದ್ದೇನಾ? ಬಹುಶಃ ಇಲ್ಲ. ಆ ಕಲೆ ಬೇಕು, ಆ ನೋವು ಬೇಕು. ಆ ನೆನಪುಗಳು ತಂದುಕೊಡುವ ಸುಖ ಬೇಕು. ಕಾಡುವ ಚಳಿಗೆ ಅದ್ಯಾರ ಬೆಚ್ಚನೆಯ ತೋಳುಗಳ ಮಧ್ಯೆ ಬಂಧಿಯಾಗಿದ್ದಳೊ! ನಾನಿಲ್ಲಿ ಅವಳ ನೆನಪಿನಲ್ಲಿ ಸಾಗುತ್ತಿದ್ದೇನೆ.

ಅದ್ಯಾಕೆ ನನ್ನಾಕೆ ಹತ್ತಿರವಿರುವಾಗ ಆಕೆಯ ನೆನಪು ಕೂಡ ಹತ್ತಿರ ಸುಳಿಯುವುದಿಲ್ಲ? ನನಗಿನ್ನೂ ಅದರ ಬಗ್ಗೆ ಅರ್ಥವೇ ಆಗಿಲ್ಲ. ನನಗೆ ಗೊತ್ತು ನನ್ನವಳಿಗೆ ಆ ವಿಷಯದಲ್ಲಿ ನನ್ನ ಮೇಲೆ ಅನುಮಾನವಿದೆ. ಯಾರನ್ನೊ ಪ್ರೀತಿಸಿದವನನ್ನು ನಾನು ಕಟ್ಟಿಕೊಂಡಿದ್ದೇನೆ ಎಂಬ ವಿಷಯದ ಅರಿವಿದೆ ಅವಳಿಗೆ. ಅದರೆ ಯಾವತ್ತೂ ಹಾಗೆ ತೋರ್ಪಡಿಸಿಕೊಳ್ಳಲಿಲ್ಲ. ಅವಳು ಕೇಳಬೇಕು, ಜಗಳವಾಡಬೇಕು, ಕೋಪಮಾಡಿಕೊಳ್ಳಬೇಕು, ಬಿಟ್ಟು ಹೋಗುವ ಬೆದರಿಕೆ ಹಾಕಬೇಕು. ಇಲ್ಲ ಅದ್ಯಾವುದು ಮಾಡುತ್ತಿಲ್ಲ. ಅವಳು ಗೆಲ್ಲಲು ಹೊರಟಿದ್ದಾಳಾ? ನಾನು ಮತ್ತೆ ಸೋಲಬೇಕಾ? ಅವಳಿಗೂ ಇವಳಿಗೂ ಅದೆಷ್ಟು ವ್ಯತ್ಯಾಸ! ಅನುಮಾನ, ಅವಮಾನಗಳನ್ನು ಬೆಳೆಸಿಕೊಂಡು ಅದೆಷ್ಟು ಕೊರಗುತ್ತಿರಬಹುದು. ಹೇಳಿ ಬಿಡಲಾ? ಅವಳನ್ನು ಇಷ್ಟಪಟ್ಟಿದ್ದೆ. ಈಗ ಅವಳಿಲ್ಲ. ನೆನಪುಗಳಿವೆ! ಇದಿಷ್ಟು ನನ್ನ ಬದುಕು ಅಂತ ಒಪ್ಪಿಕೊಂಡು ಬಿಡಲಾ? ಅವಳ ತಳಮಳಕ್ಕೊಂದು ಪೂರ್ಣವಿರಾಮವಿಟ್ಟು ಬಿಡಲಾ? ಅವಳ ಪ್ರತಿಕ್ರಿಯೆ ಏನಾಗಬಹುದು? ಬಿಟ್ಟು ಹೋಗಬಹುದಾ? ಒಳಗೆ ಅತ್ತು ಹೊರಗೆ ನಗಬಹುದಾ? ತಗೆಯಿರಿ ಅದೇನ್ ನಿಮ್ದು ಹಳೇ ಪುರಾಣ! ಬೇಗ ಹುಷಾರಾಗಿ ಎದ್ದು ಬನ್ನಿ. ದೇವರಿಗೆ ಹರಕೆ ಕಟ್ಟಿದೀನಿ. ತೀರಿಸಬೇಕು ಅನ್ನಬಹುದಾ?

ಆಕೆ ನನ್ನ ತಲೆ ಎತ್ತಿ ಇನ್ನೊಂದು ದಿಂಬು ಇಡುತ್ತಿರುವಾಗಲೇ ನಾನು ಮತ್ತೆ ಆಸ್ಪತ್ರೆಯ ಲೋಕಕ್ಕೆ ಬಂದು ಬಿದ್ದೆ! ಫಿನಾಯಿಲ್ ತಿಕ್ಕುವ ಹೆಂಗಸು ಯಾವಾಗಲೊ ಹೊರಟು ಹೋಗಿದ್ದಳು. ಈಕೆ ಹದ ಬಿಸಿಯ ಕಾಫಿಯನ್ನು ತುಟಿಯ ಬಳಿ ತಂದು ಕುಡಿಸ ಹತ್ತಿದಳು. ಕಾಫಿ ಹೀರುತ್ತಿರುವಾಗಲೇ ಅವಳ

ಮುಖ ನೋಡಿದೆ. ಅವಳ ಮುಖದಲ್ಲಿ ಧೃಢತೆ ಇತ್ತು. ನಿಷ್ಕಲ್ಮಷತೆ ಇತ್ತು. ನನ್ನ ಹೃದಯ ಒದ್ದೆಯಾಗಿತ್ತು. ಕಾಫಿ ಹಿಡಿದಿದ್ದ ಅವಳ ಕೈಗಳನ್ನೊಮ್ಮೆ ಹಿಡಿದೆ. ಅವಳು ನನ್ನ ಮುಖ ನೋಡಿ ಹಣೆ ಮೇಲೆ ಕೈಯಿಟ್ಟು ಕೂದಲು ನೇವರಿಸಿದಳು. ಅತ್ತು ಬಿಡಲಾ? ಎಲ್ಲರನ್ನು ಹೇಳಿಕೊಂಡು ಬೆತ್ತಲಾಗಿ ಬಿಡಲಾ? ಇವತ್ತು ಬೆಳಗ್ಗೆಯೇ ಮತ್ತೊಂದು ಆಪರೇಷನ್ ಇದೆ! ಅಷ್ಟಕ್ಕೂ ನಾನು ಬದುಕುತ್ತೇನ? ಬದುಕಿದರೆ ಖಂಡಿತ ಅದೊಂದು ಬದುಕಲ್ಲ. ಅವಳಿಗೆ ಏನು ತಾನೇ ಕೊಡಬಲ್ಲೇ!? ಈಗಲೇ ಎಲ್ಲವನ್ನೂ ಹೇಳಿಬಿಡಬೇಕು.

'ನೀನು ನನ್ನ ಎದುರುಗಿರುವುದು ಎಷ್ಟು ಸತ್ಯವೋ ನಾನು ಅವಳ ನೆನಪಿನಲ್ಲಿರುವುದು ಅಷ್ಟೇ ಸತ್ಯ. ಮರೆಯಲಾಗದ, ಮರೆಯಲು ಇಷ್ಟವಾಗದ, ಮತ್ತೆ ಮತ್ತೆ ಬೇಕೆನಿಸುವ ನೆನಪು. ಆದರೆ ನೀನು ಬೇಡ ಅಂತಲ್ಲ. ನಿನ್ನಷ್ಟು ಚಂದವಾಗಿ ನನ್ನನ್ನು ಮತ್ಯಾರು ಪ್ರೀತಿಸಲಾರರು, ನೋಡಿಕೊಳ್ಳಲಾರರು. ಸ್ವತಃ ಬಿಟ್ಟು ಹೋದವಳು ಕೂಡ. ಆದರೆ ನನ್ನನ್ನು ಪ್ರೀತಿಸಬೇಡ, ಇಲ್ಲಿ ನಿನಗೆ ಸುಖವಿಲ್ಲ. ಅವಳು ಮುತ್ತಿಟ್ಟು ಹೋದ ಜಾಗದಲ್ಲಿ ನಿಷ್ಕಲ್ಮಷ ಪ್ರೀತಿಯಾದ ನಿನ್ನ ಮುತ್ತುಗಳನ್ನು ಹೇಗೆ ಕೂರಿಸಿಕೊಳ್ಳಲಿ!?' ಇದೆಲ್ಲವನ್ನು ಇವತ್ತು ಹೇಳಿಯೇ ಬಿಡಬೇಕು. ಹೌದು, ನನ್ನ ಮನಸ್ಸು ಯಾಕೆ ಇವತ್ತು ಇಷ್ಟು ಹಠಕ್ಕೆ ಬಿದ್ದಿದೆ. ಇನ್ನೇನು ಬಂದು ಬಿಡುತ್ತಾರೆ ಕೈಯಲ್ಲಿ ಹಸುರು ಬಟ್ಟೆ, ಮಲಗಿಸಿಕೊಂಡು ಹೋಗಲು ಒಂದು ತಳ್ಳು ಗಾಡಿ ಹಿಡಿದುಕೊಂಡು. ಇವತ್ತು ಮೊದಲ ಅಪರೇಷನ್ ನಂದೆ! ಅವಳ ಹೆಸರಿಡಿದು ಕರೆದು ಹೇಳಬೇಕು ಅನ್ನಿಸುತಿರುವಾಗಲೇ ಆಕೆ ನನ್ನ ಹಣೆಗೆ ಕುಂಕಮವಿಟ್ಟು 'ಏನೂ ಆಗಲ್ಲ, ಧೈರ್ಯವಾಗಿರಿ. ಊರಿನ ಚೌಡೇಶ್ವರಿಗೆ ಹರಕೆ ಕಟ್ಟಿ ಪೂಜೆ ಮಾಡಿಸಿಕೊಂಡು ಬಂದಿದೀನಿ. ನಾನು ನಿಮ್ಮನ್ನು ಅಷ್ಟು ಸುಲಭವಾಗಿ ಬಿಟ್ಟುಕೊಡುವುದಿಲ್ಲ' ಅಂದಳು. ಆಕೆಯ ಮಾತುಗಳು ಸಾಕಷ್ಟು ಧೃಡವಾಗಿದ್ದವು. ನನ್ನ ಮಾತುಗಳು ಗಂಟಲಲ್ಲಿ ಹಾಗೆ ನಿಂತವು.

ದೂರದಲ್ಲಿ ವಾರ್ಡಿನ ಬಾಗಿಲು ತೆರೆದ ಸದ್ದು. ಹಸಿರು ಬಟ್ಟೆ, ಮಲಗುವ ಗಾಡಿಯ ಸಮೇತ ಬರುತ್ತಿದ್ದಾರೆ. ನಾನು ಆಕೆಯ ಕೈಹಿಡಿದುಕೊಂಡೆ. ಕೈ ನಡುಗುತ್ತಿತ್ತ ನನಗೆ ಅರಿವಿಲ್ಲ. 'ನಾನು ಬದುಕಲಿ, ಬದುಕದೇ ಇರಲಿ. ನನ್ನ ಬಿಟ್ಟು ಹೋಗಿ ಬೇರೆ ಮದುವೆಯಾಗಿ ಬಿಡು. ಹಾಗಂತ ಮಾತು ಕೊಡು' ಅಂತ ಅಂದು ಬಿಡಲೇ ಕೊನೆಯ ಬಾರಿ ಅಂದುಕೊಳ್ಳುತ್ತಿರುವಾಗಲೇ ಬೆಳಗ್ಗೆ ಪ್ರೆಶ್ ಆಗಿ ಬಂದಿದ್ದ ಅದೇ ಬಿಳಿಯ ಬಟ್ಟೆಯ ನರ್ಸ್ ಗಳು ನನ್ನನ್ನು ಮಗ್ಗಲಿಗೆ ಹೊರಳಿಸಿ ಹಸಿರು ಬಟ್ಟೆ ತೊಡಿಸಿದರು. ನನ್ನವಳದು ಮೌನ ನೋಟ. ಒಮ್ಮೆಯಾದರೂ ಅತ್ತುಬಿಡಲಿ ಆಕೆ ಅನ್ನಿಸುತ್ತಿತ್ತು ನನಗೆ. ಆಕೆ ಹಗುರವಾಗಬೇಕು. ಎಲ್ಲರಂತಾಗಬೇಕು. ದೂರವಾಗಬೇಕು. ಎಲ್ಲೋ

ಒಂದು ಕಡೆ ನಗು ನಗುತ್ತಾ ಬದುಕಬೇಕು. ಇಬ್ಬರು ನನ್ನನ್ನು ಎತ್ತಿ ಗಾಡಿಯ ಮೇಲೆ ಹಾಕಿಕೊಂಡರು. ನನ್ನ ಕಾಲುಗಳನ್ನು ಯಾರೋ ಮುಟ್ಟಿದಂತಾಯ್ತು. ನೋಡಿದರೆ ನನ್ನಾಕೆ ಕಾಲಿಗೆ ನಮಸ್ಕಾರ ಮಾಡುತ್ತಿದ್ದಾಳೆ. ಕಣ್ಣೀರನ್ನು ಈ ಬಾರಿ ತಡೆದುಕೊಳ್ಳಲಾಗಲಿಲ್ಲ. ಆಕೆ ಒಂದೂ ಮಾತಾಡದೇ ಕಣ್ಣೀರು ಒರೆಸಿ ಹಣೆಗೆ ಮುತ್ತಿಟ್ಟಳು. ನನ್ನ ಗಾಡಿಯ ಸವಾರಿ ಆರಂಭವಾಯಿತು. ಗಾಡಿಯ ಜೊತೆಯಲ್ಲೇ ಬಂದಳು. ಅಪರೇಷನ್ ಥಿಯಟರೇ ಕೊನೆ. ಅವಳನ್ನು ಒಳಗೆ ಬಿಡಲಿಲ್ಲ. ಅಲ್ಲೇ ನಿಂತುಕೊಂಡು ಬಿಟ್ಟಳು.

ಅಪರೇಷನ್ ಥಿಯೆಟರ್‌ನ ಒಳ ಭಾಗದಲ್ಲಿ ಬಾಗಿಲ ಬಳಿ ಯಾರೋ ಇಬ್ಬರು ಹೊಸಬರು ಬಂದಿದ್ದಾರೆ. ಇವರೇನು ರಾತ್ರಿ ಕನಸಿನಲ್ಲಿ ಕಂಡ ಪ್ರಾಣಿಯ ತರಹ ಇದ್ದಾರಲ್ಲ ಅನಿಸಿತು. ಕಪ್ಪನೆಯ ಧಡೂತಿ ಆಳುಗಳು. ಮೀಸೆ, ಕೈಯಲ್ಲಿ ಕತ್ತಿ. ಅವರನ್ನು ದಾಟಿ ಅಪರೇಷನ್ ಟೇಬಲ್ ಬಳಿ ಬಂದೆ. ಒಬ್ಬರದೂ ಮುಖ ಕಾಣುತ್ತಿರಲಿಲ್ಲ. ಮುಚ್ಚಿಕೊಂಡಿದ್ದರು. ಎಲ್ಲವೂ ಮುಚ್ಚಿಕೊಂಡ ಬದುಕೆ! ಅವರು ಕೂಡ ಹಸಿರು ಬಟ್ಟೆಯನ್ನು ಧರಿಸಿದ್ದರು. ಈ ಹಸಿರು ಯಾಕಿಷ್ಟು ಕಾಡುತ್ತದೆ? ಅರ್ಥವಾಗಲಿಲ್ಲ. ಒಂದು ಸೂಜಿ ಚುಚ್ಚಿದ್ದಷ್ಟೇ ನೆನಪು. ನಂತರ ನನ್ನ ಹೊಡೆದಾಟ ಆರಂಭವಾಗಿದ್ದು ಆ ಧಡೂತಿ ಕಪ್ಪು ಆಳುಗಳೊಂದಿಗೆ, ಒಂದೆರಡು ಗಂಟೆಯ ಸತತ ಹೊಡೆದಾಟದ ನಂತರ ನಾನು ಸೋತು ಹೋದೆ. ಸೋತ ಕಾರಣಕ್ಕೆ ನನ್ನನ್ನು ಹೊತ್ತುಕೊಂಡು ಹೊರಟೇ ಬಿಟ್ಟರು. ಕೆಳಗೆ ನೋಡಿದೆ ನನ್ನಾಕೆ ಅಪರೇಷನ್ ಥಿಯಟರ್ ಒಳಗೆ ಕಾತುರದಿಂದ ನೋಡುತ್ತಿದ್ದಾಳೆ. ಬರುವ ಡಾಕ್ಟರ್‌ನ ದಾರಿ ಕಾಯುತ್ತಾ! ನಾನು ಅವಳಿಗೆ ಏನೊ ಹೇಳಬೇಕಾಗಿತ್ತು. ಕೂಗಿ ಕೂಗಿ ಕರೆದ. ಆಕೆ ನನ್ನ ಕಡೆ ತಿರುಗಿ ನೋಡಲೇ ಇಲ್ಲ.

ಹುಚ್ಚು

ಇಡೀ ರಾತ್ರಿಗೆ ಒಂದೆರಡು ಗಂಟೆಗಳ ಕಾಲ ಕಣ್ಣಿಗೆ ಅತಿಥಿಯಂತೆ ಬಂದು ಹೋಗುತ್ತಿದ್ದ ನಿದ್ದೆ ತನ್ನ ಪಾಳಿ ಮುಗಿಸಿ ಯಾವುದೊ ಕಾಲವಾಗಿತ್ತು. ಗೋಪಾಲಪ್ಪನ ಕಣ್ಣುಗಳು ಈಗ ನಿಚ್ಚಳವಾಗಿದ್ದವು. ಮಾಡಿಕೊಂಡು ಕುಡಿದ ಕಾಫಿ ಘಮಲು ಇನ್ನೂ ತುಟಿ ಮೇಲಿತ್ತು. ಪಟಕ್ ಅಂತ ಬಾಗಿಲು ತೆರೆದಾಗ ಕತ್ತಲು ಇನ್ನೂ ಕವುಚಿಕೊಂಡೆ ಇತ್ತು. ಸಮಯ ನೋಡಿಕೊಳ್ಳಲಿಲ್ಲ. ನೋಡಿಕೊಂಡರು ನೋಡಿಕೊಳ್ಳದಿದ್ದರೂ ಸಮಯದಲ್ಲಿ ಯಾವುದೇ ವ್ಯತ್ಯಾಸವಿರುವುದಿಲ್ಲ. ಅವನು ಸಮಯದ ಮೇಲೆ ತನ್ನ ಬದುಕನ್ನು ಹರಿಬಿಡುವುದನ್ನು ಎಂದೊ ನಿಲ್ಲಿಸಿದ್ದ. ನೋಡಿಕೊಂಡರೆ ಸಮಯ ಮುಂಜಾನೆ ಐದು ಗಂಟೆ, ನೋಡಿಕೊಳ್ಳದಿದ್ದರೂ ಅಷ್ಟೇ ಇರುತ್ತಿತ್ತು.

ಬಾಗಿಲು ತೆರೆದದ್ದೆ ಭಂಟಿ ಓಡಿ ಹೋಗಿ ರಸ್ತೆ ಮೇಲೆ ನಿಂತು ಒಮ್ಮೆ ಗೋಪಾಲಪ್ಪನನ್ನೂ ಮತ್ತೊಮ್ಮೆ ರಸ್ತೆಯ ಆಚೆ ಈಚೆ ನೋಡಿ ನಾಲಗೆಯನ್ನ ಹೊರತೆಗೆದು ಮೂಗಿನ ಮೇಲೆ ಆಡಿಸಿಕೊಳ್ಳುತ್ತಾ ನಿಂತಿತು. ಇಬ್ಬನಿ ಸಣ್ಣಗೆ ಸುರಿಯುತ್ತಿತ್ತು. ಸುರಿಯುವ ಆ ಬೆತ್ತಲೆ ಚಿತ್ರ ಉರಿಯುವ ಬೀದಿಗಳ ಬಳಿ ಸ್ಪಷ್ಟವಾಗಿ ಕಾಣುತ್ತಿತ್ತು. ತಣ್ಣನೆಯ ಗಾಳಿ. ಚಳಿ ಇಷ್ಟಿಷ್ಟೆ ಚಿಗುರುತ್ತಿತ್ತು. ಭಂಟಿ ಗೋಪಾಲಪ್ಪನ ಮನೆಯ ನಾಯಿ. ಹಾಗಂತ ನೀವು ಗೋಪಾಲಪ್ಪನ ಮುಂದೆ ಹೇಳಿದರೆ ಆತ ಖಂಡಿತ ನಿಮಗೆ ಜೋರು ಮಾಡದೆ ಇರಲಾರ. ಅವನು ಭಂಟಿಯೊಂದು ನಾಯಿ, ನಾನೊಬ್ಬ ಮನುಷ್ಯ ಅಂದುಕೊಂಡೇ ಇರಲಿಲ್ಲ. ಒಮ್ಮೊಮ್ಮೆ ಭಂಟಿಯ ಮನುಷ್ಯ, ನಾನೇ ಅವನ ನಾಯಿ ಅಂದುಕೊಳ್ಳುತ್ತಿದ್ದ. 'ಯಾರಿದ್ದೀರಿ ನಿಮ್ಮನೆಯಲ್ಲಿ?' ಅಂತ ಯಾರಾದರೂ ಕೇಳಿದರೆ 'ಭಂಟಿ ಮತ್ತು ನಾನು' ಅನ್ನುತ್ತಿದ್ದನೆ ಹೊರತು 'ನಾನು ಮತ್ತು ಭಂಟಿ' ಅಂದಿರಲಿಲ್ಲ.

'ಮನೆಯಲ್ಲಿ ಒಬ್ಬನೆ ಮಾರಾಯ ಯಾರಿದಾರೆ ನನಗೆ..' ಅನ್ನುವ ಮಾತನ್ನು ತಪ್ಪಿಯೂ ಆಡಿರಲಿಲ್ಲ.

ಭಂಟಿ ಗೋಪಾಲಪ್ಪನ ಬದುಕಿನ ಜೊತೆ ಬೆರೆತು ಹೋಗಿತ್ತು. ಇಡೀ ಮನೆಯಲ್ಲಿ ಅವನ ಜೊತೆ ಓಡಾಡುತ್ತಾ, ಅವನ ಪಕ್ಕ ಮಲಗುತ್ತಾ, ಅವನ ಮುಖವನ್ನು ನೆಕ್ಕಿ ಪ್ರೀತಿ ತೋರಿಸುತ್ತಾ, ಹೊರಗೆ ಹೋದರೆ ತಾನೂ ಜೊತೆಯಲ್ಲಿ ಹೋಗುತ್ತಿತ್ತು. ಅವನು ಬೇಸರದಲ್ಲಿದ್ದರೆ ಅವನೊಂದಿಗೆ ಆಟ ಆಡುತ್ತಾ ಅವನ ಜೀವನದ ಒಂದು ಭಾಗವೇ ಆಗಿಹೊಗಿತ್ತು.

ಗೋಪಾಲಪ್ಪ ಮೆಟ್ಟು ತೊಟ್ಟುಕೊಂಡು ಹೆಜ್ಜೆ ಹೊರಗಿಟ್ಟ. ಸೋತ ಕಾಲುಗಳಿಗೆ ಆ ಚಪ್ಪಲಿಗಳು ಒಪ್ಪುತ್ತಿರಲಿಲ್ಲ. ಕಾಲುಗಳು ಸ್ವಲ್ಪ ಎಳೆಯುತ್ತಿದ್ದನಾದ್ದರಿಂದ ಚಪ್ಪಲಿಯ ಹಿಂಭಾಗ ಬೇಗ ಸವೆದಿದ್ದವು. ಆ ಸೋತಕಾಲುಗಳಿಗೆ ಈಗಾಗಲೇ ಎಪ್ಪತ್ತೈದು ತುಂಬಿದೆ. ಚರ್ಮ ಸುಕ್ಕಾಗಿದೆ. ದವಡೆಯ ಎರಡು ಹಲ್ಲುಗಳು ಹೋಗಿವೆ. ಆಗಾಗ ಮಂಡಿ ನೋವು ಕಾಡುತ್ತದೆ. ಸಕ್ಕರೆ ಖಾಯಿಲೆ ಇನ್ನೂ ಬಾಗಿಲು ಬಡಿದಿಲ್ಲ. ಬಿಪಿಯ ಬಗ್ಗೆ ವೈದ್ಯರು ಒಮ್ಮೆ ಸೂಚನೆ ನೀಡಿದ್ದಾರೆ. ಅವರು ಅದನ್ನು ಈಗಾಗಲೇ ಮರೆತಿದ್ದಾನೆ. ತಲೆಯ ಕೂದಲು ಬಿಳಿಯಾಗಿವೆ. ತಲೆ ಬೋಳಾಗಿಲ್ಲವಾದ್ದರಿಂದ ಇನ್ನೂ ಐದು ವರ್ಷ ಚಿಕ್ಕವನಾಗಿ ಕಾಣುತ್ತಿದ್ದಾನೆ.

ಮಾಸಲು ಬಣ್ಣದ ರಾತ್ರಿ ಉಡುಗೆಯಲ್ಲಿಯೇ ಆಚೆ ಬಂದು ನಿಂತ. ಮನೆಯ ಮುಂದೆ ಆಕಾಶಕ್ಕೆ ಹೊರಟು ನಿಂತಿದ್ದ ತೆಂಗಿನ ಮರಗಳನ್ನು ಒಮ್ಮೆ ನೋಡಿದ. ಗರಿಗಳು ಗಾಳಿಯ ಸಖ್ಯದಲ್ಲಿದ್ದವು. ಇಡೀ ಊರು ನಿದ್ದೆಯ ಮೌನದಲ್ಲಿದೆ. ಆ ನೀರವದಲ್ಲಿ ದೂರದ ಕಡಲಿನಿಂದ ಬರುತ್ತಿದ್ದ ಅಲೆಗಳ ದುಮು ದುಮು ಸದ್ದು ಕ್ಷೀಣವಾಗಿ ಕೇಳುತ್ತಿತ್ತು. ಆಗಾಗ ಬೆಳ್ ಬೆಳಗ್ಗೆ ಎತ್ತಲೊ ಹೊರಟ ವಾಹನಗಳ ಸದ್ದಿನ ಹಾರ್ನ್ ನೀರವತೆಯನ್ನು ತಾಡಿಸುತ್ತಿತ್ತು.

ಭಂಟಿ ಖಾಲಿ ರಸ್ತೆಯಲ್ಲಿ ನಿಂತು ಒಂದೆರೆಡು ಬಾರಿ ಆ ಕಡೆ ಈ ಕಡೆ ನೋಡಿ ಮತ್ತೆ ವಾಪಸು ಬಂದು ಗೋಪಾಲಪ್ಪನ ಬಳಿಗೆ ಬಂದು ಹಾರಿ ಎದೆಗೆ ಕಾಲನ್ನು ಊರಿ ಕರೆಯಿತು. ಅವರು ಭಂಟಿಯ ತಲೆಯ ಮೇಲೆ ಒಮ್ಮೆ ಸವರಿ, ಮುದ್ದು ಮಾಡಿ ಮನೆಯ ಬಾಗಿಲು ಹಾಕಿಕೊಂಡು ಮೆಟ್ಟಿಲು ಇಳಿದರು. ಭಂಟಿ ಮತ್ತೆ ಓಡಿ ಹೋಗಿ ರಸ್ತೆಯಲ್ಲಿ ನಿಂತಿತು.

ಗೋಪಾಲಪ್ಪನ ನಿತ್ಯ ಬೆಳಗು ಹೀಗೆಯೇ ಆರಂಭವಾಗುತ್ತಿತ್ತು. ಊರು ಏಳುವ ಮುಂಚೆಯೇ ಭಂಟಿ ಮತ್ತು ಗೋಪಾಲಪ್ಪ ಕಡಲ ತೀರದ ಮರಳ ಮೇಲೆ ಇಲ್ಲವೆ ಅಲ್ಲಿಯೇ ಇರುವ ಒಂದು ಕಲ್ಲುಬೆಂಚಿನ ಮೇಲೆ ಕೂತು ಎಷ್ಟೊ ಹೊತ್ತಿನ ಬಳಿಕ ವಾಪಸಾಗುತ್ತಿದ್ದರು. ಭಂಟಿ ಅಲ್ಲಲ್ಲಿ ಮೂಸುತ್ತಾ, ಮರಳಿನ ಮೇಲೆ ಓಡುತ್ತಾ.. ಅದರಲ್ಲಿ ಬಿದ್ದು ಹೊರಳಾಡುತ್ತಾ, ಅಲೆಯೊಂದಿಗೆ

ಆಡುತ್ತಾ, ಅದರಲ್ಲಿ ಮುಳುಗಿ ಏಳುತ್ತಾ, ಗೋಪಾಲಪ್ಪನ ಪ್ಯಾಂಟು ಹಿಡಿದು ಎಳೆಯುತ್ತಾ ಕಡಲಿಗೆ ಎಳೆ ಬೆಳಗಿಗೊಂದು ಬಣ್ಣ ತೊಡಿಸುತ್ತಿತ್ತು. ಅದೆಲ್ಲವನ್ನೂ ನೋಡಿ ಗೋಪಾಲಪ್ಪ ಇಡೀ ತನ್ನ ಬದುಕನ್ನು ಮರೆತು ಕೂರುತ್ತಿದ್ದ. ಒಮ್ಮೊಮ್ಮೆ ಅಲೆ ಕಾಲಿಗೆ ತಾಕುವಷ್ಟು ಸನಿಹಕ್ಕೆ ಹೋಗಿ ಅದರ ಪಕ್ಕದಲ್ಲೇ ಸಾಕಷ್ಟು ದೂರ ನಡೆಯುತ್ತಿದ್ದ. ಉಳಿದು ಹೋದ ಯಾರದೊ ಹೆಜ್ಜೆ ಗುರುತುಗಳನ್ನು ಹೆಕ್ಕುವವನಂತೆ ಒಮ್ಮೊಮ್ಮೆ ಭಾವುಕನಾಗುತ್ತಿದ್ದ. ಇಬ್ಬರೂ ಬಹುಪಾಲು ತಮ್ಮ ಬೆಳಗಿನ ಸಮಯವನ್ನು ಅಲ್ಲಿಯೇ ಕಳೆಯುತ್ತಿದ್ದರು. ವಾಪಾಸು ಬರುವಾಗ ಕಡಲ ದಡದಿಂದ ಸ್ವಲ್ಪ ದೂರವೇ ಇರುವ ಸಿರಿ ಹೋಟೆಲ್ ನಲ್ಲಿ ಅವನು ಕಾಫಿ ಕುಡಿಯುತ್ತಿದ್ದ. ಭಂಟಿ ಅವನ ಪಕ್ಕ ಸುಮ್ಮನೆ ಕೂತಿರುತ್ತಿತ್ತು. ಒಂದು ಪತ್ರಿಕೆ ಕೊಂಡು ಇಬ್ಬರೂ ಮನೆಯ ಹಾದಿ ಹಿಡಿಯುತ್ತಿದ್ದರು.

ಇಂದು ಭಂಟಿಯ ಹುರುಪು ಕಡಿಮೆಯಾಗಿರುವುದು ಅವನ ಅರಿವಿಗೆ ಬಂದಿತ್ತು. ಆದರೂ ಅದನ್ನು ತೋರಿಸಿಕೊಳ್ಳದೆ ತುಂಬಾ ಲವಲವಿಕೆಯಲ್ಲಿ ಇರಲು ಅದು ಪ್ರಯತ್ನಿಸುತಿದೆ ಎಂಬುದು ಅವನಿಗೆ ಅರ್ಥವಾಗುತ್ತಿತ್ತು. ನಿನ್ನೆ ಮಧ್ಯಾಹ್ನವೇ ಅದಕ್ಕೆ ಜ್ವರ ಬಂದದ್ದು ಗೊತ್ತಾಗಿ ಒಂದು ಮಾತ್ರೆಯನ್ನು ಕೊಟ್ಟಿದ್ದ. ರಾತ್ರಿ ಜ್ವರ ಸ್ವಲ್ಪ ಹೆಚ್ಚಿತ್ತು. ಬೆಳಗ್ಗೆ ಜ್ವರದ ಕುರುಹು ಕಾಣಿಸಿರಲಿಲ್ಲ. ಮೈ ತಣ್ಣಗಾಗಿತ್ತು. ಆದರೂ ಭಂಟಿಯಲ್ಲಿ ಉತ್ಸಾಹ ಇರಲಿಲ್ಲ. ಇನ್ನೆರಡು ದಿನ ನೋಡಿ ವೈದ್ಯರ ಬಳಿ ಕರೆದೊಯ್ಯಬೇಕು ಎಂದು ಯೋಚಿಸುತ್ತಾ ನೋಯುತ್ತಿರುವ ಮಂಡಿ ನೋವನ್ನು ಉಣ್ಣುತ್ತಾ ನಿಧಾನಕ್ಕೆ ಹೆಜ್ಜೆಗಳನ್ನು ಹತ್ತಿಡತೊಡಗಿದ. ಭಂಟಿ ಒಮ್ಮೊಮ್ಮೆ ಹಿಂದಾಗಿ, ಮತ್ತೆ ಜೊತೆಯಾಗಿ, ಮತ್ತೆ ಛಂಗನೆ ಜಿಗಿದು ಮುಂದೆ ಹೋಗುತ್ತಿತ್ತು.

ಮನೆಯಿಂದ ನಾನೂರು ಮೀಟರ್ ದೂರದಲ್ಲಿ ಒಂದು ವೃತ್ತವಿದೆ, ಆ ವೃತ್ತ ತಲುಪಿ ಅಲ್ಲಿಂದ ಬಲಕ್ಕೆ ತಿರುಗಿ ನೇರವಾಗಿ ನಡೆದರೆ ಎರಡು ಕಿಲೊಮೀಟರ್ ಅಂತರದಲ್ಲಿ ಸಮುದ್ರ ಸಿಗುತ್ತದೆ. ಗೋಪಾಲಪ್ಪ ಪ್ರತಿ ದಿನ ಆ ವೃತ್ತದ ಬಳಿ ಬಂದಾಗ ಕೊಂಚ ಕದಲುತ್ತಿದ್ದ. ನಡು ವೃತ್ತದ ಒಂದು ಮೂಲೆಯಲ್ಲಿ ಎಡಭಾಗಕ್ಕೆ ನಿಲ್ಲಿಸಿದ್ದ ಒಂದು ಟೆಲಿಫೋನ್ ಬೂತು ಕಾಣಿಸುತ್ತದೆ. ವೃತ್ತದಲ್ಲಿ ನಿಂತು ಒಂದೆರಡು ಕ್ಷಣ ಅದರ ಕಡೆ ನೋಡುತ್ತಿದ್ದ. ಭಂಟಿಗೂ ಇದು ಅಭ್ಯಾಸ ಆಗಿತ್ತು. ಭಂಟಿ ಆ ಸಮಯದಲ್ಲಿ ಯಾವುದೇ ತಲೆಹರಟೆ ಮಾಡದೇ ಸುಮ್ಮನೆ ನಿಲ್ಲುತ್ತಿತ್ತು. ಆ ಹತ್ತೆಂಟು ಸೆಕೆಂಡ್ ಗಳ ಕಾಲ ಇಬ್ಬರಿಗೂ ಒಂದು ಧ್ಯಾನಸ್ಥ ಕ್ಷಣದಂತೆ ಕಳೆದು ಹೋಗುತ್ತಿತ್ತು. ಭಂಟಿ ಗೋಪಾಲಪ್ಪ ಮುಖವನ್ನು ಮತ್ತೆ ಮತ್ತೆ ನೋಡಿ ಏನನ್ನೊ ಅರ್ಥ ಮಾಡಿಕೊಳ್ಳಲು ಪ್ರಯತ್ನಿಸಿ ಸೋಲುತ್ತಿತ್ತು. ನಂತರ ಇಬ್ಬರೂ ವೃತ್ತದಿಂದ ಬಲಕ್ಕೆ ಹೊರಳಿ ಕಡಲಿನ ಕಡೆಗೆ ನಡೆದು ಬಿಡುತ್ತಿದ್ದರು.

ಇಂದೂ ಕೂಡ ವೃತ್ತ ತಲುಪಿಸಿದಾಗ ಟೆಲಿಫೋನ್ ಬೂತು ಕಡೆ ನೋಡಿದರು. ಅದು ಏನನ್ನೋ ಹೇಳುತ್ತದೆಯೊ ಅನ್ನುವಂತೆ ಅದರ ಕಡೆ ಗಂಭೀರವಾಗಿ, ಮೌನವಾಗಿ ಅದನ್ನು ಆಲಿಸುವಂತೆ ನಿಂತುಕೊಂಡರು. ಮೊಬೈಲ್ ಫೋನ್ ಬಂದು, ಟೆಲಿಫೋನ್ ಬೂತು ನಿಂತು ಹೋಗಿ ಎಷ್ಟೊಂದು ವರ್ಷಗಳಾದರೂ ಈ ಬೂತನ್ ಇನ್ನೂ ಎತ್ತಿ ಹಾಕಿಲ್ವಲ್ಲ ಅನಿಸಿತು. ಮುಗಿದು ಹೋದ ಜಗತ್ತಿನಲ್ಲಿ ನಾನು ಉಳಿದಿರುವಂತೆ, ಅದೂ ಕೂಡ ಉಳಿದು ಹೋಗಿರಬೇಕು ಅಂದುಕೊಂಡ. ಇನ್ನೊಮ್ಮೆ ಮರುಕದಿಂದ ಅದರ ಕಡೆ ನೋಡಿದ. ಅದರ ಒಳಗಡೆ ಬರೆಯಲಾದ ಆ ಫೋನ್ ನಂಬರ್ ಇನ್ನೂ ಅಷ್ಟೆ ಥಾಳವಾಗಿ ಉಳಿದಿದೆಯೊ? ಅಥವಾ ಅಳಿಸಿ ಹೋಗಿದೆಯೊ? ಯೋಚಿಸಿದ. ಕೊನೆಯ ಬಾರಿ ಅದನ್ನು ನೋಡಿದ್ದು ಯಾವಾಗ? ಅಷ್ಟೊಂದು ನಿಖರವಾಗಿ ಅವನಿಗೆ ನೆನಪಾಗಲಿಲ್ಲ. ಆ ನಂಬರ್ ಇಂದಿಗೂ ಬಣ್ಣಗೆಡದಂತೆ ತನ್ನ ಮನಸಿನಲ್ಲಿ ಉಳಿದಿರುವುದನ್ನು ಖಚಿತ ಪಡಿಸಿಕೊಳ್ಳಲು ಬಾಯಲ್ಲಿ ಆ ನಂಬರ್ ತಂದುಕೊಂಡು ಗುನುಗಿದ. ಫೋನಿನಲ್ಲಿ ಆ ನಂಬರ್ ಒತ್ತಿದರೆ ಕೇಳುವ ಅದೇ ಮಾತು ನೆನಪಾಗಿ ಬೇಸರವೂ ಆಯಿತು.

ಕೊನೆಗೆ ಅದೇ ಅದೇ ಮಾತುಗಳನ್ನು ಕೇಳಿ ಕೇಳಿ ಇನ್ನು ಇದರಿಂದ ಯಾವ ಸುಖವೂ ಇಲ್ಲ ಎಂದು ತಿಳಿದು ಸುಮ್ಮನಾಗಿದ್ದ. ಗೆಳೆಯ ನಾರಾಯಣನ ಮಗ ಗೋಪಿ ತಂದ ಸುದ್ದಿಯಿಂದ ಮತ್ತೆ ಆ ನಂಬರ್ ಗೆ ಫೋನು ಹಚ್ಚುವ ಯಾವ ಆಸೆಯನ್ನು ಅವನು ಉಳಿಸಿಕೊಳ್ಳಲಿಲ್ಲ. ಗಾಢ ಯೋಜನೆಯಲ್ಲಿ ಮುಳುಗಿದ್ದ ಅವನನ್ನು ಭಂಟಿ ಕಾದು ಕಾದು ಸೋತು ಒಮ್ಮೆ ಬೌ ಎಂದಿತು. ತನ್ನೆಲ್ಲಾ ಯೋಚನೆ ಲಹರಿ ಮೊಕಟುಗೊಳಿಸಿ, ಸಮುದ್ರದ ಕಡೆ ಹೋಗುವ ದಾರಿಯಲ್ಲಿ ಇಬ್ಬರೂ ನಡೆಯತೊಡಗಿದರು.

* * *

ಜ್ವರ ಕಡಿಮೆಯಾಯಿತಾದರೂ ಭಂಟಿಯ ವರ್ತನೆಯಲ್ಲಿ ಬದಲಾವಣೆ ಕಾಣಿಸತೊಡಗಿತು. ಬಾಯಲ್ಲಿ ಚೂರು ಹೆಚ್ಚು ಜೊಲ್ಲು ಸುರಿಯ ತೊಡಗಿತು. ನಾಲಗೆಯನ್ನು ಹೊರಗೆ ತಳ್ಳಿ ಹನಿ ಹನಿ ಜೊಲ್ಲು ಸುರಿಸುತ್ತಿತ್ತು. ಗೋಪಾಲಪ್ಪ ಇದನ್ನು ಗಮನಿಸಿದನಾದರೂ ಜ್ವರ ಬಂದ ಪರಿಣಾಮ ಇರಬೇಕು ಸರಿಹೋದೀತು ಎಂದುಕೊಂಡ. ಆದರೆ ಮರುದಿನದ ಸಂಜೆಯ ವಾಕಿನಲ್ಲಿ ಭಂಟಿಯೂ ಇದ್ದಕ್ಕಿದ್ದಂತೆ ಯಾರದೊ ಕಾಲಿಗೆ ಬಾಯಿ ಹಾಕಿ ಕಿತ್ತು ಬಿಟ್ಟಿತು. ಎಂದೂ ಯಾರಿಗೂ ಲವಲೇಶವೂ ತೊಂದರೆ ಮಾಡದ ಭಂಟಿ ಇಂದು ತನ್ನ ಹಲ್ಲಿನ ಮೇಲೆ ರಕ್ತದ ಕಲೆ ಮೂಡಿಸಿಕೊಂಡಿತು. ಗೋಪಾಲಪ್ಪನಿಗೆ ದಿಗಿಲು ಬಡಿದಂತಾಯ್ತು. ಅವನ ತಲೆ ತಿರುಗಿ ಹೊಯಿತು. ಅರೆ ಕ್ಷಣ ಬೆವೆತುಬಿಟ್ಟ.

ಭಂಟಿ ಹೀಗೆ ಆಡುತ್ತೆ ಅಂತ ಕನಸಿನಲ್ಲೂ ಎಣಿಸಿರಲಿಲ್ಲ. ಅವನು ಓಡಿ ಬಂದು ಭಂಟಿಯನ್ನು ಹಿಡಿದುಕೊಂಡ. ಜೋರು ಮಾಡಿದ ಆದರೆ ಜೋರಿಗೆ ಭಂಟಿ ತಲೆ ಕೆಡಿಸಿಕೊಳ್ಳಲಿಲ್ಲ. ವಿಚಿತ್ರವಾಗಿಯೇ ಆಡುತ್ತಿತ್ತು. ಎಂದೂ ಅದಕ್ಕೆ ಕೊರಳು ಪಟ್ಟಿ ಹಾಕಿಯೇ ಗೊತ್ತಿರಲಿಲ್ಲ. ಅದನ್ನು ಮನೆಗೆ ಕರೆದೊಯ್ಯಲು ಹೇಗೆ ಎಂಬಂದು ಗೊತ್ತಾಗಲಿಲ್ಲ. ಕರೆದರೆ ಹತ್ತಿರ ಬರದೆ ಓಡುತ್ತಿತ್ತು. ಅದನ್ನು ಮನೆಗೆ ಕರೆ ತರಲು ಅವರಿಗೆ ಸಾಕುಬೇಕಾಗಿ ಹೋಯಿತು.

ಮನೆಗೆ ಬಂದವರೇ ಅದಕ್ಕೆ ಹಾಕುವ ಕೊರಳು ಪಟ್ಟಿಯನ್ನು ಹಾಕಿ ಕಟ್ಟಿ ಹಾಕಿದರು. ತನ್ನ ಕೈ ಸೋಕಿದರೆ ಸಾಕು ಮಗುವಿನಂತೆ ಆಡುತ್ತಿದ್ದ ಭಂಟಿ ಇಂದು ಕೊಂಚ ವ್ಯಗ್ರವಾಗಿಯೇ ಇತ್ತು. ಇವನಿಗೆ ತಳಮಳ ಶುರುವಾಯಿತು. ಇದಕ್ಕೆ ಏನೊ ಆಗಿದೆ ಅಂತ ಅನಿಸತೊಡಗಿತು. ಅದಕ್ಕೆ ಊಟ ಕೊಟ್ಟು ನೋಡಿದ ಅದು ತಿನ್ನಲಿಲ್ಲ. ಒಂದೆರಡು ಬಾರಿ ಜೋರಾಗಿ ಬೊಗಳಿತು. ಇದನ್ನು ಆಸ್ಪತ್ರೆಗೆ ಕರೆದೊಯ್ಯಲು ನಿಜಕ್ಕೂ ಕಷ್ಟವಾಗುತ್ತದೆ ಎಂದು ಅವರಿಗೆ ಗೊತ್ತಾಗಿ ಹೋಯಿತು. ವೈದ್ಯರನ್ನು ಮನೆಗೆ ಕರೆತರಲು ನಿರ್ಧರಿಸಿ ಅವಸರದಲ್ಲಿ ಮನೆಯಿಂದ ಹೊರಟ.

ಬಂದ ವೈದ್ಯರು ದೂರದಿಂದಲೇ ಗಮನಿಸಿದರು. ಈಗ ಅದರ ಬೊಗಳುವಿಕೆ ಹೆಚ್ಚಾಗಿತ್ತು. ಬಾಯಿಯಿಂದ ದಂಡಿಯಾಗಿ ಜೊಲ್ಲು ಸುರಿಯುತ್ತಿತ್ತು 'ನೋಡಿ ಯಜಮಾನ್ರೆ ನಾಯಿಗೆ furies form of rabies ಇದೆ ಅನ್ಸುತ್ತೆ.. ಅಂದ್ರೆ ಹುಚ್ಚು ಹಿಡಿದಿದೆ. Be careful ಹತ್ತಿರ ಹೋಗಬೇಡಿ. ಅದನ್ನು ಕೊಲ್ಲದೆ ವಿಧಿಯಿಲ್ಲ. ಹುಚ್ಚು ಅಪಾಯ ಸರ್... ನಿಮಗೂ ರೇಬೀಸ್ ಬಂದು ಬಿಡುತ್ತೆ..' ಹೀಗೆ ಏನೇನೊ ಮಾತಾಡುತ್ತ ಡಾಕ್ಟರ್ ಅಂಗಳ ತಲುಪಿ ಬಿಟ್ಟಿದ್ದರು. ಆಗ ತಾನೇ ಊಟ ಮುಗಿಸಿದ್ದ ಕೆಲವು ಜನ ರಸ್ತೆಯಲ್ಲಿ ಅಲೆದಾಡುತ್ತಿದ್ದರು. ಡಾಕ್ಟರ್ ಬಾಯಿಂದ ಬರುತ್ತಿದ್ದ ಹುಚ್ಚು, ರೇಬೀಸ್ ಪದಗಳನ್ನು ಕೇಳಿ 'ಏನು ವಿಷ್ಯ' ಎಂದು ಕುತೂಹಲ ವ್ಯಕ್ತಪಡಿಸಿದರು 'ಏನಿಲ್ಲ ಇವರ ನಾಯಿಗೆ ಹುಚ್ಚು ಹಿಡಿದಿದೆ ಅದರ ಬಗ್ಗೆ ಹೇಳ್ತಿದ್ದೆ. ಯಜಮಾನ್ರೆ ನಾಯಿ ಹೊರಗೆ ಬಿಡಬೇಡಿ ಆಯ್ತಾ?' ಅಂತ ಹೇಳಿ ಹೊರಟು ಹೋದರು. ಭಂಟಿಗೆ ಹುಚ್ಚು ಹಿಡಿದ ಸುದ್ದಿ ಈಗ ಬೀದಿ ಮುಟ್ಟಿತು.

'ಸಾಯಿಸಿ ಬಿಡಿ ಸುಮ್ನೆ ಯಾಕೆ ರಿಸ್ಕ್?' 'ಮಕ್ಕಳು ಮರಿ ಓಡಾಡ್ತಾರೆ ಹೊರಗೆ ಬಿಡಬೇಡಿ' 'ಪಾಪ ಚಲೋ ಭಂಟಿ ಹೀಗೆ ಆಗಬಾರದಿತ್ತು' ಬೀದಿಯಲಿದ್ದವರು ತಲಾ ಒಂದೊಂದು ಮಾತು ಗೋಪಾಲಪ್ಪನ ಮೇಲೆ ಎಸೆದರು. ಒಂದೊಂದು ಮಾತೂ ಅವನಿಗೆ ಕಲ್ಲುಗುಂಡುಗಳಂತಾದವು. ಅವನ ಬಾಯಿ ಒಣಗುತ್ತಿತ್ತು. ಗಾಬರಿ ಗಾಬರಿಯಾದಂತಾಗುತ್ತಿತ್ತು. ಎದೆ ಸಣ್ಣಗೆ ಹೊಡೆದುಕೊಳ್ಳುತ್ತಿತ್ತು. ಕೈ ಕಾಲು ಸಣ್ಣಗೆ ನಡುಗಿದವು. ಭಂಟಿಯಿಲ್ಲದ ಯಾವ

ಕ್ಷಣಗಳನ್ನೂ ಅವನು ಊಹಿಸಿಕೊಳ್ಳಲಾರ. ಒಳಗೆ ಓಡಿ ಬಂದ. ಭಂಟಿ ನಾಲಿಗೆ ಹೊರ ಹಾಕಿ ಜೊಲ್ಲು

ಸುರಿಸುತ್ತಾ ನಿಂತಿತ್ತು. ಬೊಗಳುತ್ತಿತ್ತು. ಅದರ ಹತ್ತಿರ ಹೋಗಬೇಡಿ ಅನ್ನುವ ಸಲಹೆಯನ್ನು ಲೆಕ್ಕಿಸದೆ ಅದರ ಬಳಿ ಹೋಗಿ ಅದರ ಮುಖವನ್ನು ತನ್ನ ಹಣೆ ಮೇಲೆ ಇಟ್ಟುಕೊಂಡು ಬಿಕ್ಕಿ ಬಿಕ್ಕಿ ಅತ್ತನು. ಅದರ ಬೊಗಳುವಿಕೆ ನಿಂತಿರಲಿಲ್ಲ. ಅವನ ಕೈಗೆ ಸಣ್ಣಗೆ ಕಚ್ಚಿತು ಕೂಡ. ಅವನು ಅದನ್ನೂ ಲೆಕ್ಕಿಸಲಿಲ್ಲ. ಒಳಗೆ ಹೋಗಿ ಅದಕ್ಕೆ ಊಟ ತಂದು ಹಾಕಿದನು. ಅದು ತಿನ್ನದೆ ಸುಮ್ಮನೆ ಬೊಗಳುತ್ತಿತ್ತು. ಅವನಿಗೂ ಊಟ ಮಾಡುವ ಮನಸಾಗಲಿಲ್ಲ.

ಇಡೀ ರಾತ್ರಿ ಕಣ್ಣಿಗೆ ನಿದ್ದೆ ಸುಳಿಯಲಿಲ್ಲ. ಆಗಾಗ ಬಂದು ಭಂಟಿಯ ಹತ್ತಿರ ಬಂದು ಕೂರುತ್ತಿದ್ದ. ಬೊಗಳಿ ಬೊಗಳಿ ಅದು ಎಷ್ಟೊ ಹೊತ್ತಿಗೆ ಮಲಗಿತ್ತು. ಭಂಟಿಯ ಹುಚ್ಚನ್ನು ಸರಿ ಮಾಡುವ ಯಾವ ದಾರಿಗಳು ಇರಲಿಲ್ಲ. ಡಾಕ್ಟರ್ ಇದನ್ನು ಸಾಯಿಸದೇ ಬೇರೆ ದಾರಿ ಇಲ್ಲ ಎಂದು ಹೇಳಿದ್ದು ಅವನನ್ನು ಅರ್ಧ ಸಾಯಿಸಿಬಿಟ್ಟಿತ್ತು. ನಿದ್ದೆ ಬಾರದೆ, ಮಲಗಲು ಆಗದೆ ಹೊರಗೆ ಬಂದು ಕೂತ. ಕಡು ಕಪ್ಪು ಗಾಳಿ ಸುಳಿಯುತ್ತಿತ್ತು. ಇಡೀ ಊರು ಯಾವುದೊ ಧ್ಯಾನದಲ್ಲಿ ಮುಳುಗಿದಂತೆ ಮೌನವಾಗಿತ್ತು. ಇಂತಹದೊಂದು ಮೌನವನ್ನು, ಮತ್ತು ಶಾಶ್ವತಮೌನವನ್ನು ಪಡೆಯುವ ಬಗೆಯಾದರೂ ಹೇಗೆ ಎಂದು ಯೋಚಿಸತೊಡಗಿದ. ಹೀಗೆ ಎಷ್ಟೊ ಹೊತ್ತು ಯೋಚಿಸುತ್ತಾ ಕೂತನೊ ಏನೊ ಮಂಗಟ್ಟೆ ಹಕ್ಕಿಯ ಕೂಗು ಇನ್ನೇನು ಬೆಳಕು ಹರಿಯುತ್ತದೆ ಅನ್ನುವ ಸುದ್ದಿ ಕೊಟ್ಟಿತು. ಹಕ್ಕಿ ಕೂಗಿಗೆ ನಿದ್ದೆಯಿಂದ ಎಚ್ಚರವಾದವನಂತೆ ಕಳವಳಿಸಿದ. ವಾಕ್ ಹೋಗುವ ಸಮಯ ಇದು. ಹೋಗಲೊ? ಬೇಡವೊ? ಭಂಟಿಯಿಲ್ಲದೆ ಹೇಗೆ ಹೋಗುವುದು? ಭಂಟಿಯನ್ನು ಕರೆದುಕೊಂಡು ಹೋಗುವುದಾದರೂ ಹೇಗೆ? ತನ್ನ ಯೋಚನೆಗಳಲ್ಲಿ ತಾನೇ ದಾರಿ ತಪ್ಪಿದವನಂತೆ ಕಂಗಾಲದ.

ಬೆಳಗ್ಗಿನ ಕಾಫಿ ಸಮಯ ಇಡೀ ದಿನದ ಅವನ ಇಷ್ಟದ ಕ್ಷಣ. ಆದರೆ ಇಂದು ಕಾಫಿ ಮಾಡಿಕೊಳ್ಳಲು ಮನಸಾಗಲಿಲ್ಲ. ಬಲವಂತಕ್ಕೆ ಅಡುಗೆ ಮನೆ ತಲುಪಿ, ಕಾಫಿ ಮಾಡಲು ಹಾಲಿಟ್ಟ. ಮನಸಿನ ಕುದಿಗೆ ಯಾವುದರಲ್ಲೂ ಆಸಕ್ತಿ ಮೂಡುತ್ತಿಲ್ಲ. ಇಟ್ಟ ಹಾಲನ್ನು ಅಲ್ಲಿಯೇ ಬಿಟ್ಟು ಒಲೆ ಬಂದ್ ಮಾಡಿ ಎದ್ದು ಹೊರಗೆ ಬಂದ. ಭಂಟಿ ಇನ್ನೂ ಮಲಗಿದ್ದ. ಅದರ ಬಾಯಿಂದ ಸುರಿದ ಜೊಲ್ಲು ಅಲ್ಲಲಿ ಹರಿದಾಡಿತು. ಭಂಟಿಯನ್ನು ಮುಟ್ಟುವ ಮನಸಾಯಿತು ಆದರೆ ನಿದ್ದೆಯಿಂದ ಎದ್ದು ಬಿಟ್ಟೀತು ಎಂದು ಸಪ್ಪಳವಿಲ್ಲದೆ ಆಚೆ ಬಂದನು. ಚಪ್ಪಲಿ ತೊಟ್ಟು ಮೆಟ್ಟಿಲು ಇಳಿಯತೊಡಗಿದ. ಭಂಟಿ ಇಲ್ಲದ ಬೆಳಗಿನ ವಾಕ್ ಇದು ಎಂಬುದು ನೆನೆದು ಅವನ ಮನಸು ನೀರಾಯಿತು. ಸುರಿಯುತ್ತಿದ್ದ ಕಣ್ಣೀರಿಗೆ ಬೀಳುತ್ತಿದ್ದ ಇಬ್ಬನಿ ಜೊತೆಯಿತ್ತು. ಭಾರವಾದ ಹೆಜ್ಜೆಗಳನ್ನು ಎತ್ತಿಡತೊಡಗಿದ.

ಭಂಟಿ ಹಿಂದಿನಿಂದ ಓಡಿ ಬಂದಂತೆ, ಕಾಲು ನೆಕ್ಕಿದಂತೆ, ಎದೆ ಮೇಲೆ ಕಾಲೂರಿದಂತೆ, ತನ್ನನ್ನು ಹಿಂದೆ ಬಿಟ್ಟು ಮುಂದೆ ಓಡಿ ಹೋದಂತೆ ಭಾಸವಾಗುತ್ತಿತ್ತು. ಈ ಕ್ಷಣಗಳೆಲ್ಲವೂ ಅವನನ್ನು ಬಲವಾಗಿ ಚುಚ್ಚಿದವು. ನಿಧಾನಕ್ಕೆ ಹೆಜ್ಜೆ ಸವೆಸುತ್ತಾ ಪ್ರತಿ ಮುಂಜಾನೆ ನಿಲ್ಲುವ ವೃತ್ತದ ಬಳಿ ಬಂದು ನಿಂತ. ಊರು ಬಿಟ್ಟು ಹೋಗುವ ಆತುರದಲ್ಲಿ ಕೆಲವು ವಾಹನಗಳು ಓಡಿ ಹೋಗುತ್ತಿದ್ದವು. ಪತ್ರಿಕೆ ಹಾಕುವ ಹುಡುಗರು ಬೆಳಗ್ಗಿನ ಧಾವಂತದಲ್ಲಿದ್ದರು.

ನಿತ್ಯ ನೋಡುತ್ತಿದ್ದ ಟೆಲಿಫೋನ್ ಬೂತಿನ ಕಡೆ ಕಣ್ಣು ಹಾಯಿಸಿದ. ಬೂತ್ ಸರಿಯಾಗಿ ಕಾಣಿಸಲಿಲ್ಲ. ಕಣ್ಣುಜ್ಜಿಕೊಂಡ. ಹತ್ತಿರ ಹೋಗಿ ನೋಡಲೇ ಅನಿಸಿತು. ಅದರ ಕಡೆ ಹೆಜ್ಜೆ ಹಾಕಿದ. ಅಲ್ಲಿ ಟೆಲಿಫೋನ್ ಬೂತು ಇತ್ತು. ಆದರೆ ಅದನ್ನು ಎತ್ತಿ ರಸ್ತೆಯ ಬದಿಯಲ್ಲಿ ಅಡ್ಡಲಾಗಿ ಮಲಗಿಸಿದ್ದರು. ಅದರ ಜಾಗದಲ್ಲಿ ಏನನ್ನೋ ಕಟ್ಟುವ ತಯಾರಿ ಮಾಡಲಾಗಿತ್ತು. ಈ ಬೂತನ್ನು ಇಂದೋ ನಾಳೆಯೊ ಸಾಗಿಸುತ್ತಾರೆ ಅನ್ನುವುದು ಅವನಿಗೆ ದೃಢವಾಯಿತು. ನಿತ್ಯ ತನ್ನೊಳಗೆ ನೆನಪಿನ ಅಲೆಗಳನ್ನು ಎಬ್ಬಿಸುತ್ತಿದ್ದ ಈ ಬೂತು ಇನ್ನೂ ಇರುವುದಿಲ್ಲ ಎಂಬುದು ತಿಳಿದಾಗ ಅವನಿಗೆ ದುಃಖವಾಯಿತು. ದುಃಖವನ್ನು ಕಾಯಿಸಿ ದುಃಖದಿಂದಲೇ ಬಡಿದಂತಿತ್ತು ಅವನ ಸ್ಥಿತಿ. ಪಕ್ಕಕ್ಕೆ ಎತ್ತಿ ಮಲಗಿಸಿದ್ದ ಬೂತಿನ ಬಾಗಿಲು ತೆರೆಯಲೇ ಅನಿಸಿತು. ಇಂದಿಗೂ ತನ್ನ ಮನಸಿನಲ್ಲಿ ಅಚ್ಚಳಿಯದೆ ಉಳಿದಿರುವ ಆ ನಂಬರ್ ನ್ನು ಕೊನೆಯ ಬಾರಿ ನೋಡಲೆ ಅಂದುಕೊಂಡ. ಯಾರಾದ್ರೂ ನೋಡಿದರೆ ಬೂತ್ ಕದಿಯಲು ಬಂದು ಕಳ್ಳನಿರಬೇಕು ಎಂದುಕೊಂಡು ಬಿಟ್ಟಾರು ಎಂದು ತಲ್ಲಣಿಸಿದ. ಬಾಗಿಲು ತೆರೆಯಲು ಮನಸಾಗಲಿಲ್ಲ.

ಕಡಲ ದಡಕ್ಕೆ ಹೋಗಬೇಕಾದ ತನ್ನ ವಾಕಿನ ನಿರ್ಧಾರವನ್ನು ಬದಲಿಸಿದ. ಅಲ್ಲೇ ಆ ಬೂತಿನ ಪಕ್ಕ ಕೂತಿರಬೇಕು ಅನಿಸಿತು. ಇನ್ನೂ ಈ ಬೂತು ಸಿಗುವುದಿಲ್ಲ. ಇಲ್ಲಿ ಮಲಗಿರುವ ಬೂತಿನಲ್ಲಿ ತನ್ನ ಮಾತುಗಳಿವೆ, ಫೋನಿನ ಅತ್ತ ಕಡೆಯಿಂದ ಸುರಿದ ಮಾತುಗಳಿವೆ. ಇಂದು ಆ ಮಾತುಗಳಿಲ್ಲದ ಬದುಕುತ್ತಿರುವ ನನಗೆ ಈ ಬೂತೇ ಆ ಮಾತುಗಳನ್ನು ನೆನಪಿಸಿ ಪೊರೆಯುತ್ತಿತ್ತು ಎಂದು ಅಂದುಕೊಳ್ಳುತ್ತಾ ಹೋಗಿ ಬೂತಿನ ಪಕ್ಕದಲ್ಲಿ ಕೂತ. ಮೆಲ್ಲನೆ ಬೆಳಕು ಸೋರತೊಡಗಿತು. ಅವನೊಳಗೆ ನೆನಪಿನ ಅಲೆಗಳು ಏಳತೊಡಗಿದವು. ಅತ್ತ ಕಡಲು ಕೂಡ ಅಲೆಗಳನ್ನು ದಡಕ್ಕೆ ಕಳಿಸಿ ಕಳಿಸಿ ಧುಮುಗುಡುತ್ತಿತ್ತು.

* * *

ಗೋಪಾಲಪ್ಪನ ಹೆಂಡತಿ ಲಕ್ಷ್ಮಿಗೆ ಸ್ತನ ಕ್ಯಾನ್ಸರ್ ಮತ್ತೆ ಮರಕಳಿಸಿತ್ತು. ಈ ಮೊದಲು ಕ್ಯಾನ್ಸರ್ ಬಡಿದಾಗ ಹೆಂಡತಿಯಷ್ಟೇ ಗೋಪಾಲಪ್ಪನು ಅದರ ವಿರುದ್ಧ ಹೋರಾಡಿದ್ದ. ಮಗ ಅನೀಶ್ ಒಂದೆರಡು ಬಾರಿ ಬಂದು ಹೋದದ್ದು ಬಿಟ್ಟರೆ

ಮತ್ತೇನು ಮಾಡಿರಲಿಲ್ಲ. ಮಗನ ಬಗ್ಗೆ ಲಕ್ಷ್ಮಿ ಅಸಮಾಧಾನ ತೆಗೆದಾಗಲೆಲ್ಲಾ ' ನಮ್ಮ ಮಕ್ಕಳು ನಿಜಕ್ಕೂ ನಮ್ಮ ಮಕ್ಕಳಲ್ಲ. ಅವರು ನಮ್ಮೊಳಗಿಂದ ಬಂದವರಷ್ಟೆ. ಅವರಿಗೆ ಅವರದೇ ಲೋಕ ಇರುತ್ತದೆ. ನಾವು ನಮ್ಮ ಬದುಕನ್ನು ಅವರ ಮೇಲೆ ಹೇರಬಾರದು' ಅನ್ನುತ್ತಿದ್ದ. ಈ ಬಾರಿ ಮತ್ತೆ ಮರಳಿರುವ ಕ್ಯಾನ್ಸರ್ ನಿಂದ ಉಳಿಯುವ ಯಾವ ಸಾಧ್ಯತೆಯೂ ಇಲ್ಲ ಎಂದು ವೈದ್ಯರು ಸ್ಪಷ್ಟವಾಗಿ ಹೇಳಿದಾಗ ಗೋಪಾಲಪ್ಪ ಸಿಡಿಲು ಬಡಿದಂತೆ ಮಂಕಾಗಿದ್ದ. ಮಗ ಅನೀಶ್ ಮೈಸೂರಿನಲ್ಲಿ ಎಂಜಿನಿಯರಿಂಗ್ ಅಂತಿಮ ವರ್ಷದಲ್ಲಿ ಓದುತ್ತಿದ್ದ. ಅವನಿಗೆ ತಿಳಿಸುವ ಯಾವ ಯೋಚನೆಯೂ ತಂದೆಗೆ ಇರಲಿಲ್ಲ.

ಲಕ್ಷ್ಮಿ ಹಠ ಹಿಡಿದಿದ್ದಕ್ಕೆ ಮಗನಿಗೆ ಫೋನ್ ಮಾಡಿ ಕರೆಕಳಿಸಿದ್ದ. ಆದರೆ ಕರೆದ ವಾರದ ಬಳಿಕವಷ್ಟೆ ಮಗ ಮನೆಗೆ ಬಂದಿದ್ದ. ಅಮ್ಮನಿಗೆ ಮತ್ತೆ ಮರಳಿರುವ ಅನಾರೋಗ್ಯದ ಬಗ್ಗೆ ಬೇಜಾರಾಗಿದ್ದ. ಅವಳಿಗೆ ಸಮಾಧಾನ ಮಾಡಿ ಮರುದಿನವೇ ಕಾಲೇಜಿಗೆ ಮರಳಿದ್ದ. ಮಗನ ಮೇಲೆ ತಾಯಿಗೆ ತೀವ್ರ ಅಸಮಾಧಾನ ಉಂಟಾಗಿತ್ತು. ಕಾಳಜಿ ಮಾಡದೆ ಮೇಲೆರಡು ಮಾತಾಡಿ ಹೋದದ್ದು ತಾಯಿಗೆ ಸೇರಲಿಲ್ಲ 'ನಾವು ಅವನನ್ನು ದೂರಿ ಉಪಯೋಗವಿಲ್ಲ ಲಕ್ಷ್ಮಿ. ನಾವು ಅವನನ್ನು ಬೆಳೆಸಿದ ರೀತಿಯಲ್ಲಿ ಏನೊ ತಪ್ಪಿದೆ. ನಾನು ನೀನು ದುಡ್ಡು ದುಡಿಯಲು ಅಂತ ನಿಂತ್ವಿ, ಮಗನನ್ನು ಕೆಲಸದವಳ ಕೈಯಲ್ಲಿ ಕೊಟ್ಟು ಬೆಳೆಸಿದ್ವಿ. ಈಗ ಏಕಾಏಕಿ ಮಗನಿಗೆ ನಮ್ಮ ಮೇಲೆ ಅತೀವ ಅಕ್ಕರೆ ಬರ್ಬೇಕು ಅಂದ್ರೆ ಅದೇ ಹೇಗೆ? ಇರಲಿ ಬಿಡು ಅವನು ಚೆನ್ನಾಗಿದ್ದರೆ ಸಾಕು. ಆದರೆ ಮಕ್ಕಳು ಬೆಳೆದ ಮೇಲೆ, ಅವರ ತಿಳುವಳಿಕೆ ಬಂದ ಮೇಲೆ ಖಂಡಿತ ಒಂದಿನ ಅಪ್ಪ ಅಮ್ಮಂದಿರ ಬೆಲೆ ಗೊತ್ತಾಗುತ್ತೆ. ಆ ಬೆಲೆಯನ್ನು ಅವರು ನಮಗೆ ಕೊಡುವುದು ಬೇಡ. ಅವರಿಗೆ ಗೊತ್ತಾದರೆ ಸಾಕು. ಅದನ್ನವರು ಅವರ ಬದುಕಿಗೆ ಬಳಸಿಕೊಂಡರೆ ಸಾಕು. ಏನು ಗೊತ್ತಾ ಲಕ್ಷ್ಮಿ ಇಲ್ಲಿ ಪ್ರತಿಯೊಬ್ಬನು ಒಮ್ಮೆ ಮಗನಾಗಿ, ತಂದೆಯಾಗಿ, ಅಜ್ಜನಾಗಿ ಪಾತ್ರ ಮಾಡಲೇ ಬೇಕು.. ಆಯಾ ಪಾತ್ರ ಮಾಡುವಾಗಲೇ ಅದರ ಕಷ್ಟ ಸುಖಗಳು ಗೊತ್ತಾಗೋದು' ಎಂದು ತನ್ನ ಹೆಂಡತಿಗೆ ಸಮಾಧಾನದ ಮಾತು ಹೇಳಿದ್ದ. ಆದರೆ ತಾನು ಸಾಯುವಾಗ ಮಾತ್ರ ಮಗ ತನ್ನ ಜೊತೆಗೇ ಇರ್ಬೇಕು ಎಂದು ಹಠ ಮಾಡಿ ಕರೆಸಿಕೊಂಡಿದ್ದಳು. ಗೋಪಾಲಪ್ಪ ಲಕ್ಷ್ಮಿಯನ್ನು ನೆಮ್ಮದಿಯಾಗಿಯೇ ಕಳುಹಿಸಿಕೊಟ್ಟಿದ್ದ. ಲಕ್ಷ್ಮಿ ಸಾಯುವಾಗ ಮಗನ ಕೈಹಿಡಿದೇ ಉಸಿರು ಬಿಟ್ಟಿದ್ದಳು.

ಇದೇ ಹೊತ್ತಿಗೆ ಅನೀಶ್‌ನ ಎಂಜಿನಿಯರ್ ಪದವಿ ಮುಗಿದಿತ್ತು. ಈಗಾಗಲೇ ಕೆಲಸಕ್ಕೆ ಕ್ಯಾಂಪಸ್ ಆಯ್ಕೆಯಾಗಿದ್ದರಿಂದ ಮನೆಯಲ್ಲಿ ಒಂದೆರಡು ವಾರ ಇದ್ದವನು ಕೆಲಸದ ಪತ್ರ ಬಂದಿದ್ದೆ ಹೋಗಿ ಬೆಂಗಳೂರು ಸೇರಿದ್ದ. ಜೊತೆಗೆ ಬರಲು ಅಪ್ಪನನ್ನು ಸಹ ಕರೆದಿರಲಿಲ್ಲ. ತಂದೆಯೂ ಕೂಡ ಹೋಗುವ

ಮಾತಾಡಿರಲಿಲ್ಲ. ಒಮ್ಮೆ ಮಾತ್ರ ಮಗ ಕರೆಯದೇ ಇದ್ದರೂ ಬೆಂಗಳೂರಿಗೆ ಹೋಗಿ ಮಗನ ಮನೆ, ಅವನ ಕೆಲಸದ ಜಾಗ, ಅವನ ಗೆಳೆಯರನ್ನು ನೋಡಿ ಮಾತಾಡಿಸಿ ಬಂದಿದ್ದ. ಅಪ್ಪನ ಖಾತೆಗೆ ಮಾತ್ರ ಮಗ ಪ್ರತಿತಿಂಗಳು ತಪ್ಪದೆ ತನ್ನ ವೇತನದಲ್ಲಿ ಒಂದಷ್ಟು ಹಣವನ್ನು ಹಾಕುತ್ತಿದ್ದ. ಮಗ ಅದನ್ನೊಂದು ಋಣ ಸಂದಾಯದ ಭಾಗವೆಂಬಂತೆ ಮಾಡುತ್ತಾ ಬರುತ್ತಿದ್ದ. ಆದರೆ ಅಪ್ಪ ಅದರಲ್ಲಿ ಒಂದು ರೂಪಾಯಿಯನ್ನು ಬಳಸುತ್ತಿರಲಿಲ್ಲ.

ಎರಡು ದಿನಕ್ಕೊಮ್ಮೆ ಇವರೇ ಮಗನಿಗೆ ಫೋನ್ ಮಾಡಿ ಮಾತಾಡುತ್ತಿದ್ದರು. ತನ್ನ ಬಗ್ಗೆ ಏನನ್ನೂ ಹೇಳದೆ ಮಗನ ಊಟ ಉಪಚಾರ ಆರೋಗ್ಯ ಮತ್ತೆ ಕೆಲಸದ ಬಗ್ಗೆ ಮಾತಾಡಿ ಇಡುತ್ತಿದ್ದರು. ಮಗನೆ ಮನೆಗೆ ಲ್ಯಾಂಡ್ ಫೋನ್ ಹಾಕಿಸಿಕೊಟ್ಟಿದ್ದ. ಭಾನುವಾರ ಮಾತ್ರ ಅನೀಶ್ ನೇ ಫೋನ್ ಮಾಡಿ ಒಂದ್ಹತ್ತು ನಿಮಿಷ ತನ್ನ ಕೆಲಸ, ಬೆಂಗಳೂರಿನ ವಿಷಯ ಮುಂತಾದವುಗಳ ಬಗ್ಗೆ ಮಾತಾಡುತ್ತಿದ್ದ. ಗೋಪಾಲಪ್ಪ ಭಾನುವಾರದ ಮಾತುಕತೆಗಾಗಿ ವಾರದಿಂದಲೂ ಕಾದಿರುತ್ತಿದ್ದ. ಹೀಗೆ ದಿನಗಳು ಕಳೆಯುತ್ತಿದ್ದವು.

ಅದೊಂದು ಭಾನುವಾರ ಫೋನ್ ಮಾಡಿದ್ದ ಅನೀಶ್ 'ಡ್ಯಾಡ್ ನಾನು ಕ್ಯಾಲಿಫೋರ್ನಿಯಾ ಹೋಗ್ತಾ ಇದೀನಿ. ನಮ್ಮದೇ ಕಂಪನಿ ನನ್ನನ್ನು ಅಲ್ಲಿಗೆ ಕಳುಹಿಸಿ ಕೊಡ್ತಾ ಇದೆ. ಎಷ್ಟು ವರ್ಷ ಅಲ್ಲಿ ಡ್ಯೂಟಿ ಮಾಡೋದು ಅಂತ ನನಗೂ ಗೊತ್ತಿಲ್ಲ. ಮುಂದಿನ ತಿಂಗಳೇ ಹೊರಡ್ತಾ ಇದೀನಿ...' ಬಡಬಡ ಮಾತಾಡುತ್ತಿದ್ದ ಮಗನ ಮಾತಿಗೆ ತಂದೆ ಅಡ್ಡ ಹಾಕಿದರು 'ಅಲ್ಲಿ ಹೋಗಿ ದುಡಿಯೋದು ಏನಿದೆ ನಿನಗೆ. ಹಣ ಮುಖ್ಯನಾ? ನಾನು ನಿನ್ನಮ್ಮ ದುಡಿದಿರೋದು ಇದೆ. ಅದು ಸಾಲದ? ಎಷ್ಟಾದರೂ ಕೊಡಲಿ ಇಲ್ಲೆ ಇದ್ದು ಬಿಡು' ಎಂದಿದ್ದ. ಆದರೆ ಅದಕ್ಕೆ ಸೊಪ್ಪು ಹಾಕದ ಮಗ ತನ್ನದೇ ವಾದ ಮುಂದಿಟ್ಟಿದ್ದ 'ನೋ ಡ್ಯಾಡ್ ಇದು ಹಣದ ಪ್ರಶ್ನೆ ಅಲ್ಲ. ಒಂದು ಘನತೆಯ ಪ್ರಶ್ನೆ. ಹೊರದೇಶದಲ್ಲಿ ಕೆಲಸ ಮಾಡುವವರನ್ನು ಈ ದೇಶದಲ್ಲಿ ಹೇಗೆ ಉನ್ನತಮಟ್ಟದಲ್ಲಿ ಕಾಣ್ತಾರೆ ಅನ್ನೋದು ನಿಮಗೂ ಗೊತ್ತಿದೆ. ಅಂತಹ ಒಂದು ನೋಟವು ನನ್ನ ಮೇಲೆ ಬೀಳುವ ಯಾವ ಅವಕಾಶವನ್ನು ನಾನು ಮಿಸ್ ಮಾಡಿಕೊಳ್ಳುವುದಿಲ್ಲ' ಎಂಬ ಮಾತಿಗೆ ಅಪ್ಪ 'ನನಗೆ ವಯಸ್ಸಾಗಿದೆ ಮಗಾ.. ನಾನೊಬ್ಬನೇ ಹೇಗಿರೋದು ಹೇಳು?' ಅನ್ನುವ ಮಾತನ್ನು ಹೇಳಬೇಕು ಅಂತ ಬಾಯಿಗೆ ಬಂದರೂ ತುಟಿ ಕಚ್ಚಿ ಹಿಡಿದಿದ್ದ. ತಾನು ಲಕ್ಷ್ಮಿಗೆ ಹೇಳಿದ್ದ ವೇದಾಂತವನ್ನು ಸ್ವತಃ ಅವನಿಗೆ ಈಗ ಜೀರ್ಣಿಸಿಕೊಳ್ಳಲು ಆಗಲಿಲ್ಲ. ಬದುಕು ಮಾತಿನ ನಡುವೆ ಉಕ್ಕುವ ವೇದಾಂತಗಳಿಂದ ನಡೆಯುವುದಿಲ್ಲ. ಬದುಕು ತನಗೆ ಸಿಗುವ ಅವಕಾಶಗಳ ಮೇಲೆ ನಡೆಯುತ್ತೆ ಎಂಬುದು ಅವನಿಗೆ ಕೊಂಚ ಅರ್ಥವಾದಂತಾಗಿತ್ತು.

ಹೋಗುವವರು ಹೋಗಲಿ. ಹೋಗುವವರನ್ನು ತಡೆಯುವುದರಲ್ಲಿ ಅರ್ಥವಿಲ್ಲ. ಹೊರಟವರನ್ನು ಉಳಿಸಿಕೊಂಡರೆ ಅದರಿಂದ ಉಪಯೋಗವಿಲ್ಲ. ತಾನು ಬೇಡ ಅಂದರು ಹೋಗಿಯೇ ಹೋಗ್ತಾನೆ ಅನ್ನುವುದು ಸ್ಪಷ್ಟವಿತ್ತು 'ಆಯ್ತು ಹೋಗು ಆದರೆ ನಾನು ಸಾಯುವ ಮುಂಚೆಯಾದರೂ ಬಾ..' ಎಂದು ತುಂಬಿದ ಗಂಟಲಿನಿಂದ ಹೇಳಿದ್ದ.

'ನಾನು ಹೋಗುವಾಗ ನೀವು ಬೆಂಗಳೂರಿಗೆ ಬನ್ನಿ. ಮನೆಯಲ್ಲಿ ಒಂದಷ್ಟು ಸಾಮಾನು ಇದೆ ಅದನ್ನು ತೆಗೆದುಕೊಂಡು ಹೋಗಿ. ಮುಖ್ಯವಾಗಿ ಭಂಟಿ ಇದ್ದಾನೆ. ಇನ್ಮೇಲೆ ಅದರ ಸಂಪೂರ್ಣ ಜವಾಬ್ದಾರಿ ನಿಮ್ಮದು. ಅವನು ನನ್ನ ಇಷ್ಟದ ಭಂಟಿ..' ಎಂದಿದ್ದ.

ಮಗ ಕ್ಯಾಲಿಫೋರ್ನಿಯಾ ಹೋಗುವಾಗ ಅವನನ್ನು ಕಳುಹಿಸಿ ವಾಪಸು ಬರುವಾಗ ಮಗನು ಬಿಟ್ಟು ಹೋದ ಲಗೇಜು ಮತ್ತು ಭಂಟಿಯನ್ನು ಕರೆತಂದಿದ್ದ. ಅಂದಿನಿಂದ ಭಂಟಿ ಗೋಪಾಲಪ್ಪನ ಸ್ವಂತ ಮಗನೇ ಆಗಿ ಹೋದ. ಕ್ಯಾಲಿಫೋರ್ನಿಯಾ ಸೇರಿದ ಮಗ ಒಂದು ತಿಂಗಳಾದರೂ ಕರೆ ಮಾಡಲಿಲ್ಲ. ದಿನಾ ದಿನಾ ಎಲ್ಲೂ ಹೋಗದೆ ಫೋನಿನ ಮುಂದೆ ಕಾದದ್ದೆ ಬಂತು. ತಾನು ಆಚೆ ಹೋದಾಗ ಫೋನ್ ಬಂದರೆ ಏನು ಮಾಡುವುದೆಂದು ಎಲ್ಲೂ ಹೋಗದೆ ತಿಂಗಳಾನುಗಟ್ಟಲೆ ಕಾದ. ಇತ್ತ ಕ್ಯಾಲಿಫೋರ್ನಿಯಾಗೆ ಬಂದಿದ್ದ ಅನೀಶ್ ಕೆಲಸ, ಹೊಸ ಮನೆ, ಆಫೀಸ್ ಮತ್ತು ಅಲ್ಲಿಯ ವ್ಯವಸ್ಥೆಯ ಗಡಿಬಿಡಿಯಲ್ಲಿ ಅಪ್ಪನಿಗೆ ಕರೆ ಮಾಡುವುದೇ ಮರೆತೇ ಬಿಟ್ಟ. ಕೆಲವೊಮ್ಮೆ ಮಾಡಲು ನೆನಪಾದರೂ ಈಗ ಅಲ್ಲಿ ರಾತ್ರಿಯಾಗಿದೆ ಅಪ್ಪ ಮಲಗಿರುತ್ತಾರೆ ಎಂದಾದರೂ ಮಾಡಿದರೆ ಆದೀತೆಂದು ಸುಮ್ಮನಾಗುತ್ತಿದ್ದ. ಮೂರಾಲ್ಕು ತಿಂಗಳಾದರೂ ಮಗನಿಂದ ಫೋನ್ ಬರಲಿಲ್ಲ. ಕಾದು ಕಾದು ಬೇಸರಗೊಂಡ ಅಪ್ಪ ಕೋಪದಿಂದ ಮನೆಯ ಲ್ಯಾಂಡ್ ಫೋನ್ ತೆಗೆಸಿಹಾಕಿದ. ಫೋನ್ ತೆಗೆಸಿದ ಮೇಲೆ ಕಾಯುವಿಕೆಯ ಸಂಕಟ ತಪ್ಪಿ ಹೊರಹೋಗುವುದು ಸಾಧ್ಯವಾಯಿತು. ದಿನೆ ದಿನೇ ಭಂಟಿ ಗೋಪಾಲಪ್ಪನನ್ನು ಹಚ್ಚಿಕೊಳ್ಳತೊಡಗಿತು. ಗೋಪಾಲಪ್ಪನಿಗೆ ಒಂಟಿತನಕ್ಕೆ ಭಂಟಿ ಜೊತೆಯಾಗಿತ್ತು.

ಕಂಪನಿಯ ಯಾವುದೇ ಕೆಲಸದ ಮೇರೆಗೆ ಅನೀಶ್ ನಾಲ್ಕು ತಿಂಗಳ ನಂತರ ತುರ್ತಾಗಿ ಬೆಂಗಳೂರಿಗೆ ಬಂದವನು ಕೆಲಸ ಮುಗಿಸಿಕೊಂಡು ಊರಿಗೆ ಬಂದಿದ್ದ. ತಂದೆಗೆ ನಿಜಕ್ಕೂ ಆಶ್ಚರ್ಯ, ಖುಷಿ, ದುಃಖ ಒಟ್ಟಿಗೆ ಆದವು. ಭಂಟಿ ಅನೀಶ್ ನ ಬಳಿಗೆ ಹೋಗಲಿಲ್ಲ. ಅನೀಶ್ ನೇ ಹತ್ತಿರ ಎಳೆದುಕೊಂಡು ಮುದ್ದಾಡಿದ. ಅದು ತಪ್ಪಿಸಿಕೊಂಡು ಓಡಿತು.

'ಸಾರಿ ಡ್ಯಾಡಿ. ಅಲ್ಲಿಗೆ ಹೋದ್ಮಲೆ ಸೆಟ್ಲು ಆಗುವ ಭರದಲ್ಲಿ ನಿನಗೆ ಫೋನ್ ಮಾಡಲಾಗಲಿಲ್ಲ. ಅಮೇಲೆ ನಿನಗೆ ಕಾಲ್ ಮಾಡಿದೆ ಆದರೆ ನಂಬರ್

ಅಸ್ತಿತ್ವದಲ್ಲಿ ಇಲ್ಲ ಅಂತ ಬರ್ತಿತ್ತು. ಅರ್ಜೆಂಟಾಗಿ ಕೆಲಸದ ಮೇಲೆ ಬೆಂಗಳೂರಿಗೆ ಬರಬೇಕಾಯಿತು. ಕೆಲಸ ಮುಗಿಸಿಕೊಂಡು ಇಲ್ಲಿಗೆ ಬಂದೆ. ಅರಾಮಿದೀರಿ ತಾನೇ?' ಎಂದು ತಾನು ಬಂದ ಕಾರಣ ಅರುಹಿದ.

ಒಂದು ವಾರ ಇದ್ದ ಅನೀಶ್ ವಾರದ ನಂತರ ಹೊರಟ. ಮಗ ಅವನಿಗೆ ಅವನ ಫೋನ್ ನಂಬರ್ ಕೇಳಿದ. ಫೋನ್ ನಂಬರ್ ಕೊಟ್ಟ ಅನೀಶ್ ಅದನ್ನು ಕಳೆದುಕೊಳ್ಳಬೇಡ ಎಂದು ಹೇಳಿದ. ಮನೆಯ ಲ್ಯಾಂಡ್ ಫೋನ್ ಸರಿ ಮಾಡಿಸು, ನಾನು ಕಾಲ್ ಮಾಡ್ತಿರುತ್ತೀನಿ ಅನ್ನುವ ಒಂದೂ ಮಾತೂ ಬರಲಿಲ್ಲ. ಮನೆಯ ಮುಂದಿನ ಟೆಲಿಫೋನ್ ಬೂತಿನಲ್ಲಿ ಮಾಡಿ ಎನ್ನುವ ಸಲಹೆ ನೀಡಿ ಮತ್ತೆ ವಾಪಾಸು ಕ್ಯಾಲಿಫೋರ್ನಿಯಾಗೆ ಹೊರಟು ಹೋದ.

ಇತ್ತ ಭಂಟಯೊಂದಿಗೆ ಇವರ ಬದುಕು ಬೆಸೆಯತೊಡಗಿತು. ಮಗ ಹೋದ ವಾರದ ಬಳಿಕ ಆ ಬೂತಿಗೆ ಹೋಗಿ ಮಗನಿಗೆ ಕರೆ ಮಾಡಿದ. ಮಗನ ಫೋನ್ ತೆಗೆಯಲಿಲ್ಲ. ಮತ್ತೊಮ್ಮೆ ರಾತ್ರಿ ಪ್ರಯತ್ನಿಸಿದಾಗ ಫೋನ್ ತಗ್ದ ಮಗ 'ಡ್ಯಾಡಿ ನೀನು ಮಧ್ಯಾಹ್ನ ಮಾಡಬೇಡ ಇಲ್ಲಿ ರಾತ್ರಿಯಾಗಿರುತ್ತೆ.. ಮಾಡೋದಿದ್ದರೆ ರಾತ್ರಿ ಹತ್ತರ ಮೇಲೆ ಮಾಡು. ಒಂದು ಫೋನ್ ಮಾಡೋಕೆ ರಾತ್ರಿ ಹತ್ತರ ನಂತರ ಎಚ್ಚರ ಇರೋಕೆ ಆಗಲ್ವ ನಿನಗೆ?' ಮಗ ಜೋರು ಮಾಡಿದ್ದ 'ಇದು ನಿದ್ದೆಯ ಪ್ರಶ್ನೆ ಅಲ್ಲ ಮಗಾ.. ಬೂತಿನವರ ಪ್ರಶ್ನೆ. ಇವರು ಹತ್ತು ಗಂಟೆಗೆ ಬಾಗಿಲು ಹಾಕುತ್ತಾರೆ' ಅಂದಾಗ 'ಆಯ್ತು ಆಯ್ತು ಹತ್ತು ಗಂಟೆಗೆ ಮಾಡು ಮಾಡೊದಿದ್ದರೆ' ಎಂದು ಫೋನಿಟ್ಟಿದ್ದ.

ವಾರಕ್ಕೊಮ್ಮೆ ಗೋಪಾಲಪ್ಪ ರಾತ್ರಿ ಹತ್ತವರೆಗೂ ಕಾದಿದ್ದು ಫೋನ್ ಮಾಡುತ್ತಿದ್ದ. ತುಂಬಾ ಉದ್ದ ಇರುವ ಫೋನ್ ನಂಬರ್ ನೆನಪಿಟ್ಟುಕೊಳ್ಳಲು ಸಾಧ್ಯವಾಗದೆ ಅದನ್ನು ಬೂತಿನ ಒಳಭಾಗದಲ್ಲಿ ಒಂದು ಕಡೆ ಮೇಲ್ಭಾಗದಲ್ಲಿ ಬರೆದುಬಿಟ್ಟಿದ್ದ. ಪ್ರತಿ ಸಾರಿ ಅದನ್ನು ನೋಡಿ ನಂಬರ್ ಡಯಲ್ ಮಾಡಿ ಫೋನ್ ಮಾಡುತ್ತಿದ್ದ. ಕೆಲವೊಮ್ಮೆ ಮಗ ತೆಗೆಯುತ್ತಿದ್ದ ಕೆಲವೊಮ್ಮೆ ತೆಗೆಯುತ್ತಿರಲಿಲ್ಲ.

ಮೂರಾಲ್ಕು ತಿಂಗಳ ನಂತರ ಒಂದಿನ ಗೋಪಾಲಪ್ಪ ಮಾಡಿದ ಫೋನ್ ಆ ಕಡೆಯಿಂದ 'ಈ ನಂಬರ್ ಅಸ್ತಿತ್ವದಲ್ಲಿಲ್ಲ' ಎಂದು ಹೇಳುತ್ತಿತ್ತು. ಪ್ರತಿದಿನ ಮಾಡಿದಾಗಲೂ ಅದು ಅದನ್ನೇ ಹೇಳುತ್ತಿತ್ತು. ಏನಾಗಿರಬಹುದು ಮಗನಿಗೆ ಎಂಬ ಯೋಚನೆಯಾಯಿತು. ಸಂಪರ್ಕಿಸಲು ಯಾರೂ ಇಲ್ಲ. ಕಂಪನಿಯಲ್ಲಿ ಮಾಹಿತಿ ಸಿಗಬಹುದು ಎಂದು ಯೋಚಿಸಿದರೂ ಇನ್ನಷ್ಟು ದಿನ ಕಾದು ನೋಡಲು ಯೋಚಿಸಿದ. ಆದರೆ ಒಂದೆರಡು ದಿನದಲ್ಲೇ ಗೆಳೆಯ ನಾರಾಯಣನ ಮಗ ಗೋಪಿ ಬಂದು ನಿಮ್ಮ ಮಗ ಕ್ಯಾಲಿಫೋರ್ನಿಯಾದಲ್ಲಿ ಮದುವೆಯಾಗಿದ್ದಾನಂತೆ. ಯಾವುದೊ ಹುಡುಗಿಯನ್ನು ಇಷ್ಟಪಟ್ಟಿದ್ನಂತೆ

ಅದಕ್ಕಾಗಿ ಅಲ್ಲಿಗೆ ತನ್ನ ಕೆಲಸ ವರ್ಗಾಹಿಸಿಕೊಂಡು ಹೊರಟು ಹೋದದ್ದು. ಅವಳು ಕ್ಯಾಲಿಫೋರ್ನಿಯಾದವಳೇ ಅಂತೆ' ಅಂದಾಗ ಮಾತ್ರ ಗೋಪಾಲಪ್ಪ ಕುಸಿದು ಬಿದ್ದಿದ್ದ. ತಾನೇನು ಮದುವೆಗೆ ಬೇಡ ಅನ್ನುತ್ತಿದ್ದೆನೆ?. ಅವನು ಯಾಕೆ ಹೀಗೆ ಮಾಡಿದ? ಎಷ್ಟು ಯೋಚಿಸಿದರೂ ಅವರಿಗೆ ಉತ್ತರ ಸಿಗಲಿಲ್ಲ. ಅವರ ಮನಸು ಒಡೆದು ಹೊಯಿತು. ಅಂದಿನಿಂದ ಫೋನ್ ಮಾಡುವುದನ್ನು ಸಂಪೂರ್ಣ ನಿಲ್ಲಿಸಿಬಿಟ್ಟರು.

* * *

ಅಡ್ಡ ಹಾಕಲಾಗಿದ್ದ ಬೂತಿನ ಪಕ್ಕದ ಕಡಲಿನ ಅಲೆಗಿಂತ ಬಿರುಸಾಗಿ ತನ್ನ ನೆನಪುಗಳನ್ನು ಹರಿವಿಕೊಂಡ.

* * *

ಈಗಾಗಲೇ ಬಿಸಿಲು ಚುರುಕಾಗಿತ್ತು. ಅಂಗಡಿಗಳು ತೆರೆದುಕೊಳ್ಳತೊಡಗಿದ್ದವು. ಅವನ ವಾಕಿನ ಸಮಯ ಅಲ್ಲೆ ಆ ಅಡ್ಡ ಬಿದ್ದ ಬೂತಿನ ಬಳಿಯಲ್ಲೆ ಕಳೆದು ಹೋಗಿತ್ತು. ಎದ್ದು ಕಡಲ ಕಡೆ ನಡೆಯಲೊ, ಭಂಟಿಯ ಕಡೆ ನಡೆಯಲೊ ದ್ವಂದ್ವದಲ್ಲಿ ಬಿದ್ದ. ಒಮ್ಮೆ ಭಂಟಿ ನೋಡಿಕೊಂಡು ನಂತರ ಕಡಲತಡಿಗೆ ಹೋದರಾಯ್ತು ಎಂದು ಮನೆ ಹತ್ತಿರ ಬಂದ. ಇವನ ಬರುವಿಕೆಗೆ ಕಾದವರಂತಿದ್ದ ಪುರಸಭೆಯವರು ಅವನ ಬಳಿ ಬಂದು 'ಇವತ್ತು ಸಂಜೆಯೊಳಗೆ ನಾಯಿ ಸಾಯಿಸಿ.. ಇಲ್ಲದಿದ್ದರೆ ನಮಗೆ ಕೊಡಿ ಸಾಯಿಸ್ತಿವಿ. ಹುಚ್ಚು ಹಿಡಿದಿರುವ ನಾಯಿಯನ್ನು ಮನೆಯಲ್ಲಿಟ್ಟುಕೊಳ್ಳುವಂತಿಲ್ಲ. ಇಡಿ ಬೀದಿಯಲಿರುವ ಜನರಿಗೆ ಸೇಫಲ್ಲ. ನಮಗೆ ಬೆಳೆಗ್ಗೆಯಿಂದ ಮೂರಾಲ್ಕು ದೂರು ಬಂದ್ವಿ' ಎಂದು ಒಂದೇ ಉಸಿರಿಗೆ ಹೇಳಿದರು. ಅವರ ಜೊತೆ ಬೀದಿಯ ಜನರೂ ದನಿಗೂಡಿಸಿದರು 'ಹುಚ್ಚು ನಾಯಿ ಮನೆಯಲ್ಲಿ ಇಟ್ಕೊಂಡಿದೀರಲ್ಲ ನಿಮ್ಗು ಏನಾರು ಹುಚ್ಚು ಹಿಡಿದಿದೆಯಾ? ಹೇಳಿ' ಎಂದು ಜೋರು ಮಾಡಿದರು. ಇವನಿಗೆ ಏನು ಹೇಳಬೇಕು ಎಂದು ತೋಚಲಿಲ್ಲ.

'ಆಯ್ತು ಸಂಜೆಯೊಳಗೆ ಏನಾದ್ರು ವ್ಯವಸ್ಥೆ ಮಾಡ್ತೀನಿ' ಎಂದು ಅಲ್ಲಿ ನಿಲ್ಲದೆ ಮನೆಯೊಳಗೆ ಬಂದ. ಅವನ ಗಂಟಲು ಕಟ್ಟಿತ್ತು. ಮಲಗಿದ್ದ ಭಂಟಿ ಬಾಗಿಲು ತೆರದಿದ್ದೆ ಎದ್ದು ನಿಂತಿತು. ಬೊಗಳಲು ಆರಂಭಿಸಿತು. ಅದರ ಪಕ್ಕ ಇಟ್ಟಿದ್ದ ಊಟವನ್ನು ಅದು ತಿಂದಿರಲಿಲ್ಲ. ಊಟವನ್ನು ಬದಲಾಯಿಸಿ ಬೇರೆ ಊಟ ಕೊಟ್ಟ. ಅದನ್ನು ಭಂಟಿ ತಿನ್ನಲಿಲ್ಲ. ಅದರ ತಲೆಯ ಮೇಲೆ ಒಮ್ಮೆ ಕೈಯಾಡಿಸಿದ. ಬೊಗಳುವುದನ್ನು ನಿಲ್ಲಿಸಿ ಮೊದಲು ಅವನನ್ನು ಮೌನವಾಗಿ ನೋಡಿತು. ಅದರ ನೋಟಕ್ಕೆ ಅವನ ದುಃಖದ ಕಟ್ಟೆ ಒಡೆಯಿತು.

ಅದನ್ನು ಹಿಡಿದುಕೊಂಡು ಬಿಕ್ಕಿ ಬಿಕ್ಕಿ ಅತ್ತನು. ವ್ಯಗ್ರವಾಗಬೇಕಿದ್ದ ಭಂಟಿ ಮೌನವಾಗಿಯೇ ಅವನನ್ನು ನೋಡುತ್ತಾ ನಿಂತಿತ್ತು. ಸಾವರಿಸಿಕೊಂಡು ಎದ್ದನು. ಅವನಿಗೆ ಮನೆಯಲ್ಲಿರಲಾಗಲಿಲ್ಲ. ಬಾಗಿಲಿಕ್ಕಿಕೊಂಡು ಕಡಲ ಕಡೆಗೆ ಓಡತೊಡಗಿದ. ತಾನು ಅತೀ ದುಃಖಿತನಾದಾಗ ಕೂರುತ್ತಿದ್ದ ಕಲ್ಲು ಬೆಂಚಿನ ಮೇಲೆ ಕೂತನು. ಕಡಲು ಇಂದು ಎಂದಿಗಿಂತ ವ್ಯಗ್ರವಾಗಿತ್ತು. ಅಲೆಗಳು ಓಡಿ ಬಂದು ತನ್ನನ್ನು ಕರೆಯುತ್ತಿವೆಯೊ ಎಂದು ಅವನಿಗೆ ಭಾಸವಾಗುತ್ತಿತ್ತು. ಜನರ ವಿರಳವಾಗಿ ಹೆಚ್ಚಾಗತೊಡಗಿದ್ದರು. ತಾನೊಂದು ಯಾವುದೊ ಧ್ಯಾನಕ್ಕೆ ಕೂತವನಂತೆ ಅಲುಗಾಡದೆ ಕೂತಿದ್ದ. ಎಲ್ಲಾ ಸಮಸ್ಯೆಗಳಿಗೂ ಇಂದು ರಾತ್ರಿಯೊಳಗೆ ಪರಿಹಾರ ಸಿಗಬೇಕು. ಅಂತಹ ಪರಿಹಾರವೊಂದನ್ನು ಈ ಕಡಲು ಅಲ್ಲದೆ ಮತ್ಯಾರು ಕರುಣಿಸಲಾರರು ಎಂಬುದು ಅವನಿಗೆ ಅರಿವಿತ್ತು. ಎದ್ದು ಕಡಲ ಹತ್ತಿರಕ್ಕೆ ಬಂದು ಕೂತ. ಒಂದೊಂದು ಅಲೆಗಳೂ ಅವನ ಕಾಲು ಮುಟ್ಟಿ ಸಮಾಧಾನಿಸುತ್ತಿದ್ದವು. ಕೆಲವು ಅಲೆಗಳಂತೂ ಬಿದ್ದ ಅವನ ಒಂದು ಕಣ್ಣ ಹನಿಗೂ ಬೆದರಿಬಿಟ್ಟವು. ಇಡೀ ದಿನ ಅಲ್ಲಿಯೇ ಕೂತಿದ್ದ. ಸೂರ್ಯ ಮುಳುಗಲು ಹತ್ತಿರವಾಗುತ್ತಿದ್ದಂತೆಯೇ ಅವನೊಳಗೊಂದು ನಿರ್ಧಾರ ಪ್ರಬಲವಾಗುತ್ತಾ ಹೊಯಿತು. ಇನ್ನೇನು ಸೂರ್ಯ ಆತ್ಮಹತ್ಯೆ ಮಾಡಿಕೊಂಡು ಬಿಟ್ಟ ಅನ್ನುವ ಸಮಯದಲ್ಲಿ ಕಡಲು ಎಷ್ಟೊಂದು ಸೊಗಸಾಗಿ ಕಾಣುತ್ತಿದೆ. ಸಾವಿಗೂ ಅಂತದೊಂದು ಚೆಲುವಿದೆಯಾ? ಮೊದಲ ಬಾರಿಗೆ ಅವನಿಗೆ ಸಾವಿನ ಬಗ್ಗೆ ಪ್ರೀತಿಯಾಯಿತು. ಸಾವಿಗಿಂತ ಸುಂದರವಾದದ್ದು ಜಗತ್ತಿನಲ್ಲಿ ಯಾವುದೂ ಇಲ್ಲ ಎಂಬ ತೀರ್ಮಾನಕ್ಕೆ ಬಂದ. ಮನೆಕಡೆ ಹೆಜ್ಜೆ ಹಾಕುವಾಗ ಕಣ್ಣ ತುಂಬಾ ಕಡಲು ಮತ್ತು ಭಂಟಿ ಬಿಟ್ಟರೆ ಬೇರೇನೂ ಇರಲಿಲ್ಲ. ತನಗೇಕೆ ಅನೀಶ್ ನೆನಪಾಗುತ್ತಿಲ್ಲ ಎಂದು ಖುದ್ದು ಅವನಿಗೂ ಆಶ್ಚರ್ಯವಾಯಿತು. ತನ್ನ ಹೆಜ್ಜೆಗಳಿಗೆ ಎಂದಿಗಿಂತ ಇಂದು ಒಂದು ಹುರುಪು ತುಂಬಿಕೊಂಡು ಹೊರಟ. ಮನೆ ಸೇರುವ ಹೊತ್ತಿಗೆ ಕತ್ತಲಾಗಿತ್ತು. ಇಡೀ ಬೀದಿ ಖಾಲಿ ಇತ್ತು.

ಬಾಗಿಲು ತೆರೆದು ಒಳಗೆ ಬಂದ. ಭಂಟಿ ಮಲಗಿತ್ತು. ಅದರ ಬಾಯಿಂದ ಜೊಲ್ಲು ಅಕ್ಷರಶಃ ಮಳೆಯಂತೆ ಸುರಿದಿತ್ತು. ಅದರ ತಲೆಯ ಮೇಲೆ ಒಮ್ಮೆ ಕೈಯಾಡಿಸಿ ಒಳಗೆ ಹೋದ. ಬೀರು ತೆಗೆದು ಏನನ್ನೊ ಹುಡುಕಿದ. ಕೆಲವು ಕಾಗದಗಳನ್ನು ತೆಗೆದು ಓದಿದ. ಕೆಲವೊಂದು ಕಡೆ ತನ್ನ ಸಹಿಯನ್ನು ನಮೂದಿಸಿದ. ಅವುಗಳನ್ನು ಎತ್ತಿಟ್ಟು ಅಡುಗೆ ಮನೆಗೆ ಹೋಗಿ ಒಂದು ಕಪ್ ಕಾಫಿ ಕಾಯಿಸಿಕೊಂಡು ಕುಡಿದ. ತಾನು ಎಂದೂ ಓದುತ್ತಿದ್ದ ಪುಸ್ತಕ

ತೆಗೆದುಕೊಂಡು ಒಂದರ್ಧ ಗಂಟೆ ಓದಿದ. ಭಂಟಿಯ ಬೊಗಳುವಿಕೆ ಜೋರಾಯಿತು. ಪುಸ್ತಕ ಎತ್ತಿಟ್ಟ. ಭಂಟಿಯ ಬಳಿ ನಡೆದು ಬಂದ. ಅದರ ಚೈನು ಬಿಚ್ಚಿದ. ಕೊರಳಪಟ್ಟಿ ಇತ್ತು. ಚೈನ್ ಬಿಚ್ಚಿದ್ದೆ ಅವನ ಮೇಲೆ ಹಾರಿತು.

ಅವನ ಎದೆಯ ಭಾಗಕ್ಕೆ ಕಚ್ಚಿತು. ಸಣ್ಣಗೆ ರಕ್ತ ಒಸರತೊಡಗಿತು. ಆದರೆ ಇದರಿಂದ ಅವನು ಸ್ವಲ್ಪ ಹೆದರಲಿಲ್ಲ; ವಿಚಲಿತನಾಗಲಿಲ್ಲ. ಭಂಟಿಯನ್ನು ಒಮ್ಮೆ ಮನೆತುಂಬಾ ಓಡಾಡಿಸಿದ.

ನಂತರ ಭಂಟಿಯನ್ನು ಹೊರಗೆ ಕರೆತಂದ. ಮನೆಗೆ ಬೀಗ ಹಾಕದೆ ಹೊರಗೆ ನಡೆಯತೊಡಗಿದ. ಬೀದಿಯ ಜನ 'ಹುಷಾರು ಗೋಪಾಲಪ್ಪ ನಿನಗೂ ಕಚ್ಚೀತು!' ಎಂದರು. ಕೆಲವರಂತೂ 'ವಾಪಸು ಬರುವಾಗ ನೀವು ಒಬ್ಬರೇ ಬನ್ನಿ ಭಂಟಿಯೊಂದಿಗೆ ಬಂದರೆ ನಿಮ್ಮನ್ನೂ ಬೀದಿಯಿಂದ ಹೊರಹಾಕುತ್ತೀವಿ ಅಷ್ಟೆ.. ಒಳ್ಳೆ ಹುಚ್ಚರ ಸಹವಾಸ ಆಯ್ತು' ಅಂತ ನಕ್ಕರು. ಅವರ ಜೊತೆ ಗೋಪಾಲಪ್ಪನೂ ನಕ್ಕ. ಹುಚ್ಚರು ಯಾರೆಂದು ತೀರ್ಮಾನಿಸುವವರೆಗೆ ಹುಚ್ಚು ಹಿಡಿದರೆ ಯಾರ ಬಳಿ ಹುಚ್ಚತನದ ವ್ಯಾಖ್ಯಾನ ಕೇಳುವುದೆಂದು ಮನಸಿನಲ್ಲೇ ಅಂದುಕೊಂಡ.

ಭಂಟಿ ಮತ್ತು ಗೋಪಾಲಪ್ಪ ಕಡಲಿನ ಕಡೆ ನಡೆಯತೊಡಗಿದರು. ಭಂಟಿ ಅವರ ನಿಯಂತ್ರಣಕ್ಕೆ ಬರದಂತೆ ವರ್ತಿಸುತ್ತಿತ್ತು. ಕೆಲವು ಜನ ಇವನ್ಯಾಕೆ ಇಷ್ಟೊತ್ತಲ್ಲಿ ನಾಯಿ ಹಿಡಿದುಕೊಂಡು ಕಡಲ ಕಡೆ ಹೊರಟಿದ್ದಾನೆ ಎಂದು ಅನುಮಾನದಿಂದ ನೋಡಿದರು. ದಾರಿಯ ಮಧ್ಯೆ ಭಂಟಿ ಗೋಪಾಲಪ್ಪನ ಎರಡ್ಮೂರು ಬಾರಿ ಕಚ್ಚಿದ. ನಮ್ಮವರೇ ನಮಗೆ ಕಚ್ಚುವುದು ಅದರಲ್ಲಿ ಭಂಟಿಯೇನು ಹೊರತಲ್ಲ. ಭಂಟಿ ಹುಚ್ಚು ಬಂದು ಕಚ್ಚುತ್ತಾನೆ. ನಮ್ಮ ಮಕ್ಕಳು ಹುಚ್ಚು ಬರದಿದ್ದರೂ ಕಚ್ಚುತ್ತಾರೆ. ಆ ನೋವಿಗಿಂತ ಈ ನೋವು ತುಂಬಾ ಹಿತವಾಗಿದೆ ಎಂದು ಕೂಗಿ ಹೇಳಬೇಕು ಅಂದುಕೊಂಡ.

ಇಬ್ಬರನ್ನೂ ಕಡಲು ಸ್ವಾಗತಿಸಿತು. ಏಕಾಂಗಿ ಕಡಲು. ಅಲ್ಲಿ ಯಾರೂ ಇರಲಿಲ್ಲ. ನಿರ್ಜನ ತೀರ. ಭಂಟಿಯನ್ನು ಹಿಡಿದುಕೊಂಡು ತಾನು ಎಂದೂ ಕೂಡ ಕೂರುತ್ತಿದ್ದ ಕಲ್ಲು ಬೆಂಚಿನ ಮೇಲೆ ಕೂತ. ಭಂಟಿ ಎಳೆದಾಡುತ್ತಿದ್ದ. ಅವನ ಕಚ್ಚಿದ ಜಾಗದಲ್ಲಿ ರಕ್ತ ಒಸರುತ್ತಿತ್ತು. ಉರಿಯುತ್ತಿತ್ತು ಕೂಡ. ಸ್ವಲ್ಪ ಹೊತ್ತು ಕೂತಿದ್ದು ಎದ್ದು ಭಂಟಿಯೊಡನೆ ಕಡಲ ಕಡೆ ನಡೆಯತೊಡಗಿದ.

ಕಡಲು ಹತ್ತಿರವಾಗುತ್ತಿದ್ದಂತೆ ಅವನು ಇನ್ನಷ್ಟು ಸಂಭ್ರಮಗೊಂಡ. ಹೌದು ಸಾವು ತುಂಬಾ ಸುಂದರ ತನ್ನಷ್ಟಕ್ಕೆ ತಾನು ಹೇಳಿಕೊಂಡ. ಅಲೆಗಳು ಸ್ವಾಗತಿಸಿದವು. ನೀರಿನ ಸ್ಪರ್ಶಕ್ಕೆ ಭಂಟಿ ಬೆಂಕಿಯಂತಾದ. ಆದರೂ ಭಂಟಿಯನ್ನು ಬಲವಂತವಾಗಿ ಎಳೆಯುತ್ತಾ ಕಡಲಿನೊಳಗೆ ನಡೆಯತೊಡಗಿದ. ಚಿಮ್ಮಿ ಬರುತ್ತಿದ್ದ ದೊಡ್ಡ ದೊಡ್ಡ ಅಲೆಗಳು ಅವರನ್ನು ದಡಕ್ಕೆ ಎಸೆಯುವ ಪ್ರಯತ್ನ ಮಾಡುತ್ತಿದ್ದವು. ಆದರೆ ಗೋಪಾಲಪ್ಪ ಅಲೆಗಳ ಮಾತುಗಳನ್ನು ಕೇಳಿಸಿಕೊಳ್ಳಲು ಸಿದ್ದನಿರಲಿಲ್ಲ. ಮತ್ತಷ್ಟು ಕಡಲಿನ ಒಳಗೆ ನುಗ್ಗ ತೊಡಗಿದ್ದ. ಭಂಟಿ ಹಿಂದಕ್ಕೆ ಎಳೆಯುತ್ತಿದ್ದ. ಆದರೆ ಅವನನ್ನು ಬಿಡದೆ ಇವನು ಇನ್ನೂ

ಬಲವಾಗಿ ಎಳೆದುಕೊಂಡು ಹೋದ. ಇವನ ಛಲಕ್ಕೆ ಅಲೆಗಳು ಶರಣಾದವು. ಈಗ ಕಡಲು ಅವನ ಕತ್ತಿನವರೆಗೂ ಬಂದಿತ್ತು. ಭಂಟಿ ಮುಳುಗಿ ಈಜುತ್ತಿದ್ದ. ಇವರ ಸಂಕಟ ನೋಡಲಾರದೆ ಕಡಲು ಒಂದು ದೊಡ್ಡ ಅಲೆಯನ್ನು ಅವನ ಕಡೆ ಕಳುಹಿಸಿಕೊಟ್ಟಿತು. ಜೋರಾಗಿ ಓಡಿ ಬಂದ ಅಲೆ ಭಂಟಿಯನ್ನು, ಗೋಪಾಲಪ್ಪನನ್ನು ತನ್ನ ಒಡಲೊಳಗೆ ಹಾಕಿಕೊಂಡು ಹೋಗಿ ಕಡಲ ಎದೆಯೊಳಗೆ ಹಾಕಿತು.

ಕಡಲು ಇಬ್ಬರನ್ನೂ ತನ್ನ ಬಂಧುಗಳಂತೆ ತಬ್ಬಿಕೊಂಡಿತು.

ಹೆಸರು ಬೇಡ, ಊರು ಬೇಡ

ಮೇಲ್ ಬಂದು ಇನ್ಬಾಕ್ಸಿನ ಬಾಗಿಲು ಬಡಿದು ಆಗಲೆ ಎರಡು ದಿನಗಳು ಕಳೆದಿತ್ತು. ಇನ್ನೇನು ಸಂಜೆಗೆ ತಪ್ಪಿದರೆ ಬೆಳಗ್ಗೆ ಸಂಪಾದಕರಿಂದ ಕರೆ ಬರಬಹುದು. ಏನ್ ನಿಮ್ಮದು ಈ ನಡುವೆ ತಡವಾಗುತ್ತಿದೆಯಲ್ಲಾ? ಅನ್ನುತ್ತಲೇ ಮಾತನಾಡಲು ಆರಂಭಿಸಿ ಒಂದರ್ಧ ಗಂಟೆ ಮಾತನಾಡದೆ ಅವರು ಫೋನ್ ಇಡುವುದಿಲ್ಲ. ಅಂತಹ ಬಿಡುವಿಲ್ಲದ ಕೆಲಸದ ನಡುವೆಯೂ ಒಂದರ್ಧ ಗಂಟೆ ಅನಾಯಾಸವಾಗಿ ಹರಟಿ ಫೋನಿಡುತ್ತಾರೆ. ಅದನ್ನು ಬರೆಯುವುದು ಸಂಪಾದಕರೇ ಅಂತ ಈಗಾಗಲೇ ಓದುಗರು ನಂಬಿದ್ದಾರೆ. ಆದರೆ ಪ್ರತಿಪತ್ರವನ್ನು ಓದಿ ಅದಕ್ಕೊಂದು ಜವಾಬ್ದಾರಿಯುತ ಉತ್ತರ ಬರೆಯುವುದು 'ನಾನೇ' ಆಗಿತ್ತು. 'ಆಪ್ತಮಾತು' ಅಂಕಣಕ್ಕೆ ಬರುತ್ತಿದ್ದ ಎಲ್ಲಾ ಪತ್ರಗಳಿಗೂ ನಾನೇ ಉತ್ತರಿಸುತ್ತಿದ್ದೆ. ಆದರೆ ಅವು ಪತ್ರಿಕೆಯಲ್ಲಿ ಸಂಪಾದಕರ ಹೆಸರಿನಲ್ಲಿ ಪ್ರಕಟವಾಗುತ್ತಿದ್ದವು. ಈ ವಿಷಯ ನನಗೆ ಮತ್ತು ಸಂಪಾದಕರಿಗೆ ಮಾತ್ರ ತಿಳಿದಿತ್ತು. ಸಂಪಾದಕರಿಗೆ ತೀರ ಈ ವಿಷಯದಲ್ಲಿ ಒಂದು ಸಮಾಧಾನದ ಉತ್ತರ ಬರೆಯಲಿಕ್ಕೆ ಆಗುವುದಿಲ್ಲವೇ? ಎನ್ನುವ ಪ್ರಶ್ನೆಯಲ್ಲ ಅದು. ನಿರಂತರ ಬಿಡುವಿಲ್ಲದ ಕೆಲಸದಲ್ಲಿ ತುಂಬಾ ಸಮಯ ಬೇಡುವ ಈ ಪತ್ರಗಳಿಗೆ ಉತ್ತರಿಸಲು ಒಂದು ವಿಶೇಷ ಮನಸ್ಥಿತಿಯೇ ಬೇಕಾಗುತ್ತದೆ. ಇದು ಮೊದ-ಮೊದಲು ಅವರಿಗೆ ಒಂದು ಸವಾಲಾಗಿಯೇ ಕಾಡಿದ್ದರಿಂದ ನನಗೆ ಒಪ್ಪಿಸಿದ್ದರು. ಅದು ಬರೀ ಇಷ್ಟೇ ಆಗಿದ್ದರೆ ನನಗೆ ಒಪ್ಪಿಸುತ್ತಿರಲಿಲ್ಲವೇನೊ! ನಾನು ಮನಃಶಾಸ್ತ್ರದ ವಿಷಯದಲ್ಲಿ ಡಾಕ್ಟರಿಕೆ ಓದಿಕೊಂಡಿದ್ದು ಒಂದು ಕಾರಣವಿತ್ತು. ನನಗೆ ಮೇಲ್ ಬಂದು ಬೀಳುತ್ತಿದ್ದ ಪತ್ರಗಳು ಯಾರವು ಎಂದು ತಿಳಿಯುತ್ತಿರಲಿಲ್ಲ. ಖುದ್ದು ಸಂಪಾದಕರೇ ಎಲ್ಲಾ ಹೆಸರುಗಳನ್ನು ತೆಗೆದುಹಾಕಿ ಕೇವಲ ಪತ್ರಗಳನ್ನಷ್ಟೇ ಕಳುಹಿಸುತ್ತಿದ್ದರು.

ಬಂದಿರಬಹುದಾದ ಮೇಲ್ ಬಗ್ಗೆ ಯೋಚಿಸುತ್ತಲೇ ಒಮ್ಮೆ ಕನ್ನಡಿ ನೋಡಿಕೊಂಡೆ. ತಲೆಯ ಮೇಲಿಂದ ಇಣುಕಿ ನೋಡಲು ಯಾವುದೇ ಬಿಳಿ ಕೂದಲುಗಳು ಇರಲಿಲ್ಲ. ನೆನ್ನೆಯಷ್ಟೇ ಸೆಲೂನ್ ಗೆ ಹೋಗಿ ಬಣ್ಣ ಬಳಿಸಿಕೊಂಡು ಬಂದು ನನ್ನ ವಯಸ್ಸನ್ನು ಮೂರ್ನಾಲ್ಕು ವರ್ಷದಷ್ಟು ಕಡಿಮೆ ಮಾಡಿಕೊಂಡಿದ್ದೆ. ಮೂವತ್ತಾರು ತುಂಬಿದರು ನನಗೊಬ್ಬಳು ಹೆಂಡತಿ ಇಲ್ಲ ಎಂಬುದು ನನ್ನ ಕೊರಗಿಗಿಂತ ಪದೇಪದೇ ಇನ್ನು ಎಲ್ಲೂ ಸೆಟ್ ಆಗಿಲ್ಲವೇನೋ ನಿಮಗೆ? ಅನ್ನುವವರ ಕೊರಗೆ ಹೆಚ್ಚಾಗಿತ್ತು. ನನಗೆ ಮದುವೆ ಆಗಿಲ್ಲ ಅನ್ನುವುದಕ್ಕೆ ಯಾವುದೇ ಬೇಸರಗಳಿರಲಿಲ್ಲ. ಅವರಿವರು ಕೇಳುವ ಪ್ರಶ್ನೆಗಳನ್ನೇ ನಾನು ಹೆಚ್ಚು ಎಂಜಾಯ್ ಮಾಡುತ್ತಿದ್ದೆ.

ಕನ್ನಡಿಯಿಂದ ಕತ್ತು ಹೊರಳಿಸಿ ಕಿಟಕಿಯಾಚೆ ನೋಡಿದೆ. ಎಲ್ಲವೂ ತಮ್ಮ ತಮ್ಮ ಪಾಡಿಗಿದ್ದವು. ರಸ್ತೆಯ ಬದಿಯಲ್ಲಿ ಶಾಲಾ ಮಕ್ಕಳು ತಮಗಿಂತ ದೊಡ್ಡದಾದ ಬ್ಯಾಗುಗಳನ್ನು ಹೊತ್ತುಕೊಂಡು ಹೋಗುವುದು ನನ್ನ ಗಮನ ಸೆಳೆಯಿತು. ಮಕ್ಕಳಾಗುವುದು ಪ್ರೀತಿಯ ಫಲವ? ಪ್ರೀತಿ ಇರದ ಕಡೆ ಮಕ್ಕಳೇ ಆಗುವುದಿಲ್ಲವೆ? ಹೆಣ್ಣು–ಗಂಡು ಲೈಂಗಿಕತೆಯಲ್ಲಿ ತೊಡಗಿದಾಗ ಅವರ ಗಮನ ಸುಖದ ಕಡೆಗೊ? ಮಕ್ಕಳ ಕಡೆಗೊ? ಸಂತಾನ ಸುಖದ ಬೈ ಪ್ರಾಡಕ್ಟಾ? ಅಥವಾ ಮಕ್ಕಳಿಗಾಗಿನ ಕೂಡುವಿಕೆಯಲ್ಲಿ ಸುಖವೆಂಬುದು ಬೈ ಪ್ರಾಡಕ್ಟಾ? ರೀನಾಳ

ಇಂತಹ ಮಾತುಗಳು ನೆನಪಾಗಿ ಒಂದು ಕ್ಷಣ ಸಣ್ಣಗೆ ಬೆವೆತು ಹೋದೆ. ಕಿಟಕಿಯಿಂದ ದೃಷ್ಟಿ ಕದಲಿಸಿದೆ. ಹತ್ತಾರು ಪುಟ ಓದಿ ನಿಲ್ಲಿಸಿದ್ದ ಪುಸ್ತಕವನ್ನು ಕೈಗೆತ್ತಿಕೊಂಡೆ. ಹೀಗೆ ಓದಿ ಓದಿಯೇ ನಿನ್ನ ಮದುವೆ ತಡವಾಗಿರೋದು. ಹುಡುಗರು ಮದುವೆಯಂದ್ರೆ ಎಷ್ಟೊಂದು ಸಂಭ್ರಮಪಡ್ತಾರೆ. ನಿನಗೇನಾಗಿದೆಯೊ? ಅನ್ನುತ್ತಿದ್ದ ಅಮ್ಮನ ಮಾತುಗಳು ನೆನಪಾದವು

ಮುವತ್ತಾರಾದ್ರೂ ಮದುವೆಯಾಗಿಲ್ಲ ಅಂದ್ರೆ ಸಮಾಜವೊಂದು ಕಣ್ಣು ನೆಡುತ್ತದೆ ಅಂತ ಗೆಳೆಯ ಪರಮು ಕೊರೆದಿದ್ದ. ಹೈಬಿನ ಮಾತುಗಳು ಕೇಳಿಬರುತ್ತವೆ. ನಿಂಗೆ ಅದೆ ಇಲ್ಲ ಅಂದುಕೊಳ್ಳುತ್ತಾರೆ ಮಾರಾಯ ಅಂದಿದ್ದ. ನಾನು ಹೈಬಿಲ್ಲದವ ಅಂತ ಸಾಬೀತುಪಡಿಸಿಕೊಳ್ಳಲು ಮದುವೆಯೇ ಆಗಬೇಕಿಲ್ಲ ಪರಮು ಅಂದಿದ್ದೆ. ಅವನು ನನ್ನನ್ನು ವಿಚಿತ್ರವಾಗಿ ನೋಡಿದ್ದ. ಪ್ರತಿಯೊಬ್ಬ ಹುಡುಗ ಹುಡುಗಿ ಮದುವೆಯ ಹೊಸ್ತಿಲು ತುಳಿಯುವಾಗ ತಮ್ಮ ತಮ್ಮ ತಾಕತ್ತುಗಳನ್ನು ಪರೀಕ್ಷಿಸಿಕೊಳ್ಳಬೇಕು. ಹುಡುಗನ ಆಸ್ತಿ, ಹುಡುಗಿಯ ಬಣ್ಣ, ಹೇಗೆ ನಡೆಯುತ್ತಾಳೆ? ಹುಡುಗ ಯಾಕೆ ಒಂದು ಕಾಲು ಎಳೆಯುತ್ತಾನೆ? ಅನ್ನುವುದನ್ನು ಇಂಚಿಂಚು ನೋಡುವವರು ನಾಳೆ ಮದುವೆಯಾದಮೇಲೆ ಇಬ್ಬರು ಪಲ್ಲಂಗದಲ್ಲಿ ಸರಿಸಮನಾಗಿ ನಿಲ್ಲುತ್ತಾರೆಯೇ ಎಂಬುದನ್ನು

ಗಮನಿಸುವುದೇ ಇಲ್ಲ. ಅವೆಲ್ಲಾ ಹೊಂದಿಕೊಂಡು ಹೋಗುವ ವಿಚಾರಗಳು ಅನ್ನುತ್ತಾರೆ. ಕಾಲು ಎಳೆಯುತ್ತಾನೆ ಅಥವಾ ಹುಡುಗಿ ಬಣ್ಣ ಕಪ್ಪು ಅನ್ನುವ ಕಾರಣಕ್ಕೆ ಸಂಸಾರಗಳು ಬಿದ್ದು ಹೋಗಿರುವ ಉದಾಹರಣೆಗಳು ತೀರಾ ಕಡಿಮೆ. ಇದೆಲ್ಲವನ್ನೂ ಪರಮುವಿಗೆ ವಿವರಿಸಿ–ವಿವರಿಸಿ ಹೇಳುತ್ತಿದ್ದರೆ ಅವನು ಗಾಬರಿಗೊಂಡವನಂತೆ ಸುಮ್ಮನೆ ಕಣ್ಣುಗಳನ್ನು ಬಿಟ್ಟುಕೊಂಡು ನೋಡುತ್ತಾ ಕೂರುತ್ತಿದ್ದ. ನನಗಾದರೂ ಇಂತಹ ಅನುಭವಗಳು ಎಲ್ಲಿ ಬರಬೇಕಿತ್ತು? 'ಆಪ್ತಮಾತು' ಕಾಲಂಗೆ ಬರುತ್ತಿದ್ದ ಬಹುಪಾಲು ಪ್ರಶ್ನೆಗಳು ಮದುವೆ, ಪ್ರೀತಿ, ಅನೈತಿಕ ಸಂಬಂಧಗಳದ್ದೆ ಆಗಿರುತ್ತಿದ್ದವು ಮತ್ತು ಹೆಚ್ಚು ಕಡಿಮೆ ಒಂದೇ ತೆರನಾದ ಪ್ರಶ್ನೆಗಳು ಇರುತ್ತಿದ್ದವು. ಒಂದು ಪತ್ರಕ್ಕೆ ಬರೆದ ಉತ್ತರವನ್ನೇ ಹತ್ತಾರು ಪತ್ರಗಳಿಗೂ ಅನ್ವಯಿಸಬಹುದಾಗಿತ್ತು.

ತಿರುಗಿ ಬಂದು ಕುರ್ಚಿಯಲ್ಲಿ ಕೂತು ಮೇಲ್ ಓಪನ್ ಮಾಡತೊಡಗಿದೆ. ಒಂದಷ್ಟು ಪತ್ರಗಳಿಗೆ ಉತ್ತರಿಸಿ ಬಿಟ್ಟರೆ ಇಂದಿನ ಕೆಲಸದ ಒತ್ತಡ ಕಡಿಮೆಯಾದೀತು ಅನಿಸಿತು. ಸಂಚಿಕೆಗೆ ಹೋಗಬೇಕಾದ ನಾಲ್ಕು ಪ್ರಶ್ನೆಗಳು ಬಂದಿದ್ದವು. ಓದುತ್ತಾ ಕೂತೆ ಮತ್ತದೇ ಸಂಸಾರದ ಕುರಿತಾದ ರೋಧನೆಗಳು. ಪ್ರೀತಿ, ಅನೈತಿಕತೆ, ಖಿನ್ನತೆ ಕುರಿತಾಗಿಯೇ ಇದ್ದವು. ಆದರೆ ಕೊನೆಯ ಪತ್ರ ಮಾತ್ರ ನನ್ನ ಗಮನವನ್ನು ತೀವ್ರವಾಗಿ ಸೆಳೆಯಿತು. ಅದನ್ನು ಪದೇ ಪದೇ ಹತ್ತಾರು ಬಾರಿ ಓದಿಕೊಂಡೆ.

* * *

ಪರಮುವಿನ ಬಲವಂತಕ್ಕೆ ಅವತ್ತು ಹೋಟೆಲ್ ನಿವಾಸದಲ್ಲಿ ರೀನಾಳನ್ನು ಭೇಟಿಯಾದೆ. ಈ ಮೊದಲು ನಾನು ಆಕೆಯನ್ನು ನೋಡಿರಲಿಲ್ಲ. ನಾನು ಹೋಟೆಲ್ ನಿವಾಸದ ಸ್ಪೆಷಲ್ ರೂಮಿನ ಒಳಹೊಕ್ಕು ನೋಡಿದಾಗ ಒಂದು ಬದಿ ಕುಳಿತು ನನಗಾಗಿ ಕಾಯುತ್ತಿದ್ದಳು. ಪರಮು ಫೋಟೋದಲ್ಲಿ ತೋರಿಸಿದ ಮುಖ ನೆನಪಿತ್ತು. ಅವಳನ್ನು ಗುರುತಿಸಿ 'ಹಲೋ..' ಹೇಳುತ್ತಾ ಮುಂದೆ ಹೋಗಿ ಕೂರಲು ನನಗೇನು ಹೆಚ್ಚು ಸಮಯ ಬೇಕಾಗಲಿಲ್ಲ. ಆರ್ ಯು ತರುಣ್? ಕೇಳಿದಳು ರೀನಾ. ನಾನು ಯೆಸ್ ಅಂದೆ. ಕಡು ಕಪ್ಪು ಬಣ್ಣದ ಜೀನ್ಸ್‌ಗೆ ಮೆರೂನ್ ಬಣ್ಣದ ಟೀ ಶರ್ಟ್ ತೊಟ್ಟಿದ್ದಳು. ಬಿಚ್ಚಿದ ಕೂದಲು ಹೆಗಲ ಮೇಲೆ ಹರಡಿಕೊಂಡಿದ್ದವು. ಹಾಲು ಬಣ್ಣದ ಮೈಬಣ್ಣ. ಒಂಚೂರು ಉದ್ದ ಮೂಗು ಆದರೆ ಮೂಗುತಿ ಇರಲಿಲ್ಲ. ತುಟಿಯಲ್ಲಿ ನಗುವಿತ್ತು. ಹೊಸಬರನ್ನು, ಅಪರಿಚಿತರನ್ನು ಭೇಟಿ ಮಾಡುವಾಗ ಇರಬೇಕಾದ ದುಗುಡ ಮುಖದಲ್ಲಿ ಕಾಣಸಿಗಲಿಲ್ಲ. ತಲೆಗೆ ಎಣ್ಣೆ ಹಾಕಿಕೊಂಡು ಬಾಚಿ, ಒಂದೊಳ್ಳೆಯ ಸೀರೆ ಉಟ್ಟುಕೊಂಡು ಕಾಫಿಯೊಂದಿಗೆ ನಿಮ್ಮ ಮುಂದೆ ಬರುತ್ತೀನಿ ಅಂತ

ಭಾವಿಸಿದ್ರಾ? ಅವಳು ಮಾತು ಶುರುವಿಟ್ಟುಕೊಂಡಳು. ಅವಳ ಮಾತಿಗೆ ಪ್ರತಿಯಾಡದೆ ಸುಮ್ಮನೆ ನಕ್ಕೆ.

ನನ್ನ ಬಳಿ ಒಂದು ಬಂಡಿಯಷ್ಟು ಪ್ರಶ್ನೆಗಳಿದ್ದವು. ಅವುಗಳನ್ನು ಹೇಗೆಲ್ಲಾ ಕೇಳಬಹುದು ಅಂತ ಯೋಚಿಸುವಷ್ಟರಲ್ಲಿ ಅವಳು ಮೊದಲ ಪ್ರಶ್ನೆ ಮುಂದಿಟ್ಟಳು. ಹೌದು ತರುಣ್, ಮದುವೆ ಯಾಕೆ ಆಗ್ಬೇಕು? ನನಗೆ ಅನಿಸುತ್ತೆ ಎಷ್ಟೊ ಜನ ಮದುವೆಯಾಗುವವರು ಈ ಪ್ರಶ್ನೆಯನ್ನು ತಮ್ಮಗಳ ಮಧ್ಯೆ ಕೇಳಿಕೊಂಡಿರುವುದಿಲ್ಲ ಅಂತ. ನಾನು ಒಂದು ಕ್ಷಣ ಗಲಿಬಿಲಿಗೊಂಡೆ. ಯಾಕೆಂದರೆ ನಾನು ಕೇಳಬೇಕಾಗಿದ್ದ ಮೊದಲ ಪ್ರಶ್ನೆಯೂ ಅದೇ ಆಗಿತ್ತು. ನನ್ನದು ಕೂಡ ಅದೇ ಪ್ರಶ್ನೆ. ನಿಮ್ಮ ಬಳಿ ಉತ್ತರ ಉಂಟಾ? ಕೇಳಿದೆ. ಇಬ್ಬರೂ ಒಂದು ಕ್ಷಣ ಸುಮ್ಮನಾದೆವು. ಉತ್ತರವೇ ಇಲ್ಲ ಎಂದಮೇಲೆ ಮದುವೆ ಎಂತಕೆ ಆಗೋದು? ಅಂದಳು. ಜಗತ್ತಿನಲ್ಲಿ ಈಗಾಗಲೇ ಆಗಿರುವ ಮತ್ತು ಆಗುತ್ತಿರುವ ಮದುವೆಗಳಿಗೆ ಒಂದು ಕಾರಣ ಇದೆ ಅನಿಸುತ್ತಾ? ನಾನು ಕೇಳಿದೆ. ಬಹುಶಃ ಅವರೆಲ್ಲ ಉತ್ತರ ಹುಡುಕುವ ಗೋಜಿಗೆ ಹೋಗದೆ ಜೊತೆಯಾಗಿರಬಹುದು. ಎಲ್ಲಾ ಮದುವೆಗಳು ಸಕ್ಸಸ್ ಆಗಿರುವುದರ ಬಗ್ಗೆ ನಾನು ಗ್ಯಾರಂಟಿ ಕೊಡುವುದಿಲ್ಲ ಅಂದಳು. ಒಂದೇ ಮನೆಯಲ್ಲಿ ಒಟ್ಟಿಗೆ ಇದ್ದ ಕಾರಣಕ್ಕೆ ದಾಂಪತ್ಯದಲ್ಲಿ ಸುಖವಿದೆ ಅಂತ ಅರ್ಥ ಅಲ್ಲ ಅಂದಳು. ನಾನು ಕೇಳಿದೆ, ಮದುವೆ ಅನ್ನೋದು ಬಯಕೆಯಾ? ಪ್ರೀತಿಯಾ? ಅಥವಾ ಪ್ರೀತಿಯ ಬಯಕೆ, ಮಕ್ಕಳ ಬಯಕೆ, ಸುಖದ ಬಯಕೆ, ರಕ್ಷಣೆಯ ಬಯಕೆ ಎಲ್ಲವೂ ಸೇರಿ ಆದ ಒಂದು ಕಮಿಟ್ಮೆಂಟಾ?. ಇದೆಲ್ಲವೂ ಬರೀ ಸ್ವಾರ್ಥದಿಂದ ಕೂಡಿದ್ದು ಅನ್ಸಲ್ವಾ? ಅದೊಂದು ಬಯಕೆಯೇ ಅಂತಾದರೆ ಆದರೆ ಅದರ ಸುತ್ತ ಬೇಕುಗಳು ಹುಟ್ಟಿಕೊಳ್ಳುತ್ತವೆ. ಬೇಕುಗಳು ಈಡೇರದಿದ್ದಾಗ ಜಗಳಗಳು, ಮನಸ್ತಾಪಗಳು ಹುಟ್ಟಿಕೊಳ್ಳುತ್ತವೆ. ಬಿಡಲೂ ಆಗದೆ ಇರಲು ಆಗದೆ ನಲುಗಬೇಕಾಗುತ್ತದೆ. ನಾನವಳ ಮಾತು ಕತ್ತರಿಸಿ ನೋಡಿ ಪ್ರೀತಿಯಲ್ಲೂ ಬಯಕೆ ಉಂಟಲ್ಲ? ಅಂತ ಕೇಳಿದೆ. ಪ್ರೀತಿಯಲ್ಲಿ ಪ್ರೀತಿ ಮಾತ್ರ ಇರುತ್ತೆ ಮತ್ತೇನು ಇರಲ್ಲ. ಒಂದು ಏನಾದ್ರೂ ಇದ್ದರೆ ಅದು ಪ್ರೀತಿ ಆಗಲ್ಲ ಜಸ್ಟ್ ಬಯಕೆಯಾಗುತ್ತದೆ ಅಂದಳು.

ನೀವು ಏನೇ ಹೇಳಿ ಮದುವೆಗೆ ಪ್ರೀತಿಗಿಂತ ಒಂದು ಒಳ್ಳೆಯ ಅಡಿಪಾಯ ಬೇರೆ ಇಲ್ಲ ಅಂದೆ. ಅವಳು ಅದನ್ನು ಒಪ್ಪಲಿಲ್ಲ ಅದಕ್ಕೆ ಪ್ರೀತಿಯ ಮೈಲೇಜ್ ಮುಖ್ಯ ಆಗುತ್ತೆ. ಎಷ್ಟೊ ಪ್ರೀತಿಗಳಿಗೆ ಮೈಲೇಜೆ ಇರುವುದಿಲ್ಲ. ಮದುವೆಯಾದ ತಕ್ಷಣ ಕುಂಟಲು ಆರಂಭಿಸುತ್ತವೆ. ಎಷ್ಟೋ ಬಾರಿ ಬಯಕೆ ಪ್ರೀತಿ ಎಂಬಂತೆ ಕಾಣಿಸುತ್ತದೆ. ಕಾಮದಂತಹ ಒಂದು ಆಕರ್ಷಣೆಯೂ ಪ್ರೀತಿ ಅನಿಸುತ್ತದೆ. ಎಲ್ಲಾ ಕಾಮದಲ್ಲೂ ಪ್ರೀತಿ ಇರಲ್ಲ ಮತ್ತು ಎಲ್ಲಾ ಪ್ರೀತಿ ಗಳಲ್ಲೂ ಕೂಡ ಕಾಮ ಇರಲ್ಲ. ಪ್ರೀ ತಿಗೆ ಕಾಮ ಕಂಪಲ್ಸರಿ ಅಲ್ಲ ಅಂದಳು. ನಾನು ಈ

ಬಾರಿ ಉತ್ತರಿಸಲು ಸಿಗರೇಟ್ ಹಚ್ಚಲೇ ಬೇಕಾಯಿತು. ಎನಿ ಅಬ್ಜೆಕ್ಷನ್ ಅಂತ ಕೇಳಿದೆ. ಅವಳು ನೋ ಅಂದಳು. ನಾನು ಸಿಗರೇಟು ಹಚ್ಚಿಕೊಂಡು ಎರಡು–ಮೂರು ಬಾರಿ ಎಳೆದೆ. ಇನ್ನೂ ಉದ್ದವಿದ್ದ ಸಿಗರೇಟನ್ನು ಟ್ರೇನಲ್ಲಿ ತೂರಿ ಅವಳತ್ತ ನೋಡಿದೆ. ನನ್ನ ನೋಟವನ್ನು ಅವಳು ಉತ್ತರವೆಂದು ಬಳಸಿಕೊಳ್ಳಲಿ ಎಂಬುದಾಗಿತ್ತು ನನ್ನ

ನೋಟ. ಇಷ್ಟನ್ನು ಮಾತನಾಡಿದವಳಿಗೆ ಗಂಡಿನ ಒಂದು ಲುಕ್ ಅರ್ಥಮಾಡಿಕೊಳ್ಳುವುದು ಕಷ್ಟವಾಗಲಾರದು ಅಂದುಕೊಂಡೆ. ಇಫ್ ಯೂ ಡೋಂಟ್ ಮೈಂಡ್ ನಾಳೆ ಇದೇ ಹೊತ್ತಿಗೆ ಇಲ್ಲಿ ನಿಮಗೆ ಸಿಗೋಕೆ ಆಗುತ್ತಾ ಕೇಳಿದೆ ಅವಳು ತುಂಬಾ ಆಸಕ್ತಿಯಿಂದಲೇ ಶೂರ್ ಅಂದಳು. ಇಬ್ಬರು ಒಟ್ಟಿಗೆ ಎದ್ದು ಅಲ್ಲಿಂದ ಕದಲಿದೆವು. ದಾರಿಯಲ್ಲಿ ಇಬ್ಬರ ಹೆಜ್ಜೆಗಳು ಜೊತೆಜೊತೆಯಾಗಿಯೇ ಮೂಡಿದವು. ನಾನು ಹೀಗೆ ಮೌನ ಮೆತ್ತಿಕೊಂಡು ಕೊಡುವ ಉತ್ತರದಿಂದ ತಪ್ಪಿಸಿಕೊಂಡಿದ್ದೆ.

ದಿನವೀಡಿ ಅವಳ ಗುಂಗಲೇ ಇದ್ದೆ. ಭೇಟಿಯಲ್ಲಿ ಯಾಕೊ ಯಾವುದು ಕ್ಲ್ಯಾರಿಟಿ ಇರಲಿಲ್ಲ ಅನಿಸಿತು. ಅವಳು ಮದುವೆ ಮತ್ತು ಪ್ರೀತಿ ಪದಗಳನ್ನು ಹಿಡಿದುಕೊಂಡು ದಾಳಿಗೆ ನಿಂತಂತಿತ್ತು. ಬಹುಶಃ ಮದುವೆ ತಡವಾಗಿರುವುದು ಅವಳನ್ನು ಆ ಪರಿ ಕಾಡಿರಬಹುದು. ನಾನು ಯಾಕೆ ಅವಳ ಮಾತಿನ ಮುಂದೆ ಮಂಕಾಗಿ ಕೂತೆ. ನನ್ನಲ್ಲೂ ಅಂತದ್ದೆ ಭಾವನೆಗಳಿದ್ದರೂ ಕನಿಷ್ಠ ಮಾತನ್ನಾದರೂ ಜೋಡಿಸಬಹುದಿತ್ತು. ನಾನು ಅವಳ ಮಾತುಗಳಲ್ಲಿ ನಾನು ಆಡಬೇಕಾಗಿದ್ದ ಮಾತುಗಳನ್ನು ಹುಡುಕಿಕೊಂಡು ಸಮಾಧಾನಪಟ್ಟುಕೊಳ್ಳುತ್ತಿದ್ದೆ ಅನಿಸಿತು. ರೀನಾ ಅವಳ ಆ ವಿಚಾರಗಳ ಸಮೇತ ನನಗೆ ಇಷ್ಟವಾಗಿಬಿಟ್ಟಿದ್ದಳು. ಇದೆ ಮೊದಲಬಾರಿಗೆ ಮೊದಲ ಭೇಟಿಯಲ್ಲಿ ಹುಡುಗಿಯಬ್ಬಳು 'ನನಗೆ ಇವಳಾದರೆ ಓಕೆ' ಅನಿಸಿದ್ದು.

ನಾವು ಎರಡು ಮೂರು ದಿನಗಳಲ್ಲಿ ಮತ್ತೆ ಮೂರ್ನಾಲ್ಕು ಬಾರಿ ಭೇಟಿಯಾದೆವು. ಅವಳು ಮುಂದಿಡುತ್ತಿದ್ದ ಮದುವೆ ಕುರಿತಾದ ಮದುವೆ ಕುರಿತಾಗಿ ಸಣ್ಣ ಪುಟ್ಟ ಮಾತುಗಳು ನಡೆಯುತ್ತಲೇ ಇದ್ದವು. ಈ ಮಾತಿಗಿಂತ ಇಬ್ಬರ ನಡುವೆ ಮೌನ ಕುದುರಿತ್ತಿದೆ ಅನಿಸತೊಡಗಿತು. ಇಂತಹ ಸಂಬಂಧಗಳಲ್ಲಿ ಮೌನ ಅಪಾಯಕಾರಿ.

ಅದು ಸುಮ್ಮನಿದ್ದೆ ಏನೆಲ್ಲವನ್ನು ಸೃಷ್ಟಿ ಮಾಡಿಬಿಡುತ್ತದೆ. ಇಷ್ಟೆಲ್ಲ ಚರ್ಚೆಗಳಾದರೂ ನಾವು 'ವಿಲ್ ಯೂ ಮ್ಯಾರಿ ಮಿ' ಅಂತ ಇಬ್ಬರು ಕೇಳಿಕೊಂಡಿರಲಿಲ್ಲ

* * *

ಸಂಪಾದಕರಿಂದ ಬಂದಿದ್ದ ಆ ಕೊನೆಯ ಪತ್ರ ಹೀಗಿತ್ತು.

ಸರ್ ನನ್ನ ಹೆಸರು ಆರ್ ಅಂತ. ನನ್ನ ಪ್ರಶ್ನೆ ಮದುವೆಯದು. ಮದುವೆಯಾಗಬೇಕೊ ಬೇಡವೋ ಅನ್ನುವುದು ಎಂದು ಮುಗಿಯದ ಚರ್ಚೆಯೇ ಸರಿ. ನನಗೀಗ ಮೂವತ್ತೈದು ವಯಸ್ಸು. ಕೈತುಂಬಾ ಹಣ ಬರುವ ಕೆಲಸವಿದೆ. ಅಪ್ಪ-ಅಮ್ಮ ಇದ್ದಾರೆ. ಇನ್ನೂ ಮದುವೆಯಾಗದೆ ಉಳಿದೆ ಅನ್ನುವುದು ಲೋಕದ ದೂರು. ಇರಲಿ, ನಾನು ಅದಕ್ಕೆ ದಾದು ಮಾಡುವುದಿಲ್ಲ. ಒಂದು ಮದುವೆ ಅನ್ನುವುದು ಬದುಕಿಗೆ ಬೇಕು ಅಂತ ನನಗೆ ಅನಿಸಲೇ ಇಲ್ಲ. ಬಂದ ಹುಡುಗರಲ್ಲಿ ನಾನು ಉತ್ತರಗಳನ್ನು ಹುಡುಕುತ್ತಿದ್ದೆ. ಅಷ್ಟಕ್ಕೂ ನನ್ನ ಬಳಿ ಮದುವೆ ಕುರಿತಾದ ಅತೀ ಮೂಲ ಅನ್ನಿಸುವ ಪ್ರಶ್ನೆಗಳೇ ಇರಲಿಲ್ಲ ಎಂಬುದು ಈ ನಡುವೆ ತಿಳಿಯುತ್ತಿದೆ. ಬದುಕಿನ ಎಲ್ಲಾ ಸಂಬಂಧಗಳಂತೆ ಮದುವೆಯನ್ನು ಅದರ ಮಿತಿಯಲ್ಲೇ ಒಪ್ಪಿಕೊಳ್ಳಬಹುದು ಎಂಬುದು ಅವರಿಂದ ಅರ್ಥವಾದಂತಾಗಿದೆ. ಅವರೊಬ್ಬ ಮನೋವೈದ್ಯರು. ತಮ್ಮ ಯಥಾಪ್ರಕಾರದ ಕೌನ್ಸಿಲಿಂಗ್ ಸ್ಕಿಲ್ ನಲ್ಲಿ ಇದನ್ನು ಸಾಧಿಸಿ ಬಿಟ್ಟರಾ? ಗೊತ್ತಿಲ್ಲ. ಅವರು ನನಗೆ ಗಂಡ ಆದರೆ ಹೇಗೆ ಅಂತ ಈಗೀಗ ಯೋಚನೆಗಳು ಬರುತ್ತಿವೆ. ಅವರ ಯೋಚನೆಗಳಲ್ಲೂ ನಾನಿದ್ದೇನಾ? ಗೊತ್ತಿಲ್ಲ! ತಡವಾಗಿರುವ ಈ ಮದುವೆಯೊಂದು ಅವರೊಡನೆ ಆಗಿಬಿಡಲಿ ಅನಿಸುತ್ತಿದೆ ಮನಸ್ಸು. ಅವರು ಇದಕ್ಕೆಲ್ಲ ಒಪ್ಪುತ್ತಾರೆಂಬುದು ಗೊತ್ತಿಲ್ಲ. ನಿಮ್ಮ ಸಲಹೆಗಳು ಏನಿರಬಹುದೆಂದು ಕುತೂಹಲದಿಂದ ಕಾಯುತ್ತೇನೆ.

–ಹೆಸರು ಬೇಡ ಊರು ಬೇಡ

ಮೊದಲೇ ಹೇಳಿದ್ದೆನಲ್ಲಾ ಆ ಪತ್ರವನ್ನು ಹತ್ತಾರು ಬಾರಿ ಓದಿಕೊಂಡೆ ಅಂತ. ಅನುಮಾನವೇ ಇಲ್ಲ ಇದು ರೀನಾಳ ಪತ್ರವೇ. ಇವಳು ತನ್ನ ಮದುವೆಯ ನಿರ್ಧಾರದ ಬಗ್ಗೆ ಅಷ್ಟು ದೊಡ್ಡ ದೊಡ್ಡದಾಗಿ ಪ್ರಬುದ್ಧಳಂತೆ ಮಾತನಾಡಿದವಳು ಸಿಲ್ಲಿಯಂತೆ ಪತ್ರ ಬರೆಯುತ್ತಾಳೆ ಅಂದುಕೊಂಡಿರಲಿಲ್ಲ. ನಮ್ಮ ನಿರ್ಧಾರಗಳಿಗೆ ಹೊರಗಿನಿಂದ ಸಿಗಬಹುದಾದ ಒಂದು ಸಣ್ಣ ಸಪೋರ್ಟ್ ಎಂಥದ್ದೊ ಧೈರ್ಯ ಕೊಡುತ್ತದೆ. ಎಷ್ಟೋ ಜನರು ಇಂತಹ ಮಾತಿನ ಹಸಿವಿನಲ್ಲೇ ಉಳಿದಿದ್ದಾರೆ ಅನಿಸಿತು.

ನನ್ನ ಒಪ್ಪಿಗೆಯ ನಿರ್ಧಾರವನ್ನು ಯಾರೋ ಹೇಳಿದಂತೆ ತಿಳಿಸಬೇಕಾಗಿ ಬಂದಿರುವುದು ಎಂತಹ ವಿಚಿತ್ರ ನೋಡಿ. ಉತ್ತರ ಏನು ಬರೆಯಬಲ್ಲೆ ಅನ್ನುವುದು

ನಿಜಕ್ಕೂ ನನ್ನಷ್ಟಕ್ಕೆ ನನಗೆ ಕುತೂಹಲ. ಉಳಿದ ಪತ್ರಗಳಿಗೆ ಉತ್ತರ ಟೈಪ್ ಮಾಡಿ ಇದೊಂದು ಪತ್ರವನ್ನು ಬಾಕಿ ಉಳಿಸಿಕೊಂಡೆ. ನನ್ನ ಯೋಚನೆಗಳನ್ನು ಎರಡು ದಿನ ನೆನೆಹಾಕಿ ಒಂದು ಮುಂಜಾನೆ ಲವಲವಿಕೆಯಿಂದ ಎದ್ದು ಕೂತೆ. ಬರೆದ ಒಂದು ಪುಟ್ಟ ಉತ್ತರ ಹೀಗಿತ್ತು

ಪ್ರೀತಿಯ ಆರ್,

ನಿಮ್ಮ ಸಾಲುಗಳನ್ನು ಓದಿದೆ. ನೀವು ಒಮ್ಮೊಮ್ಮೆ ಮಗುವಿನಂತೆ, ಮಗದೊಮ್ಮೆ ಬದುಕಿನ ದೊಡ್ಡ ಅನುಭವವುಳ್ಳರಂತೆ ಕಂಡಿರಿ. ಒಂದೇ ಮಾತಿನಲ್ಲಿ ಹೇಳುವುದಾದರೆ ನಿಮಗೆ ಅವರು ಇಷ್ಟವಾಗಿದ್ದರೆ

ಮದುವೆಯಾಗಬಹುದು. ಒಂದು ಗಂಡಿಗೆ ಒಂದು ಹೆಣ್ಣು ಇರಬೇಕಾದದ್ದು ಲೋಕರೂಢಿ. ನಾವು ಎಷ್ಟೇ

ಬದಲಾಗಿದ್ದೇವೆ ಅಂದರು ನಾವು ನಮ್ಮ ಕುಟುಂಬದಿಂದ ಆಚೆ ನಿಂತು ಬದುಕಲು ಸಾಧ್ಯವಿಲ್ಲ. ಅಂತಹ ಕುಟುಂಬವೊಂದು ಮದುವೆಯ ಆಧಾರವಿಲ್ಲದೆ ನಿಲ್ಲುವುದಿಲ್ಲ. ನಿಮ್ಮಂತಹ ಎಷ್ಟೋ ಹುಡುಗಿಯರು ಹೀಗೆ ಏನೆಲ್ಲಾ ಯೋಚಿಸಿಕೊಂಡು ಹಾಗೇ ಉಳಿದುಬಿಡುತ್ತೀರಿ. ಸರಿ ಅವರು ಸಾದಿಸಿ ದ್ದಾದರೂ ಏನು ಅಂತ ಕೇಳಿದರೆ ಹಣ, ಪ್ರಶಸ್ತಿ, ಮಾಡಿಕೊಂಡ ಹೆಸರಿನ ಲಿಸ್ಟಗಳನ್ನು ಮುಂದಿಡುತ್ತಾರೆ. ನೋಡಿ ಆರ್, ಬದುಕು ಅಂದರೆ ಅಷ್ಟೇ ಅಲ್ಲ. ಅದು ಥಿಯರಿಯೂ ಅಲ್ಲ. ಅದು ಪ್ರಾಕ್ಟಿಕಲ್. ಕುಟುಂಬ ಕೊಡುವಷ್ಟು ಮತ್ತು ಅದು ಆಧಾರವಾಗುವಷ್ಟು ಬದುಕಿನಲ್ಲಿ ಮತ್ಯಾವುದು ಆಗುವುದಿಲ್ಲ. ಪ್ರೀತಿ ಮತ್ತು ಮದುವೆಗಳ ಯಶಸ್ಸು ಜೊತೆಯಾಗುವ ವ್ಯಕ್ತಿಗಳನ್ನು ಆಧರಿಸಿರುತ್ತದೆ. ನಿಮಗೆ ಅಂತಹ ವ್ಯಕ್ತಿ ಆ ಮನೋವೈದ್ಯರಲ್ಲಿ ಸಿಗಬಹುದು ಅನ್ನುವುದಾದರೆ ಖುಷಿಯಿಂದ ಮುನ್ನಡೆಯಿರಿ. ಒಳ್ಳೆಯದಾಗಲಿ.

ಅಂತ ಬರೆದು ಒಮ್ಮೆ ಸುಮ್ಮನೆ ನಕ್ಕೆ. ನನ್ನ ಕುತೂಹಲವಿದ್ದದ್ದು ಇದನ್ನು ಓದಿದ ನಂತರದ ಅವಳ ವರ್ತನೆಯ ಬಗೆಗೆ! ಬರೆದದ್ದನ್ನು ಪತ್ರಿಕೆಗೆ ಕಳುಹಿಸಿ ಒಂದು ವಾರದ ಮಟ್ಟಿಗೆ ನಿರಮ್ಮಳವಾದೆ. ಈ ನಡುವೆ ಒಮ್ಮೆ ಮಾತ್ರ ರೀನಾ ಸಿಕ್ಕಿದ್ದಳು. ಅವತ್ತು ಗಂಟೆಗಟ್ಟಲೇ ಕೂತರು ಮಾತನಾಡಿದ್ದು ಏಳೆಂಟು ಮಾತುಗಳು. ಮೌನ ಆಗಲೇ ತನ್ನ ಕೆಲಸವನ್ನು ಆರಂಭಿಸಿತ್ತು.

* * *

ಅದೊಂದು ಬೆಳಿಗ್ಗೆ 'ಆಪ್ತಮಾತು' ಅಂಕಣದ ಕಟಿಂಗ್ ಅನ್ನು ನನಗೆ ವಾಟ್ಸಾಪ್ ಮಾಡಿದ್ದಳು. ಇದು ನನ್ನದೇ ಪತ್ರವೆಂದು ಭಾವಿಸಿ ಓದಿ, ನಿಮ್ಮ ಅಭಿಪ್ರಾಯ ತಿಳಿಸಿ ಅಂತ ಇತ್ತು. ಇದಕ್ಕೆ ಉತ್ತರ ಬರೆದಿದ್ದು ನಾನು ಎಂಬುದು ಅವಳಿಗಾದರೂ ಹೇಗೆ ಗೊತ್ತಾಗಬೇಕು? ನಾನು ಬರೆದ ಉತ್ತರವನ್ನು ನಾನೇ

ಓದಿಕೊಳ್ಳಬೇಕಾಯಿತು. ನಾನು ಪ್ರತಿಕ್ರಿಯೆಯಾಗಿ ಒಂದು ಕೆಂಪನೆಯ ಹೃದಯ ಮಾರ್ಕಿನ ಎಮೋಜಿ ಕಳುಹಿಸಿದೆ. ಆ ಕಡೆಯಿಂದ ಅಂತದ್ದೇ ಎರಡು ಎಮೋಜಿ ಕಳುಹಿಸಿದಳು. ಸಂಜೆ ಸಿಗಿ ನಿಮಗೊಂದು ಸರ್ಪ್ರೈಸ್ ಇದೆ ಅಂದಳು. ಏನೂ ಗೊತ್ತಿಲ್ಲದವನಂತೆ ನಟಿಸಲು ನಾನು ಸಿದ್ಧನಾದೆ. ಸಂಜೆಯಾಗುವುದನ್ನೇ ಕಾದು ಕೂತೆ.

ವೀರಲೋಕದ ಪ್ರಕಟಣೆಗಳು

1. ಕೈ ಹಿಡಿದು ನೀ ನಡೆಸು ತಂದೆ
2. ವಿಶ್ವಸುಂದರಿ
3. ಇವರು ಅವರು ದೇವರು
4. ಒಳ್ಳೆಯ ಬದುಕಿನ ಸೂತ್ರಗಳು
5. ಬೆಳ್ಳಿತೆರೆಯ ಬಂಗಾರದ ಗೆರೆ
6. ಸೋಲೆಂಬ ಗೆಲುವು
7. ಲಾಸ್ಟ್ ಡೇಸ್ ಆಫ್ ಲೆಜೆಂಡ್ಸ್
8. ಮನಿ ಮನಿ ಎಕಾನಮಿ
9. ನಿಮಗೆಸ್ಟು ಹಣ ಬೇಕು?
10. ಆರ್ಟ್ ಆಫ್ ಸಕ್ಸಸ್
11. ಮಾದಕ ದೊರೆ
12. ನಟನ ಕಥೆ–ಮಂಡ್ಯ ರಮೇಶ್
13. ಬದುಕೇ ಭಗವಂತ
14. ತ್ಯಾಗಕ್ಕಿಲ್ಲ ನೂಕುನುಗ್ಗಲು
15. ಕೃಷಿ ಯಾಕೆ ಖುಷಿ?
16. ಮೆಮರೀಸ್ ಆಫ್ ಬಾಸ್ರಾ
17. ಹಿಂದಿನ ನಿಲ್ದಾಣ
18. ಪ್ರೀತ್‌ಸು
19. ಕಥಾ ಸಾಗರಿ
20. ಹೃದಯದ ಮಾತು
21. ದ್ವೈತ
22. ಕ್ಷಯ
23. ಯಾರೂ ಹೇಳದ ಕಥೆಗಳು
24. ಅರ್ಧ ಬಿಸಿಲು ಅರ್ಧ ಮಳೆ...